அவ்வுலகம்

வெ. இறையன்பு

நியூ செஞ்சுரி புக் ஹவுஸ் (பி) லிட்.,
41-பி, சிட்கோ இண்டஸ்டிரியல் எஸ்டேட்,
அம்பத்தூர், சென்னை - 600 050.
☎: 044 - 26251968, 26258410, 48601884

Language: Tamil
Avvulagam
(Novel)

Author : **V. Irai Anbu**

N.C.B.H. First Edition: January, 2020
Second Edition: November, 2021
Third Edition: September, 2023
Copyright: Author
No.of Pages: 214
Publisher:
New Century Book House Pvt. Ltd.,
41-B, SIDCO Industrial Estate,
Ambattur, Chennai - 600 050.
Tamilnadu State, India.
email: info@ncbh.in
Online: www.ncbhpublisher.in

ISBN. 978-93-8897-397-7
Code No. A 4271
₹ 260/-

Branches

Ambattur 044 - 26359906 **Spenzer Plaza (Chennai)** 044-28490027
Trichy 0431-2700885 **Pudukkottai** 04322- 227773 **Thanjavur** 04362-231371
Tirunelveli 0462-4210990, 2323990 **Madurai** 0452-4374106
Dindigul 0451-2432172 **Coimbatore** 0422-2380554 **Erode** 0424-2256667
Salem 0427-2450817 **Hosur** 04344-245726 **Krishnagiri** 04343-234387
Ooty 0423 2441743 **Vellore** 0416-2234495 **Villupuram** 04146-227800
Pondicherry 0413-2280101 **Nagercoil** 04652-234990

அவ்வுலகம்

(நாவல்)

ஆசிரியர்: **வெ. இறையன்பு**

என்.சி.பி.எச். முதல் பதிப்பு: ஜனவரி, 2020

இரண்டாம் பதிப்பு: நவம்பர், 2021

மூன்றாம் பதிப்பு: செப்டம்பர், 2023

அச்சிட்டோர்: **பாவை பிரிண்டர்ஸ் (பி) லிட்.,**
16 (142), ஜானி ஜான் கான் சாலை, இராயப்பேட்டை, சென்னை - 14
☎: 044-28482441

All rights reserved. No part of this book may be reprinted or reproduced or utilised in any form or by any electronic, mechanical, or other means, now known or hereafter invented, including photocopying and recording, or in any information storage or retrieval system, without permission in writing from the publishers.

நிழல்போலத் தொடரும் மரணத்தின் வெளியும், புனைவுலகு சித்திரிக்கிற அவ்வுலகமும்

பூமியில் மனித இருப்பு, நினைவுகளின் வழியே கட்டமைக்கப் படுகிறது. கடந்த காலம் முடிவற்ற நினைவுகளின்மூலம் மீட்டுருவாக்கப் படும்போது ஒவ்வொருவரின் மனமும் உருவாக்கிடும் மனப்பதிவுகள், அளவற்றவை. தனிமனிதப் பிரக்ஞை இழப்பு ஏற்படும்போது, அனிச்சையாக உடலின் இயக்கம் நடைபெற்றாலும், இருந்தும் இல்லாத நிலை ஏற்படுகிறது. சுய விழிப்புணர்வின் ஆளுகையே மனிதச் செயல்பாடுகளுக்கு ஆதாரம். மனித இயக்கம் என்ற அறிதல், உடலில் உயிர் இருக்கும் வரைதான். மூக்கின் வழியே வெளியேறும் மூச்சு திடீரென நின்றுவிட்டால், உடலின் தன்மை மாறிச் சிதலமடையத் தொடங்குகிறது. அதுவரை 'தான்' என்ற முனைப்பினுக்கு ஆதாரமாக விளங்கிய உடலின் இயக்கமற்ற தன்மை காரணமாக, அந்நிகழ்வு சாவு அல்லது இறப்பு எனப்படுகிறது. தமிழில் செத்தவரைக் காலமானார் என்று குறிப்பிடும் வழக்கமுள்ளது. அகாலமானார் என்ற சொல், காலத்திற்கும் மனிதனுக்கும் இடையிலான நெருக்கத்தைக் குறிக்கிறது. இயற்கையின் அங்கமான மனிதன் மீண்டும் இயற்கைக்குள் ஐக்கிய மாகிறான் என்பதுதான் மரணம் என்று சொல்ல முடியுமா? யோசிக்க வேண்டியுள்ளது. மனிதன், காலந்தோறும் பூமியில் நிறுவியவற்றைக் கேள்விக்குள்ளாக்கும் மரணம் பற்றிய இலக்கியப் பதிவுகள், சங்ககாலம் முதலாகவே தமிழில் காணப்படுகின்றன. தூங்குவது போலச் சாக்காடு என இறப்பினை முன்வைத்த வள்ளுவர், சக்ரவாளக் கோட்டம் எனத் தனியாகச் சுடுகாட்டை முன்வைத்து மணிமேகலைக் காப்பியத்தில் கதைத்திட்ட சீத்தலைச் சாத்தனார், செத்த பிணத்தைத் தூக்கும் இனிச் சாகும் பிணங்கள் என்ற பட்டினத்தார் எனத் தொடரும் தமிழர் மரபில் இறப்பைப் பற்றிய பேச்சுகள், கணிசமாகப் பதிவாகியுள்ளன. நவீனப் புனைவிலக்கியத்தைப் பொருத்தவரையில் மரணத்தை முன்வைத்துப் புனையப்பட்டுள்ள சிறுகதைகளுடன் ஒப்பிடும்போது, நாவல்களின எண்ணிக்கை மிகக்குறைவு. எழுபது களின் நடுவில் சம்பத் எழுதிய 'இடைவெளி' நாவல், மரணத்தைப் பேசுபொருளாகக் கொண்டிருந்தது. அதற்குப் பின்னர் மரணத்தின் பின்புலத்தில் மனிதர்களுக்கும் இறப்பினுக்கும் இடையிலான தொடர்பினைத் தத்துவார்த்த அடிப்படையில் புனைவாகக் கட்டமைத்து

வெ.இறையன்பு எழுதியுள்ள ‘சாகாவரம்,’ ‘அவ்வுலகம்’ ஆகிய இரு நாவல்களும் கவனத்திற்குரியன. நெடிய மனித வாழ்க்கையின் பகுதியாக அல்லது நிறைவாக மரணத்தின் இடத்தைக் கதையாடலின்மூலம் கண்டறிந்திட முயலும் இறையன்பு உருவாக்கியுள்ள பேச்சுகளும், புனைவுகளும் காத்திரமானவை.

உலகில் இருப்பு நிலையானது என்ற நம்பிக்கையின் அபத்தம் பற்றி அறியாமலே ஒவ்வொருவரும் தனக்குள் உருவாக்கிக்கொள்ளும் ஸ்திரத்தன்மை வலுவாக உள்ளது. எந்தவொரு கணமும் எதிர் கொள்வதற்கான சாத்தியப்பாட்டுடன் மரணத்துடனான கண்ணாமூச்சி தொடர்கிறது. சுருங்கக்கூறின், இருத்தல் என்பதே இடைவெளியில்தான். மரணத்தைவிட மரணபயம்தான் பிரச்சினை. எந்நேரத்தில் மரணம் நிகழுமோ, தன்னுடைய மூச்சு நின்றுவிடுமோ என்று பயப்படு கிறவர்கள் எதிர்கொள்கிற துயரம் கொடுமையானது. மரண பயத்தின் காரணமாகத் தற்கொலை செய்து கொள்கிறவர்கள்கூட உண்டு. சமூக வாழ்க்கையின் மீது சலிப்பு, வெறுப்பு, கசப்படைகிற சுயநலவாதிகள், ஏதோ ஒருவழியில் மரணத்தைத் தழுவிட முயலுகின்றனர். பிறப்பினுக்கு முன்னரும், மரணத்திற்குப் பின்னரும் நிலவும் இடைவெளியை எப்படி புரிந்துகொள்வது? இரு வேறு உலகங்கள் என்ற நிலைப்பாட்டில், புவியுலகு என்ற புரிதலுக்கு மாற்றாக அவ்வுலகம் என்ற கருத்தியல் முன்வைக்கப்பட்டதா? அருள் இல்லார்க்கு அவ்வுலகம் இல்லை என்ற வள்ளுவரின் கூற்று, முக்கியமானது. திருக்குறள் உள்ளிட்ட பதினெண்கீழ்க்கணக்கு நூல்களும், பிற்காலத்திய அறநூல்களும் மனிதர்களை நெறிப்படுத்த அவ்வுலகம் என்ற கோட்பாட்டை முன்வைத்துப் பேச்சுகளை உருவாக்கிட முயன்றுள்ளன. அவ்வுலகம் என்ற ஒற்றைச் சொல்லில் பொதிந்திருக்கும் கருத்தியலின் மீதான ஈடுபாட்டின் காரணமாக இறையன்பு, பல்வேறு கதைகளின்மூலம் அவ்வுலகம் நோக்கிப் பயணித்துள்ளார். இவ்வுலக வாழ்க்கையில் வாழ்ந்தபோது, அன்றாடம் எதிர்கொண்ட பிரச்சினைகள், அவ்வுலகம் என்ற புனைவிலும் தொடர்ந்தால் எப்படி இருக்கும் என்ற கற்பனையின் பின்புலத்தில் இறையன்பு, அவ்வுலகம் கதையாடலை விவரித்துள்ளார். மரணம் நிச்சயம் என்ற நிலையில், இவ்வுலக வாழ்க்கையை எங்ஙனம் வாழ்ந்திடுவது என்ற கேள்விதான் அவ்வுலகம் நாவலின் மையம். த்ரிவிக்ரமன் என்ற கதைமாந்தரை முன்வைத்துக் கதை சொல்லப்பட்டாலும், பல்வேறுபட்ட மனிதர்களின் குண இயல்புகளும், பண்புகளும், நாவலில் பதிவாகியுள்ளன.

இடையறாது இயங்கிக் கொண்டிருக்கும் இயற்கையின் பேராற்றலுடன் இசைந்து இயங்குதல், எல்லா உயிரினங்களின் மரபணு விலும் பொதிந்துள்ளது. இந்நிலைக்கு மனிதனும் விதிவிலக்கு அல்ல. இயற்கையின் மீது ஏதோவொரு நிலையில் ஆளுகை செலுத்தும் ஆற்றல்மிக்க மனிதன், தனது அடையாளம் அல்லது இருப்பு குறித்து மிகவும் அக்கறை கொள்கிறான். எந்தவொரு நொடியிலும் தன்மீது மரணத்தின் நிழல் பற்றிப் படர்வதற்கான சாத்தியமுண்டு என்பதை நன்கறிந்தும், காலந்தோறும் மரணத்தை வெல்வது பற்றியும், மரணத்திற்குப் பின்னர் மனிதநிலை குறித்தும் தீவிரமாக யோசித்துக் கொண்டேயிருக்கிறான். மரணமற்ற நிலை, இயற்கைக்கு முரணானது என்ற முடிவை ஏற்க மறுத்து, அல்லது மறந்து சக மனிதர்கள்மீது செலுத்துகிற வன்முறை, ரத்தக் கவிச்சியுடன் வரலாற்றின் பக்கங்களில் பதிவாகியுள்ளது. சரி, போகட்டும். மரணத்திற்குப் பின்னர் மனித உயிர் எங்கே போகிறது? இதுவரை யூமியில் இறந்துபோன கோடிக்கணக்கான மனித உயிர்கள் எங்கே உறைந்துள்ளன? 'ஒருக்கால் விண்ணுலகில்' என்ற புனைவு, பலருக்கு அமைதியைத் தருகிறது. இறப்பினுக்குப் பின்னர் மனித உயிர்கள் தங்கியிருக்கும் இடம் பற்றி எல்லா மதங்களும் தொடர்ந்து முடிவற்ற புனைவுகளைக் கட்டமைத்துக் கொண்டேயிருக் கின்றன. மரணத்திற்குப் பின்னர் செல்லவிருக்கிற சொர்க்கம் அல்லது நரகம் குறித்த கற்பனைச் சித்திரிப்புடன், உடல்களை வாட்டி, புலன்களை ஒடுக்கி, எப்பொழுதும் குற்றமனதுடன் வதைக்குள்ளாக்கி, இவ்வுலக வாழ்க்கையின் கொண்டாட்டங்களை மறுக்கிற பணியை மதங்கள், கச்சிதமாக நிறைவேற்றுகின்றன. தொடர்ந்து மரணபீதியில் மனித உயிர்களை ஆழ்த்தி, இறைவன் பற்றிய கருத்தை வலியுறுத்துவதன் மூலம், மத நிறுவனங்கள் சமூக மேலாதிக்கம் பெறுகின்றன. அவ்வளவு எளிதில் மரணத்தை ஏற்றுக் கொள்ள இயலாத மனித மனம் புனைந்த 'அவ்வுலகு' என்ற கருத்தியல் சுவாரசியமானது. அவ்வுலகம் என்று ஒரு உலகம் இருக்கிறதா? யோசிக்க வேண்டியுள்ளது. 'இறுதித் தீர்ப்பு நாளின்போது நீங்கள் செய்த பாவங்களுக்காக பதில் சொல்ல வேண்டியிருக்க வேண்டும்' என்று அச்சுறுத்துகிற தீர்க்கதரிசிகள், கடவுளை முன்னிறுத்தி, சொர்க்கம், நரகம் என்ற அவ்வுலகைப் புனைந்துள்ளனர். இறுதியில் ஒவ்வொருவரும் மரணம் என்ற வாயிலின் வழியாகப் பயணித்துச் செல்லவிருக்கிற அவ்வுலகம் என்ற கருதுகோள் பின்புலத்தில் இறையன்பு, இவ்வுலக வாழ்க்கை குறித்து ஆழமான கேள்விகளை எழுப்பியுள்ளார். பொதுவாக மனிதர்கள்,

தான்தோன்றித்தனமாக எதை வேண்டுமானாலும் செய்து, அகங்காரத் துடனும், வீம்புடனும் தங்களுடைய இருப்பை வெளிப்படுத்து கின்றனர். இத்தகு சூழலில் இவ்வுலகில் வாழ்கிறபோதே சரியான நெறியைத் தேர்ந்தெடுத்து வாழ வேண்டியதன் அவசியத்தையும், மரணத்திற்குப் பின்னர் வருந்துவதால் ஒரு பயனும் இல்லை என்ற கருத்துதான் இறையன்பு கதைத்தலுக்கு ஆதாரமா? பார்க்கலாம்.

சராசரியான மனிதனுக்கு உணவு, உடை, தங்குமிடம் எனத் தேவைகள், ஒப்பீட்டளவில் குறைவு. சமூக வளர்ச்சியில், பொருளாதார ஏற்றத்தாழ்வில், நுகர்பொருள் பண்பாட்டில், எல்லாமே சந்தைக்கான தாக மாற்றப்பட்ட நிலையில், தேவைகள் அளவற்றுப் பெருகுகின்றன. விரக்தி, வறுமை, சலிப்பு, வெறுமை, பதற்றம், நாடோடித்தனம், விட்டேத்தியான நிலை, பகட்டு, மேனாமினுக்கு போன்ற அற்பமானவை களுக்காக ஒவ்வொருவரும் துயரத்தில் உழல வேண்டிய நெருக்கடி ஏற்பட்டுள்ளது. பூமியில் வாழ நேர்ந்திட்ட பலரின் வாழ்க்கையில் அசலான தேர்வு என்பது இல்லாத சூழலில் எங்ஙனம் குதூகலமடைய முடியும்? எவ்வாறாயினும் நிழல் போலத் தொடரும் மரணம், எல்லோருக்கும் காத்திருக்கிறது. ஆனால் மரணமற்ற வாழ்க்கை வாழ்வதாக நம்புகிறவர்களின் மனநிலை, சவால்களை இடைவிடாமல் உற்பத்தி செய்கிறது. மரணத்தை முன்வைத்து உலகே மாயம் என்ற மரபு வழிப்பட்ட கருத்தியலில் இறையன்புவிற்கு உடன்பாடு இல்லை; மரணத்தை முன்வைத்து மனித இருப்பின் பன்முகத் தன்மைகளை விளக்க முயன்றுள்ளார். எளிய வாழ்க்கையைச் சிக்கலாக்கிடும் வகையில் மனிதர்களின் சுயநலமும், பேராசையும் மேலோங்கியிருக்கிற காலகட்டத்தில், ஏதோவொரு ஆதாயத்துக்காகத் தங்களுடைய ஆன்மாவை இழந்திட்டவர்கள், மீண்டும் திரும்பிப் பார்க்கையில் இழந்தவை குறித்த குற்ற மனம், இடைவிடாமல் துரத்துகிறது. அவ்வுலகம் நாவலின் வழியாக இறையன்பு விவரிக்கிற சம்பவங்கள் ஒருபுறம் நம்பகத்தன்மையுடனும், இன்னொருபுறம் செயற்கையாகவும் விரிந்திருப்பது, வாசிப்பில் ஒன்றவிடாமல் செய்கிறது. இவ்வுலகில் எப்படி வேண்டுமானாலும் வாழ்கிறவர்கள், அவ்வுலகில் மீண்டும் ஒருமுறை முன்னர் பழகியவர்களைச் சந்திக்க நேர்ந்தால் என்ன நடக்கும்? எப்படி அந்தச் சூழலைப் புரிந்துகொள்வார்கள்? நாவலின் விவரிப்பில் பொதிந்திருக்கிற நிறைய இடைவெளிகள், வாசிப்பில் புதிய பிரதிகளை உருவாக்குவது, கதையாடலின் தனித்துவம். மரணம் என்ற சொல் உருவாக்கும் பயபீதியைவிட நடப்பு வாழ்க்கையை எத்தகைய நெறிகளுடன் வாழ வேண்டும் என்பதுதான் இறையன்பு, நாவலில் சொல்ல விழைகிற சேதியா?

உலகம் சூன்யம் என்பது உண்மை என்றாலும், நடப்பில் அக்கருத்து வெறுமையாக இருப்பதுடன் சுவாரசியமற்றது. விண்ணுலகில் நிலைத்திருக்கும் அவ்வுலகில், இறுதியில் மனித உயிர்கள் தஞ்சமடையும் என்ற மதரீதியான சிந்தனை, மரணம் குறித்து அஞ்சும் மனித உயிர்களுக்கு ஆறுதலைத் தருகிறது. பூமியில் செய்கிற செயல்களில் பாவ புண்ணியத்திற்கேற்ப அவ்வுலகில் 'நியாயம்' கிடைக்கும் என்ற பயமும் பொதுவாக நிலவுகிறது. தவறு செய்வது மனித இயல்பு; தான் செய்த தவறுக்காக வருந்தும்போது, பாவ விமோசனம் கிடைக்கும் என்பது மதம் அளிக்கும் நம்பிக்கை. எல்லாவற்றுக்கும் பரிகாரம் உண்டு என்ற மனநிலைதான் கடந்த காலம் என்ற துயரத்திலிருந்து விடுதலை பெறுவதற்கான வழியாக உள்ளது. மரணமடைந்த பின்னர் மீண்டும் ஒருக்கால் அவ்வுலகில் சந்திக்க நேரும்போது, ஏற்கெனவே பழகிய உறவினர்கள், நண்பர்கள் எப்படி நடந்து கொள்வார்கள் என்ற புனைவை இறையன்பு சுவாரசியமாகப் பதிவாக்கியுள்ளார். இப்படியெல்லாம் நடைபெறுவதற்கான சாத்திய முண்டு என்ற நாவலின் புனைவுத்தளம், வாசகரைக் கதைக்குள் இழுக்கிறது. அரசுப் பணியில் இருந்து ஓய்வுபெற்ற உயர் அலுவலரான த்ரிவிக்ரமன், மனைவியை இழந்தவர்; பிறரிடமிருந்து ஒதுங்கி வாழும் இயல்புடையவர்; புத்தகங்கள் வாசிப்பதில் ஆர்வம் மிக்கவர். தனிமையில் வாழும் விக்ரமனுக்குச் சஞ்சீவி என்ற இளைஞர் துணையாக உள்ளார். அவருடன் பணியாற்றிய சுக்ரன் அவ்வப்போது வந்து நலம் விசாரித்துப் போகிறார். தன்னளவில் சுருங்கி, தானுண்டு தனது அலுவலகம் என்று ஒதுங்கி, நேர்மையுடன் வாழ்வதாக நம்பிக்கொண்டிருக்கிற விக்ரமனின் மறுபக்கம், முரண்பாடானது.

நல்ல மனிதராகத் தன்னை நம்புகிற விக்ரமன், கல்லூரியில் பயிலும் போது, அவரை நேசித்த சக மாணவியான சாயாவின் நேசத்தைப் புரிந்துகொள்ளும் பக்குவமற்ற நிலையற்று, வறண்டிருக்கிறான். சாயா, படிக்கும்போதே அஜீத் தந்த நெருக்கடியும், குடும்பச் சூழலும் காரணமாகத் திருமணம் செய்து கொள்ள நேரிடுகிறது. கணவனின் வக்கிரமான போக்கினால், அவளுடைய குடும்ப வாழ்க்கை சிதிலமடைந்தது. கணவனைப் பிரிந்து வாழ்கிற சாயா அனுப்பிய கடித மூலம் தற்செயலாக ஏற்பட்ட தொடர்பு, விக்ரமனின் மனதில் காதலை உருவாக்குகிறது. வெளிப்படையாகப் பேசிடவோ, குதூகலத்துடன் இருந்திடவோ அறியாத விக்ரமன், எதையும் இயல்பாக அறிந்திடாமல், கெட்டிதட்டிப் போன மனநிலையுடையவன். மீண்டும் சாயாவுடன் தொடர்பு, அவனுடைய மனதில் மெல்லிய அதிர்வுகளை ஏற்படுத்துகிறது.

சூழல் காரணமாகச் சாயாவுடனான தகவல்தொடர்பு துண்டிக்கப் பட்டபோது, விக்ரமனின் மனம், பிரிவு தந்த சோகத்தினால் தத்தளிக்கிறது. பெற்றோரின் வற்புறுத்தல் காரணமாகக் கங்காவை வேண்டா வெறுப்பாக மணந்துகொண்ட விக்ரமன், அவளைப் புறக்கணிக்கிறான். மனுஷி என்ற நிலையில் கங்காவின் விருப்பு வெறுப்புகளைப் புரிந்திடாமல், தன்னலத்துடன் வாழ்கிற விக்ரமனின் நடத்தை, ஒருவகையில் கொடூரமானது. மனைவியான கங்காவை முழுக்கப் புறக்கணித்தவன், பின்னர் காலப்போக்கில் அவளை ஏற்றுக்கொள்கிறான். மகன் சத்யகாமின் துர்மரணத்திற்குப் பின்னர் அவளை வெறுத்து ஒதுக்கும் விக்ரமனின் இன்னொரு முகம் வக்கிரமானது. அலுவலக வேலையில் உயர் பதவியில் நேர்மையுடன் பணியாற்றிய விக்ரமன், சக மனிதர்களைவிட்டு ஒதுங்கி இருந்ததுடன், தன்னைப் பற்றிய பெருமிதத்துடன் இருக்கிறார். கங்காவின் மரணத்திற்குப் பின்னர், தற்செயலாக வாசிக்கக் கிடைத்த அவளின் 'நாட்குறிப்புகள்,' அவரைக் காலமெல்லாம் வதைக்கின்றன. இதுவரை அவர் நம்பியிருந்த ஒழுங்கு, கண்ணியம், நேர்மை போன்றவை சிதிலமடைய, மனக்குமைச்சலுடன் எஞ்சிய வாழ்க்கையை வாழ வேண்டிய நெருக்கடிக்குள்ளாகிறார். அவர் பூமியிலேயே நரகத்தில் வாழ்ந்தார் என்பதுதான் உண்மை.

மரணப் படுக்கையில் இருக்கிற விக்ரமன், ஒருவகையில் மரணத்தை எதிர்நோக்கி, ஒருவகையில் ஆவலுடன் காத்திருந்தார். உறவினர்கள் யாருடனும் எவ்விதமான தொடர்பும் இல்லாமல், தனித்திருந்த விக்ரமன், தனது மரணத்திற்குப் பின்னர் செய்ய வேண்டிய செயல்கள் குறித்து, சுக்ரனிடம் விரிவாகப் பேசுகிற மனநிலை, அசாதாரணமானது. உடல்நலக் குறைவின் காரணமாக மரணத்தை எதிர்நோக்கி இருந்த விக்ரமனின் மனம், கடந்தகால நினைவுகளை அசைபோடுகிறது. நினைவுகளின் வழியே விரியும் வாழ்க்கைப் பரப்பில் எது சரி? எது தவறு? போன்ற கேள்விகளின் வழியே மனம் குமைகிறது. ஒரு நிலையில் மனம், போதம் இழந்த நிலையில், விக்ரமன் அவ்வுலகில் பயணிக்கிறார். அங்கு அவர், எதிர்கொண்ட அனுபவங்கள் விநோதமானவை. அவ்வுலகம் என்ற கற்பனைப் பிராந்தியத்தில் மரணத்திற்குப் பின்னர் விக்ரமன் சென்று உறைகிறபோது, இப்படியெல்லாம் சம்பவங்கள் நடக்கலாம் என்ற புனைவுப் பின்புலத்தில், வாழ்க்கை குறித்த அடிப்படையான கேள்விகள், நாவலில் முன்வைக்கப்பட்டுள்ளன. மரணப்படுக்கையில் நினைவுகள் கலங்கிடும் சூழலில், மனம்

என்னவெல்லாம் கற்பிதங்களை உருவாக்கும் என்பதற்கு எடுத்துக் காட்டு விக்ரமனின் அவ்வுலகப் பயணம். பூமியில் அவருடைய வாழ்க்கையில் குறுக்கிட்டவர்களை மீண்டும் அவ்வுலகில் சந்திக்கிறார். அப்பொழுது அவருக்குப் பேசுவதற்கு நிரம்ப விஷயங்கள் இருக்கின்றன. ஒரு புள்ளியில் நிலைத்திருக்கும் நினைவுகளின் ஊடாகக் கடந்த காலத்தில் பயணிக்கிற விக்ரமனுக்குத் தன்னையே மறுபரிசீலனைக் குள்ளாக்கும் வாய்ப்புக் கிட்டுகிறது. இவ்வுலகின் நீட்சியாக அவ்வுலகில் மனிதர்களுடன் உறவை நீட்டிக்க முயலுவது கனவாகக் கலைந்து போகிறது. அவருடைய ஆன்மத்தேடலும், சுய விமர்சனமும் ஓர் எல்லையில் தடைபடுகின்றன. அதுதான் அவ்வுலகின் வரையறை.

அவ்வுலகில் இருக்கும்போது விக்ரமன், சந்திக்கிற மனிதர்கள் பற்றிய இறையன்புவின் விவரிப்புகள், வெறுமனே கதைகள் மட்டும் அல்ல. அதிகாரம், வீண்புகழ்ச்சி, தற்பெருமை, சுயநலம் போன்றவற்றை முக்கியமாகக் கருதி, சக மனிதர்கள் மீது வன்முறை செலுத்துகிறவர்கள் நிரம்பிய இவ்வுலகம் குறித்த விசாரணையை நாவல், இன்னொரு நிலையில் தொடங்கியுள்ளது. விக்ரமன் எதிர்கொண்ட மனிதர்கள் என்று இறையன்பு விவரித்துள்ள கதையாடல்கள், அழுத்தமானவை.

★ விக்ரமனுடன் கல்லூரியில் படித்த ஸ்ரீநாத், படிக்கிற காலத்தில் யாருடனும் பழகாமல், ஒதுங்கியிருந்து, சுயநலத்துடன் வாழ்ந்தவர், பெரிய வேலைக்குப் போய், நிறையச் சம்பாதிக்கிறான். அவனுடைய குடும்ப வாழ்க்கை, தோல்வியில் முடிந்தது. கல்லூரியில் படிக்கிறப்ப 108 பரிசுகள் வாங்கினேன் என்று அவ்வுலகிலும் தன்னைப் பற்றியே பீற்றிக்கொள்கிறவன், எப்பொழுதும் தற்பெருமையில் மூழ்கியிருக்கிறான். சுயமோகியான அவன், இவ்வுலகிலும் சொர்க்கத்திலும் இல்லை. அவ்வுலகிலும் சொர்க்கத்தில் இல்லாமல் புழுங்கித் தவிக்கிறான் என்பதுதான் யதார்த்தம். சுவாரசியமில்லாத மனிதர்களின் வெற்றி, மற்றவர் களுக்கு மகிழ்ச்சியை ஒருபோதும் தருவதில்லை என்ற இறையன்புவின் கணிப்பு, ஸ்ரீநாத் கதை மூலம் வெளிப்பட்டுள்ளது.

★ ஆன்மீகத்தைப் போதிக்கிற உபதேசியாரின் பேச்சில் பலரும் மயங்கினர். அவரது உபதேச உரை முழுக்கப் போலியானது; வெற்று அலங்காரச் சொற்களால் நிரம்பியுள்ளது அந்த உபதேசியாரை ஞானியாகச் சித்திரித்து வைக்கப்பட்டிருந்த கட்அவுட்டுகளும், பதாகைகளும் ஆன்மீகத்தின் பெயரில் அவர்

நடத்துகிற கொள்ளையையும், திருகுதாளங்களையும் மறைத்திட உதவுகின்றன. சொந்த சாதியினரின் ஆதிக்கத்தில் பிராண்டாக முன்னிறுத்தப்படுகிற கார்ப்பரேட் சாமியாரின் போலி அருளாசி, எங்கும் பரவுகிறது. ஏற்கனவே தனக்குத் திருமணமாகிக் குழந்தை இருப்பதை மறைத்து, துறவியாக வேடமிட்டு, ஆன்மீகத்தின் பேரில் மக்களை ஏமாற்றுகிற கபட வேடதாரி, அவ்வுலகிலும் அற்பத்தனத்துடன் நடக்கிறான். வெற்று அருளுரையினால் என்ன பயன் என்ற கேள்வி தோன்றுகிறது.

★ விக்ரமனின் மேலதிகாரியாகப் பணியாற்றிய ஒருவர் பதவியின் கித்தாப்பிலேயே இருந்து, தன்னுடைய நாற்காலியைச் சிம்மாசனம் என்று கருதி, பணியாளர்களுக்குச் சிம்ம சொப்பனமாக இருந்தார். எப்போதும் மேலதிகாரி என்ற நினைப்புடன், எல்லோரின் மீதும் வெட்டி அதிகாரம் செலுத்திடும் இயல்புடையவர். பிறரைத் துச்சமாகக் கருதி, இம்சித்து வேடிக்கை பார்க்கிற அதிகாரத்தை ருசிக்கிறவர், அவ்வுலகிலும் பொய்மையுடன் கற்பிதங்களுடன் வாழ்கிறார். போலியானவர்கள், அவ்வுலகிலும் தங்களைச் சுற்றி, ஒளிவட்டம் இருப்பதாகக் கற்பிதம் செய்துகொள்வது வேடிக்கைதான்.

★ விக்ரமன், தனது அலுவலகத்தில் கீழ்நிலைப் பணியாளரான சேகர், வறுமையில் வாடிய குடும்பப் பின்புலமுடையவன் என்பதை அறிந்து, அவனுக்குப் பணம் அளித்ததுடன், தன்னுடைய அறையில் உடன் தங்கிட அனுமதிக்கிறார். அவர் இல்லாதபோது அவருடைய அறைக்குப் பெண்ணை அழைத்து வந்து உறவுகொள்கிறான், சேகர். ஒட்டுண்ணியாக இருந்த சேகர், வெளியே போனதும் விக்ரமனுக்கு எதிராகப் பொய்யான குற்றங்களைச் சுமத்துவதுடன், தரக்குறைவான வேலைகளிலும் ஈடுபடுகிறான். எப்பொழுதும் துரோக மனநிலையுடன், வஞ்சனையுடன் வாழ்கிற இயல்புடைய சேகரை அவ்வுலகில் சந்திக்காமல், விக்ரமன் ஒதுங்கிப் போனார். அளவுக்கதிகமான சுயநலம் காரணமாக இவ்வுலகில் நன்றியற்று, பிறர்க்கு எப்போதும் தொல்லை தருகிற இயல்புடையவன், அவ்வுலகில் தன்னையே வெறுக்கிறவனாக மாறுவது, விநோதமானது.

★ விக்ரமன் தான் முன்னர் விரும்பிய சாயாவை அவ்வுலகில் தற்செயலாகச் சந்தித்தபோது நிகழ்ந்த உரையாடல், நிறைவேறாத

விருப்பங்களின் தொகுப்பாகியுள்ளது. என்னதான் சமாதானம் சொன்னாலும், அந்தக் குறிப்பிட்ட நேரத்தில் எதைச் செய்ய வேண்டுமோ, அதைச் செய்யத் தவறியதால், விக்ரமன் அனுபவிக்கிற வதைகள், எந்த உலகிலும் ஒருபோதும் தீராதது என்பதுதான் உலக வாழ்க்கை கற்றுத் தருகிற பாடம்.

★ நட்பு வட்டாரத்தில் பெருந்தன்மையுடனும், சமூக விஷயங்களில் அக்கறையுடனும், படிப்பில் கெட்டிக்காரனாகவும் விளங்கிய சுதீரின் நட்பு, விக்ரமனுக்கு முக்கியமானது. கல்லூரிப் பருவத்தில் போராட்டக் குணத்துடன் திகழ்ந்த சுதீர், பணியாற்றிய இடத்தில் நடைபெற்ற அநியாயங்களுக்கு எதிராகப் போராடியதால், இளம் வயதிலே கொல்லப்பட்டு, அவ்வுலகம் வந்துள்ளவனைச் சந்தித்து விக்ரமன் உரையாடுகிறார். அன்றையக் கல்லூரி மாணவர் வாழ்க்கைக்கும், இன்றைய மின்னணு உலகில் சஞ்சரிக்கிற இளைய தலைமுறையினருக்கும் இடையிலான வேறுபாடுகளை முன்வைத்த பேச்சுகள், அவ்வுலகில் காற்றில் மிதக்கின்றன.

★ விக்ரமனுடன் படித்த ஜெயராமன் என்ற மாணவன், கல்பனா என்ற மாணவி மீது காதல் வயப்பட்டு, அது நிறைவேறாத காரணத்தினால், தூக்கில் தொங்கி, தற்கொலை செய்து கொண்டான். அவ்வுலகில் விக்ரமன், அவனைச் சந்தித்தபோது, தற்கொலை, காதல், குடும்பம் பற்றிய பேச்சுகள், கண நேரத்தில் எடுத்த முடிவின் வலியைச் சொல்கின்றன. ஏன் இப்படியெல்லாம் நடக்கின்றன என்ற கேள்வியின் மூலம் இவ்வுலகில் நிகழ்ந்திடும் வதைகளின் மறுபக்கத்தைக் கண்டறியலாம்.

★ விக்ரமன், தனது மனைவியான கங்காவை அவ்வுலகில் சந்தித்து, இவ்வுலகில் அவர் நடந்துகொண்ட முறையற்ற செயல்களுக்கு வருத்தம் தெரிவிக்கிறார். வாழும் காலத்தில் தன்னுடன் வாழ்கிற பெண்ணைப் புரிந்துகொள்ளாமல், தட்டையாக இருந்து, சித்திரவதை செய்துவிட்டு, அவளுடைய மரணத்திற்குப் பின்னர் வருந்துவதால் என்ன பயன்? காலங்கடந்த பின்னர் எதுவும் செய்ய இயலாது என்பதுதான் உண்மை. “வாழ்வில் இழந்த ஒரு நொடியைக்கூட திரும்பப்பெற முடியாதுன்னு நாம உணராமல் தான் வாழ்க்கையைக் கழிச்சிடறோம்” என்று கங்கா சொல்வது எல்லா உலகிற்கும் பொருந்தும்.

பூமியில் ஒவ்வொருவரும் செய்கிற செயல்களின் நல்லதும் கெட்டதும் குறித்த விசாரணையை, ஒவ்வொருவரும் தன்னுடைய மன அளவில் இவ்வுலகில் தொடங்கலாம் என்று நாவல் மூலம் இறையன்பு சொல்ல முயன்றுள்ளார். நடப்பு வாழ்க்கையில் அவரவர் விருப்பு வெறுப்பு அடிப்படையில் சக உயிர்கள் மீது செலுத்தும் அன்பு, வன்முறை அளவற்றுப் பெருகுகின்றன. மனசாட்சி குறித்து அக்கறையற்று, 'குற்றமனம்' பற்றி அறியாமல், இடைவிடாமல் வன்முறை நிகழ்த்துகிறவன்கூட, ஒரு நிலையில் தளர்ச்சியடைகின்றான். பிணி, மூப்பு குறித்துப் பொருட்படுத்தாதவன்கூட சாக்காடு வரும் வேளையில் பயத்துடன் மண்டியிடுகிறான். மரணபயத்தை வெளிப்படும் விழிகள், எப்பொழுதும் துயரத்தில் சலனமற்று உறைந்துள்ளன. தான் வாழும் காலத்தில், பிறரைக் கொடுமைப்படுத்தி வாழ்கிறவன் இறுதிக் காலத்தில் - மரணப்படுக்கை - எதிர்கொள்ள நேரிடுகிற கேள்விகள், அவ்வுலகிலும் அவனை நோக்கிக் கேட்கப்படலாம்.

இறையன்புவிற்கு மரணம் பற்றிய துல்லியமான புரிதல்கள் உள்ளன. புத்தரின் 'சூன்யம்' பற்றிய புரிதலுடன் மரணத்தை முன் வைத்து இறையன்பு எழுதியுள்ள அவ்வுலகம் நாவல், மரணம் பற்றிய மறுபேச்சுகளை உருவாக்குகிறது. 'பிறப்பு'களைக் கொண்டாடும் மனித மனம். 'இறப்பு' பற்றி எண்ணிப் பார்க்கவே பீதியடைகிறது. எல்லாம் சரியாக இருப்பதாக மனித மனம் நம்புகிற வேளையில், திடீரென எதிர்கொள்ள நேரிடும் மரண அவஸ்தை, மனதை நொறுக்குகிறது. மரணபயம் தொற்றிக்கொள்ளும்போது, வெறுமையும், துயரமும் ஆளை உலுக்குகின்றன. மரணம் என்பது மனித வாழ்க்கையின் ஒரு கட்டம் என்ற புரிதலை ஏற்றுக்கொள்ளும் மனப்பக்குவத்தை இறையன்பு நாவல்களின் வழியே உருவாக்கிட முயன்றுள்ளார். இதுவரை பேசாப்பொருளாக ஒதுக்கி வைக்கப்பட்டிருந்த மரணத்தை முன்வைத்துப் புனைவைக் கட்டமைத்துள்ள இறையன்புவின் நோக்கம் நேர்மறையானது. அன்றாட வாழ்க்கையில் மரணத்தின் குரலைக் கேட்க முடிந்தவர்கள் பாக்கியவான்கள். 'அருள் இல்லார்க்கு அவ்வுலகம் இல்லை' என்ற திருவள்ளுவரின் வாக்கினுக்குப் பின்னர் பொதிந்துள்ள கதையாடலை உற்றுக் கேட்க, பார்க்க, வேண்டிய நேரமிது.

உலகம் என்பது பண்டைத் தமிழர்களைப் பொருத்தவரையில், பல்வேறு உலகங்கள் இருக்கின்றன. ஒவ்வொருவரும் அவரவர் உருவாக்கிய உலகில் பாதுகாப்பாக வாழ்வதாக நம்பிக் கொண்டிருக் கின்றனர். பூமிப் பந்தில் மகத்தான மனித வாழ்க்கையைப் புரிந்திடாமல்,

அற்பக் காரணங்களுக்காகச் சக மனிதர்கள் மீது வெறுப்பையும், கசப்பையும் உமிழ்ந்து, தங்களையே சீரழித்துக்கொள்கிற மனிதர்கள் ஒரு வகையில் தங்களையே ஏமாற்றிக்கொள்கின்றனர். 'ஒவ்வொருவரும் ஒரு நாள், கடந்த காலத்தில் செய்த செயல்களைக் குறித்து நினைக்கையில், மனதில் தோன்றும் எண்ணங்கள், அவ்வுலகம் குறித்த பேச்சுகளின் தொடக்கம். பூமியிலே 'அவ்வுலகம்' இருக்கிறது என்பது நாவல் தருகிற முக்கியமான சேதி. பூமியில் மனித இருப்பு, மரணம், மரணபயம் குறித்து கருத்தியல் ரீதியாக எழுதப்பட்டுள்ள இறையன்புவின் அவ்வுலகம் நாவல், வாசிப்பின் வழியாக ஒவ்வொருவருக்குள்ளும் இடைவிடாத கேள்விகளை எழுப்புகிறது; நுட்பமாகச் செயலாற்றுகிறது; முடிவற்ற விவாதங்களுக்கு இட்டுச் செல்கிறது. சம கால வாழ்க்கையில் மரணத்தை எப்படி நேர்மறையாக அணுக வேண்டும் என்ற புரிதலை வாசிப்பில் ஏற்படுத்துவதுகூட அவ்வுலகம் நாவல் எழுதப்பட்டதன் நோக்கம் என்று சொல்ல முடியும்.

பூக்கடைக்கு விளம்பரம் தேவை இல்லை என்ற கிராமத்துப் பேச்சு, நண்பர் வெ.இறையன்புவிற்கு அப்படியே பொருந்தும். என்றாலும், 'அவ்வுலகம்' நாவல் குறித்து அணிந்துரை எழுத வேண்டுமென அவர் கேட்டதற்கு இணங்க எனது கருத்துகளைத் தெரிவித்துள்ளேன். இவை, நாவல் பற்றிய உங்களுடைய புரிதலை இன்னும் செழுமைப் படுத்தும் என்று நம்புகிறேன். தத்துவத்தை முன்னிறுத்தி வாழ்க்கையின் இருப்பினைக் கண்டறிந்திடும் இறையன்புவின் நாவல் முயற்சி, தொடர்ந்திட விழைகிறேன்!

ந.முருகேசபாண்டியன்

மதுரை

அவ்வுலகம் என்பது
அவ்வுலகமல்ல.
இவ்வுலகத்திலேயே நினைவுகளில்
பல உலகங்கள் நிகழ்கின்றன.
அவ்வுலகம் நினைவின் நீட்சியாகவும் இருப்பதுண்டு,
கனவின் காட்சியாகவும் அமைவதுண்டு,
காட்சிப்பிழைகளைக் கனவாக எண்ணுவதுமுண்டு.
நம்மைச் சுற்றிய உலகங்களை
நாமே சிருஷ்டித்துக்கொள்கிறோம்.
ஒரே நினைவுத் தாவலில்
அத்தனை உலகங்களையும் அளந்துவிடுகிறோம்.
நம் மகிழ்ச்சியின் நொடிகளில் சுவனபதியையும்
கவலைகளின் கடலில் நரகத்தையும்
அனுபவித்துக் கரை சேருகிறோம்.
நமக்கான நாம் மனத்தயாரிப்பு செய்த உலகம்,
அடுத்தவர்களுடையதோடு ஒத்துப்போகும்போதே
அந்நியத்தன்மை அகலுகிறது.
நமக்குத் தெரிந்ததே உலகமென நினைப்பவர்கள்
அனைத்து உலகங்களும் தமக்குத் தெரிந்ததாய் அறிவிப்பதே
வாழ்வின் பரிகாசமாய்த் தொடர்கிறது.

— வெ.இறையன்பு

1

‘பக்கத்து வீட்டுத் தாத்தா செத்துப் போயிட்டாராம்மா.’

கூவியவாறே அண்ணன் பரசுராமன் வீட்டிற்குள் ஓடினான்.

அவன் தம்பி த்ரிவிக்ரமனுக்கு ஒன்றும் புரியவில்லை.

‘செத்துப்போறதுன்னா என்ன?’ வெகுநேரம் யோசித்தான்.

அவன் கேள்விப்பட்ட முதல் மரணம் அது.

பக்கத்துவிட்டுத் தாத்தாவைப் பார்க்க முந்தியடித்துக் கொண்டு ஓடினான்.

மூச்சு பேச்சு இல்லாமல் படுத்திருந்தார். வார்த்தைகள் வந்த வழியில் ஈக்கள் மொய்த்திருந்தன.

லேசாகத் துர்நாற்றம்.

நெற்றியின் மீது ஐந்து ரூபாய் நாணயம்.

‘ஐந்து ரூபாய்க்கு எவ்ளோ தேன் மிட்டாய் வாங்கி சாப்பிடலாம்! இப்படி வீண் பண்றாங்களே.’

நினைத்துக்கொண்டான்.

அன்று இரவி அண்ணனிடம் கேட்டான்; அவனது அனைத்து சந்தேகங்களுக்கும் அண்ணனே அகராதி.

“இப்படி எல்லோருமே செத்துப் போயிருவாங்களா?”

“போயிதான தீரணும். நம்ப தென்னமரம் அன்னிக்கு இடி விழுந்து சாவலயா? நாம்ப ஆசையா ஆட்டுக்குட்டி வளத்தோமே அது திடீரென நோய் வந்து சாகலயா?”

“இனிமே தாத்தாவைப் பார்க்கவே முடியாதா! நமக்கு எவ்வளோ கதையெல்லாம் சொல்லுவாரே! அவருக்குத் தெரியாம அவருடைய மூக்குப்பொடியை எடுத்துப் போட்டுத் தும்முவோமே! அதெல்லாம் இனிமே கிடையாதா.”

“தாத்தாவைப் பாக்கலாம்.”

“அப்படியா!”

“அவரு... போட்டாவைப் பாக்கலாம்.”

“...”

"வருஷா வருஷம் பக்கத்து வீட்டுக்காரங்க அவருக்கு மாலை போடுவாங்க!"

"..."

"பூஜை பண்ணுவாங்க."

"சாவுன்னா என்னா?"

"மூச்சி நின்றுபோயிடும். நடமாட முடியாது."

"உடம்பை ஏன் எரிச்சாங்க! அப்படியே தாத்தா ஞாபகமா வச்சிருக்கலாமே!"

"வச்சா அழுகிப் போயிடும்; நாத்தம் வரும்."

"பக்கத்து வீட்டுப் பத்ரி மேல நாத்தம் வருதே! அவன் செத்துட்டானா?"

"அவன் ஒழுங்கா குளிக்கறதுல்ல... அதனாலதான்."

"அண்ணா! செத்துட்டா எப்படி இருக்கும்?"

அப்போது திடீரென மின்வெட்டு.

"இப்படி உலகமே அவங்களுக்கு இருண்டு போயிடும்... அவ்வளவு தான்."

மறுபடி விளக்கு வரும் வரை அவனுக்குப் பயமாயிருந்தது...

2

வீட்டை விட்டு வெளியே கிளம்பினால் மகிழ்ச்சிதான்...

"எப்போதாவது வெளியிலே போறோம்... பஸ் ஜன்னல் வழியாப் பார்க்கும்போது எவ்ளோ சுகம்... பச்சைப் பசேலுன்னு வயல்.. உசரமாத் தென்னை மரம்..."

த்ரிவிக்ரமன் நினைத்துக்கொண்டே பேருந்தில் ஏறினான். தான் ஏறிய பேருந்து மற்ற பேருந்துகளை முந்திக்கொண்டு போகவேண்டும். ஓட்டுநர் அவனுக்குக் கதாநாயகன் மாதிரி தெரிவார். கண்டக்டர் விசிலடிப்பதும், 'போலாம் ரைட்' எனச் சொல்வதும், தோல்பையைக் குலுக்கிச் சில்லறை கலகலக்க மீதிப் பணத்தைத் தருவதும் அவனுக்குத் தினுசாக இருக்கும்.

எப்போதாவது பயணம் செய்கிற கிராமத்துக் குழந்தைகளுக்கு ஒரு மணி நேரப் பயணமும் சந்தோஷம் கலந்தது.

"எந்தக் கோயிலுக்கும்மா போறோம்?"

இதுவரை எந்தக் கோயிலுக்கும் போனதில்லை. மூன்று வயது வரை வீட்டில் படம் மாட்டி கும்பிட்ட சாமிகளைத்தான் அவனுக்குப் பரிச்சயம்.

"பெருமாள் கோயிலுக்குக் கண்ணு."

"அழகா இருக்குமாம்மா?"

"மலை மேல கோயில் கண்ணு. கோபுரம் அழகா இருக்கும். உச்சியில ஒரு தெப்பக்குளம். அது முழுசும் தாமரைப் பூ."

"அம்மா! தாமரைப்பூவா? எனக்குப் பார்க்கணும்னு ரொம்ப ஆசையா இருக்கு... எங்க டிராயிங் மாஸ்டர் பாதி தாமரையை அவர் வரைஞ்சி மீதியை எங்களை வரைய வச்சாரும்மா..." நான்கு வயது மூத்த அண்ணன் பரசுராமன் பகிர்ந்து கொண்டான்.

"அம்மா, சாமி எப்படிம்மா இருப்பாரு?"

"உசரமா நெத்தி முழுக்க நாமம் போட்டுக்கொண்டு தங்கக் கிரீடத்தோட ஜம்னு இருப்பாரு."

அம்மா பரசுராமன் கையில் பத்து ரூபாயைக் கொடுத்து "இந்தா, இதை உண்டியல்ல போட்டு நல்லா படிப்பு வரணும்னு வேண்டிக்க, புரியுதா?" என்றாள்.

"ஏம்மா, பேசாம சாமிகிட்டேயே கொடுக்க வேண்டியது தானே. அன்னிக்கி தீபாவளி சமயத்துல போஸ்ட்மேன் கிட்ட பத்து ரூபா கொடுத்தியே அந்த மாதிரி." த்ரிவிக்ரமன் நிர்மலமாய்க் கேட்டான்.

அண்ணன் பரசுராமனுக்கு அந்தக் கேள்வி அபத்தமாய்ப்பட்டது. வழியெல்லாம் நிறைய கற்பனை தம்பிக்கு.

சாமியைத் தொட்டுப் பாக்கணும் - நிறைய பேசணும். எப்பப் பாத்தாலும் கடிக்கற மாதிரி கொலைக்கற கோடி வீட்டு நாயோட வாயை அடைக்கச் சொல்லிக் கேக்கணும்...

சாமியாலே எல்லாத்தையும் கொடுக்க முடியுமா? அப்படீன்னா இனிமே அப்பா என்னை அடிக்கவே கூடாதுன்னு வேண்டிக்கணும்... வீட்டுக்கு மாமா, அத்தை எல்லோரும் அடிக்கடி வரணும்னு கேக்கணும்... அப்பதானே அதிரசம், லட்டு, முறுக்கு எல்லாம் நிறைய பண்ணுவாங்க...

எதிர்காலத்தை அவன் யோசித்துக் கொண்டே வந்ததில், வழியெங்கும் பரந்து விரிந்திருந்த ஏரிகளையும், கரும்பு வயல்களையும் தவறவிட்டான்.

'சாமியைப் பார்க்கப் போகிறோம்' என்ற நினைப்பே அவனுக்கு மனம் முழுசும் பரவியிருந்தது. மலைப்படிகளில் அம்மா சொல்வதையும் மீறி துள்ளித்துள்ளி ஓடினான். பரசுராமனுடன் போட்டி போட்டுப் படிகளில் தாவினான்.

எறும்பு வரிசையாய் நின்றிருந்த கூட்டத்தில் இடம் பிடித்து, மெதுவாக சாமிக்கருகில் வரும்போது அவனுக்குப் பெருத்த ஏமாற்றமாய் இருந்தது.

சத்தமாய் "என்னம்மா! சாமி சாமின்னு சொன்னே! வெறும் சிலைதான் இருக்குது" என்றான். எல்லோரும் திரும்பிப் பார்க்க அம்மா வாய் மீது ஒன்று போட்டாள்.

"பேசாம கும்புடு."

அவன் கும்பிட நினைத்ததெல்லாம் மறந்து போனது.

எல்லாக் கற்பனைகளுமே பொடிப் பொடியாகிற நிகழ்வுகளின் தொகுப்புதான் வாழ்க்கை என்பது புரியத் தொடங்கியது.

3

தன்னுடைய நீண்ட பணி அனுபவத்தில் முதல்முறையாக அலுவலகத்தில் ஒரு மணி நேரம் முன் அனுமதி பெற்றது இன்றுதான். த்ரிவிக்ரமன் சற்று முன்னமே அலுவலகத்திலிருந்து செல்வது அவரைச் சார்ந்திருந்த பணியாளர்களுக்கு ஆச்சரியமாயிருந்தது.

'இன்று காளிதாசைப் பார்க்கவேண்டும்; படுத்த படுக்கையாகி விட்டாராம்' த்ரிவிக்ரமனுக்கு மனசு தாங்கலை. எப்போதுமே சுறுசுறுப்பாக இருக்கிற மனிதர் ஒருவர் நடக்க முடியாமல் படுக்கையுடன் ஐக்கியமாவது மரணத்தை விடக் கொடுமையானது.

காளிதாஸ் இவருக்குப் பல புதிய உலகங்களை அறிமுகப்படுத்தியவர். 'நாத்திகர்கள் நேர்மையாக இருப்பது கடினம்' என்ற, மேம்போக்கு ஆத்திகர்களின் வாதங்களை உடைக்கும்படி வாழ்பவர்.

இருபது ஆண்டுகளுக்கு முன்பு ஒரு புத்தகத் திருவிழாவில் அறிமுகமானார். அவருடைய குறுகுறுக்கும் கண்களும், சிநேகமான சிரிப்பும் த்ரிவிக்ரமனுக்குப் பிடித்திருந்தது.

நிறைய புத்தகங்களை அவர்தான் அறிமுகப்படுத்தினார். "இந்தப் புத்தகம் ஜெரெட் டயமண்ட் எழுதினது. படிச்சிப் பாருங்க. எவ்வளவு சுவாரசியமா சயின்ஸை சொல்லமுடியும்னு தெரிஞ்சிக்கலாம். நம்ப ஆளுங்க எழுதற சயின்ஸ் புக்கைப் படிச்சீங்கன்னா ஒரே பக்கத்தில கொட்டாவி வந்துடும்."

அவருடைய சமீபம் சுகமாக இருந்ததால், வாரம் ஒருமுறை தொடக்க காலத்தில் சந்திக்க நேர்ந்தது. இருவரும் தேநீரைப் பருகிக் கொண்டும், பூங்காவின் புல்வெளிகளில் காலை நீட்டி அமர்ந்து கொண்டும் நிறையப் பேசுவார்கள். உபநிஷத், கீதை, தம்மபதம், தந்த்ரா டாவோ, ஜென் எல்லாமே அவருக்கு அத்துபடி.

"நீங்க ஏன் சாமி கும்பிடறதில்ல?"

"நான் அதையெல்லாம் கடந்து வந்துட்டேன்னு நெனைக்கிறேன்." ஒரே ஒரு சின்ன கச்சிதமான பதிலோடு அவர் அந்தக் கேள்வியை எதிர்கொள்வார்.

த்ரிவிக்ரமன் எங்கு திறமையிருந்தாலும் அதைப் போஷிப்பவர். தனக்குத் தெரிந்த ஒரு பதிப்பாளரிடம் காளிதாஸ் பற்றிச் சொன்னார். அவரை அழைத்துக் கொண்டு அவருடைய வீட்டுக்கே போனார்.

பதிப்பாளர் சொன்னார், "இப்பல்லாம் படிக்கற பழக்கம் ரொம்பக் கொறஞ்சி போயிடுச்சி. நாங்க லைப்ரரி ஆர்டரை நம்பித்தான் புத்தகம் போடறோம். இருபது பக்கம் வர்ற மாதிரி சின்னச்சின்னப் புஸ்தகமா பல்வேறு விஷயங்களை எழுதித்தாங்க. போட்டுப் பாக்கலாம். பொன்னியின் செல்வனையே சுருக்கிப் போட வேண்டிய மோசமான நிலைமை. பழம் சாப்பிடறது குறைஞ்சி ஜூஸ் சாப்டறது அதிகரிச்ச காலம்."

இதுவரை அறிமுகமாகாத ஒருவருடைய புத்தகத்தைப் பதிப்பிப்பதும், அவருக்கு இனாம் கொடுப்பதும் ஒன்று போல. பிரபலமான நபர்கள் என்றால் ஓரளவிற்குப் போகும். அவர்கள் எழுத்து எப்படி இருந்தாலும் சரி.

ஓய்வு பெற்றவர்கள் பலர் முதுமக்கள் ஆகி விடுகிறார்கள். பதவியிலிருந்தபோதே அதில் சாட்சியாக இருந்தவர் காளிதாஸ்.

மத்திய அரசு நிறுவனமொன்றில் உயர்ந்த பதவியிலிருந்து அதில் தாமரை இலைத் தண்ணீராய் இருந்தவர் காளிதாஸ். தன் பொழுதைக் கழிக்க எழுத்து ஆயுதமாக இருந்தது. அவர் எழுதிய 'இனிமை என்பது ஆன்மீகம்' என்கிற முதல் சிறுநூல் லட்சக்கணக்கில் விற்றது. பத்து ரூபாய் என்று விலை நிர்ணயித்ததும் காரணம். முக்கியமான வார இதழ் கேள்வி - பதில் பகுதியில் அது பற்றி சிலாகித்து எழுதியதும், அதைப் பிரபலப்படுத்த உதவியது. 'சகல நேரமும் எழுதிக்கொண்டிருப்பவர்க்கு இடைஞ்சலாக இருக்கக் கூடாது' என்று த்ரிவிக்ரமன் நினைத்தது, அவர்கள் சந்திப்பு இடைவெளியை அதிகப்படுத்தியது.

வழிந்து காற்றில் பறக்கும் சிகையுடனும், கச்சிதமான வெண் தாடியுடனும், கண்களில் தீட்சண்யத்துடனும் அவர் அமர்ந்திருப்பதே ஒரு துறவியைப் போலத்தான் இருக்கும்.

அவர் பேசுகிறபோது கையசைவுகளும், முகவெளிப்பாடுகளும், கண் அபிநயங்களும் ஆழ்ந்த லயிப்பையும், இசையுடன் கூடிய நடன முத்திரைகளையும் நினைவுபடுத்தும். எதைச் செய்தாலும் அதைத் தவமாக எடுத்துச் செய்வார் அவர். அவரைச் சந்தித்த பின் கோயிலுக்குப் போய் வந்த திருப்தி ஒவ்வொரு முறையும் த்ரிவிக்ரமனுக்கு ஏற்படும்.

இறுதிக்கட்ட வாழ்வில் தடுமாறுகின்ற மனிதரைப் பார்க்கப் போகும்போது அவருடைய வாழ்வு குறித்த பின்புலமாய் மனத்தில் பிம்பங்களாக விரிந்ததை த்ரிவிக்ரமன் உணர்ந்தார். புறநகர்ப் பகுதியில்

குறுகலான சந்துகளில் பயணிக்க வேண்டியிருந்ததால் தன் ஸ்கூட்டரை அலுவலகத்திலேயே நிறுத்திவிட்டு ஆட்டோவில் பயணித்தார். அவர் ஆட்டோ ஓட்டுநருக்கு வழியைச் சொல்லிக் கொண்டே காளிதாஸ் வீட்டுக்கு முன் இறங்கினார்.

பலமுறை வந்துபோன வீடுதான். இன்றைய மனநிலையில் அது பாழடைந்த கோட்டையைப் பார்ப்பது போன்ற சோகச் சித்திரத்தை மனத்தில் எழுதியது. அந்தச் சின்னவீடு காளிதாஸ் இருப்பதாலேயே கம்பீரமாக இருப்பதாகத் த்ரிவிக்ரமனுக்குத் தோன்றும்.

வாசலில் வழக்கம்போலப் பலவித வண்ணங்களில் மலர்ச்செடிகள் அவரை வரவேற்றன. "வாங்க! வாங்க!" எந்தச் சலனமுமில்லாமல் காளிதாஸ் மனைவி வரவேற்றார். எப்போதும் துலக்கி வைத்த குத்து விளக்குபோலப் பளிச்சிடும் அவருடைய புன்னகையில் எந்த மாற்றமுமில்லை.

"உள்ளே வாங்க" என்று படுக்கையறைக்கு அழைத்துச் சென்றார். சின்ன அறை. ஒரு கட்டிலும் சில நாற்காலிகளும் மாத்திரமே இருக்கக் கூடிய அந்த அறையில் தாழ்வான கட்டிலில் காளிதாஸ் படுத்திருந்தார். ஒட்டினாற்போல கழிவறை. அவருக்காகப் புதிதாக கட்டப்பட்டிருக்க வேண்டும். மேலே பழைய காலத்து மின்விசிறி சின்ன சத்தத்துடன் ஓடிக்கொண்டிருந்தது. அங்கங்கே பல ஆண்டுகளுக்கு முன் அடித்த சுண்ணாம்பு திப்பிகள் எப்போது வேண்டுமானால் பிரிந்து விழலாம் என்கிற நிலை. எதிரே ஒரு தொலைக்காட்சிப் பெட்டி. திரையில் ஏதோ ஒரு படம் ஓடிக்கொண்டிருந்தது. தயங்கியவாறே அறை வாசலில் த்ரிவிக்ரமன் நின்ற கொண்டிருந்தார்.

"உங்க ஃப்ரண்டு வந்திருக்காருங்க" என்று அந்த அம்மா சொன்னதும், தலையைத் தூக்கிப் பார்த்தவர், "அடடே! வாங்க வாங்க" என்று சொல்லிவிட்டு தொலைக்காட்சியை நிறுத்தச் சொன்னார். அந்தக் காலத்தில் வி.சி.டி.தான் இருந்தது.

"ஏதோ பாத்துக்கிட்டு இருந்தீங்க - நான் வந்து கெடுத்திட்டேனா?"

"ஒரு ஈரான் மூவி. மரணத்தைப் பத்தி. ரொம்ப அழகான படம் - இப்ப எழுத முடியறது இல்ல. அதனாலே இந்த மாதிரி நல்ல படங்களைப் பாக்க முடியுது. சாயந்தரமா தெரிஞ்ச பையன் ஒருத்தன் வரான். ஒருமணி நேரம் டிக்டேட் பண்றேன். என் கடைசி சாசனமா சில கருத்துக்களைப் பதிவு செய்ய நெனைச்சேன். எப்படியிருக்கீங்க?"

"நல்லா இருக்கேன். உங்களைப் பாத்தாதான் வேதனையா இருக்கு."

"எனக்கெந்த வேதனையுமில்லே." சத்தம் போட்டு சிரித்தார்.

"எல்லாம் சரியாப் போயிடும்."

காளிதாஸ் கலகலவெனச் சிரித்தார்.

"நான் சாவுக்கு தயாராகிக்கிட்டு இருக்கேன். அதைக் கெடுத்துடாதீங்க."

"என்ன சொல்றீங்க!"

"நான் இந்த மரணத்தைக் கொஞ்சம் கொஞ்சமா உள்நோக்கிப் பார்க்கிறேன். என்னுடைய பிறப்பை என்னால பாக்க முடியாம போச்சி. ஆனா இதை என்னால உன்னிப்பா அனுபவிக்கு முடியுது. நான் செத்துப் போயிடுவேன் என்கிற உண்மை எனக்கு எந்த அதிர்ச்சியையும் ஏற்படுத்தலே. ஒவ்வொரு உறுப்பா அடங்கறது கூட ஒருவிதமான சுகம்தான். அதை மிஸ் பண்ண நான் விரும்பலே."

அதற்குள் காளிதாஸின் மனைவி காபியுடன் வந்தார். "இப்பதான் சாப்பிட்டேன்" என்று த்ரிவிக்ரமன் சடங்காக மறுத்துக் கொண்டே எடுத்துக் கொண்டார்.

அவருடைய கண்களில் காளிதாஸின் தோற்றம் கலக்கத்தை ஏற்படுத்தியது.

உடலின் தளர்ச்சியை மீறி முகத்தில் தேஜஸ் சுடர்விட்டது. அவருடைய முகத்தில் எந்த சாவுக் களையும் இல்லை.

'படித்தும், எழுதியும் வந்ததால் கூரான பென்சிலைப் போல இன்னும் முனை மழுங்காமல் இருக்கிறாரோ' என த்ரிவிக்ரமன் நினைத்துக்கொண்டார்.

ஃபில்டர் காஃபி வெகு ருசியாக இருந்தது. கொஞ்சம் அதிக தித்திப்புடன்தான் காபி, டீ அருந்தும் பழக்கம். அதை மறக்காமல், காபியைத் தயாரித்திருந்த அக்கறை அவருக்கு மனத்தை நெருடியது.

இவ்வளவு நெருக்கடிகளிலும் நிதானமாக இருக்கின்ற அந்தத் தம்பதியினர் அவருக்கு அதிசயமாகத் தெரிந்தார்கள்.

அவர் நினைத்துக்கொண்டார், 'மேடையில் கம்பீரமாப் பேசற எத்தனை பேரு, சாவுன்னு வந்ததும் நிலைகுலைஞ்சி போறதப் பாத்திருக்கோம். வீரமா சவால் விட்டவங்க எத்தனை பேரு செயல்னதும், சுருங்கிப் போய் அழறதைப் படிச்சிருக்கோம்.'

"நான் ரொம்பவே வாழ்ந்துட்டேன். சலிக்க சலிக்க வாழ்ந்தாச்சி. பேரன், பேத்தி எடுத்தாச்சி. அவங்க படிக்கறதையும் பாத்தாச்சி. என்னோட பொண்டாட்டிக்குப் பேரன் கல்யாணத்தை நான் பாக்கலேயேன்னு தோணும். இதுக்கு ஒரு முடிவே இல்லை. போன வாரம் பக்கத்துத் தெருவுல ஒரு பையன். கிட்னி பெயிலியராகி

பதினெட்டு வயசுல போய்ச் சேந்துட்டான். நாம்ப அதையெல்லாம் பாத்து, இவ்ளோ நாள் வாழ்ந்துட்டோம்னு சந்தோஷப்படணும். அதைவிட்டுட்டு, இன்னும் ஏங்குறதுல பிரயோஜனம் இல்லே. எனக்கு எந்த ஏக்கமும் இல்லை. நல்லா சாப்புட்டு, அனுபவிச்சி வாழ்ந்தாச்சி. பணமோ, புகழோ தேவைப்படாத வாழ்க்கையில எந்த அதிருப்தியும் இருக்க நியாயமில்லே. நான் எனக்காகத் தான் வாழ்ந்தேன். எனக்கு எதையும் நிரூபிக்கணும்னு தோணல. அதனால நிம்மதியா இருக்கேன். என்னா! சிலபேரு கிட்ட என்னோட பணி காரணமாகக் கொஞ்சம் கடுமையா நடந்திருப்பேன். நடக்க முடிஞ்சிருந்தா, அவங்களைத் தேடி அவங்க வீட்டுக்குப் போயி மன்னிப்பு கேட்டிருப்பேன்."

அதற்கு மேல் பேசும்போது மூச்சு வாங்கியது. நிறுத்திக் கொண்டார். பிறகு பலமாகச் சிரித்தார்.

"இப்பயாவது கடவுளைக் கும்பிட்டீங்களா?"

"இதென்ன பைத்தியக்காரத்தனம். வாழறதுக்கே கும்பிடாதபோது, சாகறதுக்கு எதுக்குக் கும்பிடணும். ஒருவேளை சாமியிருந்தாலும், என்மீது எந்தக் குத்தமும் கண்டுபிடிக்கமுடியாத படிக்குத்தான் வாழ்ந்திருக்கேன். இந்த வீடு நான் சென்னை வந்தப்ப ஊருல என்பேர்ல இருந்த வீட்டை வித்து வாங்கினது. அப்ப இந்த இடத்துல ஒரு வீடு இருக்காது. நான்தான் பிளாட் வாங்கி வீடு கட்ட ஆரம்பிச்சேன். பல பேரு பேய் நடமாடுதுன்னு பயமுறுத்தினாங்க. அதுக்கெல்லாம் நான் துளிகூட அசரலே. இந்தக் கையால ஒருத்தர்கிட்ட ஒரு பைசா வாங்கியிருக்க மாட்டேன். பொழைக்கத் தெரியாதவன்னு நெறய பேரு சொன்னாங்க. அதுக்கெல்லாம் நான் மசியலே. என்னோட திருப்திதான் என்னோட சொத்து. என்னோட பொண்டாட்டியும் முழுசா அதுக்கு ஒத்துழைச்சா. அவளும் தைரியசாலி. அவளுக்கு நான் கொடுத்திருக்கும் துணிச்சல்தான் அவளோட சொத்து."

த்ரிவிக்ரமன் அவருடைய கைகளைப் பற்றிக்கொண்டார். அதற்குப் பிறகு ஐந்து நிமிடங்களுக்கும் மேலாக அங்கு அமைதி நிலவியது. ஒருவரும் பேசவில்லை. த்ரிவிக்ரமன் கண்களில் தாரை தாரையாகக் கண்ணீர்.

"எனக்காக ஒன்னு செய்வீங்களா?" காளிதாஸ் ஏக்கமாகக் கேட்டார்.

"சொல்லுங்க! கட்டாயம் செய்யறேன்."

"என்னோட வைஃப் அதிகமாப் படிக்கலே. அவங்க என்னளவுக்குப் படிக்கணும்னு நான் எதிர்பாக்கலே. எதையும் அவ மேல திணிச்சதும் இல்லே. என்னோட புத்தகங்களை எனக்குப் பொறவு படிக்க இங்க யாருமே இல்லை. அதையெல்லாம் சொத்து மாதிரி பாதுகாத்தவன் நான்.

என்னுடைய புத்தகங்களைப் படிக்கறதுக்குத் திராணியும், அறிவும் உள்ளவரு நீங்க மட்டும்தான். இதையெல்லாம் வச்சிக் காப்பாத்த முடியும்னா எடுத்துக்கிட்டுப் போங்க. உங்க வீட்டுல இடம் இருந்தா வச்சிக் காப்பாத்துங்க. ஏன்னா இது அரிய கலெக்‌ஷன். இதில் இருக்கிற சில புத்தகங்களை நான் கூட படிச்சதில்லே. ஆனா பின்னாடி கிடைக்காதுன்னு வாங்கி வெச்சேன்."

"நிச்சயம், செய்யறேன். என்னோட வீட்டுல நான் மட்டும்தான் இருக்கேன்."

"சந்தோஷம். நாளைக்கே வந்து எடுத்துக்கிட்டுப் போங்க. நான் வேண்ணா வேன் பேசி வைக்கட்டுமா?"

த்ரிவிக்ரமன் பதறிப்போனார். "ஐயையோ வேணாம் சார். நான் கூட்டியாரேன்."

மௌனம்.

"என்னை நீங்க ஆசிர்வதிக்கணும்."

"உலகத்திலேயே உன்னதமான ஆசிர்வாதம் ஒன்றே தான். சாகும்போது சந்தோஷமா சாவுன்னு சொல்றதுதான். நீங்களும் இதே வைராக்கியத்தோட சாகணும்னு விரும்பறேன். இதுதான் என்னோட ஆசி! மகிழ்ச்சியோட மரணமடையறதுதான் மெய்ஞ்ஞானம்."

த்ரிவிக்ரமன் ஒன்றைக் கவனித்தார். சிறுநீர் கழிக்கக்கூட எழ முடியாதவருடைய அறையில் நிச்சயம் துர்நாற்றம் இருக்கும் என நினைத்து வந்தார். ஆனால் அறை நறுமணம் வீசியது.

திரும்ப வரும்போது த்ரிவிக்ரமன் மனத்தில் காளிதாஸ் மீதிருந்த கம்பீரப் பார்வை அதிகரித்திருந்தது.

4

பதினான்கு ஆண்டுகளுக்கு மேலாக...

த்ரிவிக்ரமனுக்குக் காளிதாஸின் புத்தகங்கள்தாம் துணை. அவற்றிற்காக அழகான பீரோ. ஒவ்வொன்றுக்கும் கண்ணாடித்தாள் அட்டைகள். ஒவ்வொரு மாதமும் துடைத்து அவற்றில் அந்துப் பூச்சிப் பொடியையும், சந்தன உருண்டைகளையும் போட்டு கமகமக்கச் செய்து, அடைகாக்கும் நேர்த்தி. எந்தப் புத்தகத்தின் நுனியும் துளியும் மடங்கி விடாதபடி பாதுகாப்பத்தில் தீவிரம்.

ஓய்வு பெற்ற பிறகு நாள் முழுக்கப் படிப்புதான். மாலையில் ஒரு மணி நேரம் வெளியே போவார். ஓய்வு பெற்ற தொடக்க காலத்தில் நிறைய நண்பர்கள் வந்து போவர்கள். அவர்கள் வருகை தேய்ந்து கொண்டே வந்து ஒரு கட்டத்தில் நின்று போனது. எப்போதாவது, சுக்கிரன் என்கிற வாலிபர் மட்டும் வந்து ஓர் அரை மணிநேரம் பேசிவிட்டுப் போவார். ஏதாவது பழங்களை வாங்கிக்கொண்டு வருவார். அவரும் இப்போது அடிக்கடி தென்படுவது இல்லை.

தினமும் 'ஒரு புத்தகத்தையாவது வாசித்து விட வேண்டும்' என்ற தீவிரத்துடன் இயங்குவார். சில நேரங்களில் ருசியான புத்தகங்கள் இரண்டு மூன்று கூடப் படித்து விடுவார். 'இந்த மாதிரி கல்லூரியில் படிச்சிருந்தால் எவ்வளவோ பெரிய பணிக்குப் போயிருக்கலாம்.'

அவருக்குப் புத்தகத்தைப் புரட்டும்போது காளிதாஸோடு பேசுவது போன்ற உணர்வு ஏற்படும். 'எவ்வளவு பெரிய மனிதர்!'

த்ரிவிக்ரமனுக்கும் ஏதாவது எழுதவேண்டும் எனத் தோன்றும். தாள்களை எடுத்து உட்கார்ந்தால், சிரமப்பட்டு ஒரு பத்தி கூட நகராது. திரும்பப் படித்துப் பார்த்தால், அவருக்கே விளங்காது. 'எல்லோரும் காளிதாஸாக முடியுமா.' பேசாமல் கிழித்துப் போட்டார். அன்று முதல் எழுதும் ஆசை வரவில்லை.

தனிமையைத் தவிர்க்கும் அருமருந்தாக இருக்கும் அந்தப் புத்தகங்களைத் தனக்கு சரியான நேரத்தில் வழங்கிய அந்தக் காளிதாஸ் என்கிற உயிர் சிநேகிதருக்கு நன்றி சொல்ல ஒரே ஒருவழிதான் உண்டு. அந்தப் பொக்கிஷத்தைத் தகுதியுடைய நபர் ஒருவரிடம் தகுந்த நேரத்தில் ஒப்படைப்பதுதான்.

'அவருக்கு நான் கிடைத்த மாதிரி, எனக்கு யாரு கிடைப்பாங்க.' ஒவ்வொரு இரவும் படுக்கையில் விழும்போதும் அவரைப் பயம் பற்றிக் கொள்ளும். 'சொய நெனவு இருக்கும்போதே ஒப்படைச்சிடணும்' என்று நினைத்துக்கொண்டு வெகுநேரம் படுக்கையில் புரளுவார்.

'இப்போதெல்லாம் முந்தி மாதிரி படிக்க முடியல. கண் புரை அறுவை சிகிச்சைக்குப் பிந்தி படிக்கறது சிரமம்.' ஒரு மணிநேரம் படித்த பிறகு கண்களின் மீது ஈரக் கைக்குட்டையை விரித்து ஆசுவாசப்படுத்தினார்.

'படிச்சிப் படிச்சி என்ன பிரயோஜனம். உமை கண்ட கனவு மாதிரி' என ஆயாசம் ஏற்படும். 'நம்ப மனசில் உற்சாகம் வருதே! நேத்தியக் காட்டிலும் இன்னிக்கு இன்னும் சந்தோசமா இருக்கமே அது போதாதா' என்று தன்னைத்தானே சமாதானப்படுத்திக் கொள்வார்.

அவர் படிப்பதும், புத்தகங்களைப் பொத்திப் பொத்திப் பாதுகாப்பதும், அவருடைய தெருவில் இருப்பவர்களுக்கு விநோதமாகத்தான் தோன்றும்.

5

"**எ**ங்க திடீருன்னு ஐயா கிளம்பிட்டீக?"

குரலில் எகத்தாளம் தொனிக்க சுக்கிரனின் மனைவி கிரகலட்சமி கேட்டாள்.

"த்ரிவிக்ரமன் சார் முடியாம இருக்காக. அவரைப் பாத்துவிட்டு வரலாம்னு பாக்கறேன்..."

"ஊரில இருக்கிறவக உடம்பு சரியில்லாமப் போனாப் பாக்க முடியும். ஆனா சொந்தப் பொண்டாட்டிக்கு வயித்துவலி, நெஞ்சு வலின்னா கவனிக்க நேரம் இருக்காது. ஆபீஸில லீவு போட முடியாது, அவரு வைவாரு, இவரு வைவாருன்னு காரணம்... சொல்லத் தெரியும்."

"வயிறுதான் ரொம்ப நாளா வலிக்குதே நமக்கு. அந்த வலிதான் பொறக்கறதுக்கு முன்னாடியிருந்தே இருக்குதே! அப்புறமென்ன?"

"அடப்பாவி! செத்துப்போன்னு சொல்லாம சொல்றீகளா! கல்யாணம் பண்ணுள நாளன்னைக்கே என்கிட்ட மூஞ்சைக் காமிச்சவர்தானே! வேறென்ன எதிர்பாக்க முடியும்!"

"தோ பாரு, த்ரிவிக்ரமன் சாரு தான் நாம்ப இன்னிக்கு இருக்கற நிலைமைக்கே காரணம், புரியுதா?"

"ஓகோ, இந்தப் பரிதாப நிலைமைக்கு அவருதான் காரணமா?"

"அவரு எப்ப வேணுமின்னா போயிடுவாருங்கற மாதிரி முடியாம இருக்கிறாரு. நாக்குமேல பல்லைப் போட்டுப் பேசாத!" இப்போதும் கிரகலட்சுமியின் வாய் ஓயவில்லை. இதெல்லாம் சுக்கிரனுக்குப் பழக்கமாகி வெகுநாட்களாகிவிட்டன. அவன் பெயர்தான் சுக்கிரன். கல்யாணத்தன்றே 'சனி' பிடித்துவிட்டது.

சாவுங்கறது யாருக்குமே இரக்கத்தை வரவழைக்கிற விஷயம். அவரு போயிட்டா, பாத்து எந்தப் பிரயோஜனமும் இல்லே. நம்ப ஊரில இருக்கிறவங்களுக்கு சாதாரணமாகவே செத்துப்போறது மனசைத் தொடற விஷயம். தேர்தல் நேரத்தில் தலைவர் செத்துப் போனாலோ, படம் வெளிய வரப்போ ஹீரோ செத்துப்போனாலோ கூட வெற்றி வேற மாதிரி இருக்கும். ஆனா எதுக்கும் மசியாத என்னோட பொண்டாட்டி. நல்லா வந்து வாய்ச்சா.

சுக்கிரன் சிரமப்பட்டு தன்னுடைய இரண்டு சக்கர ஊர்தியைக் கிளப்பினான். ரத்தக்கொதிப்பு விர்ரென்று முகம் சிவக்குமளவு எகிறியதில், உடல் வியர்த்துக் கொட்டியது.

“எல்லோரையும் திருப்திப்படுத்த முடியாது. த்ரிவிக்ரமன் எவ்வளவு நல்லவரு. நான் கம்பெனியில் சேர்ந்தப்போ எத்தனை ஆதரவா இருந்தாரு! எத்தனை நிர்வாக யுத்திகளைச் சொல்லி என்னை மனுஷனாக்கினாரு” என்று அவன் ஒருமுறை அவரைப் பற்றிப் பெருமையாகச் சொன்னபோது, அவன் மனைவியிடமிருந்து பட்டென்று பதில் வந்தது.

“ஓகோ! இப்படிப் பொழைக்கத் தெரியாத ஆளா ஆக்கினது அவருதானா?”

“ஆமாண்டி! நேர்மையாவும், யாருகிட்டேயும் தலை குனியாம வாழுறதுதான் பொழைப்பு தெரியுமா?”

“பெத்த பெருமைக்கு ஒண்ணும் குறைச்சலில்ல. ஒருவாரமா கிரைண்டரை மாத்துங்கன்னு சொல்லிக்கிட்டே இருக்கேன். அதுக்கு வக்கில்லை.”

“உன்னை மாதிரி அரைச்ச மாவையே அரைக்கிறவங்க சொல்றதுனால எனக்கு வக்கில்லேன்று ஆயிடாது.”

நினைக்க நினைக்க சுக்கிரனுக்குப் பற்றிக்கொண்டு வந்தது. ‘கழுத்தை நெரித்துக் கொன்றுவிடலாம்’ என்பது போல் கோபம் வரும். உடனே வெளியே செருப்பை மாட்டிக்கொண்டு கிளம்பிவிடுவான். அவனுக்குக் கண்களில் நீர் வரும். அரை மணி நேரம் கழித்து வருவான். அவன் மனைவி எதுவுமே நடக்காத மாதிரி நடந்து கொள்வாள். பல ஆண்டுகள் ஆயிற்று அவளுடன் மகிழ்ச்சியாக இருந்து.

த்ரிவிக்ரமன் வீட்டிற்குச் செல்ல அரைமணி நேரம் ஆகும். புறநகர்ப் பகுதியிலிருந்து நகரின் மையத்திற்கு அவன் பயணிக்க வேண்டும். வழியெல்லாம் சிந்தனை ஓட்டம்.

சுக்கிரன் பிறந்தது தனக்கு சுக்கிரதிசை என நினைத்துத்தான் அவனுடைய அப்பா பரந்தாமன் பெயரிட்டார். அவன் கல்லூரிப் படிப்பில் சேரும்போதே பொட்டென்று போய்விட்டார். பணியில் இருக்கும்போதே மரணம் அடைந்த காரணத்தால், அவனுக்கு கருணையடிப்படையில் பொதுத்துறை நிறுவனம் வேலை கொடுத்தது. அதிகம் படிக்காததால், ரெக்கார்டு கிளார்க் வேலை. ‘படிப்பு நல்லா வரும். பெரிய உத்யோகத்துல போயி உக்காரலாம்னு’ ஆசைப்பட்டு

படித்த அவனுக்கு அது பெரிய அதிர்ச்சி. அம்மா, தம்பிகள் இருவர் ஆகியோருக்காக அவன் தன் படிப்பைக் காவு கொடுத்தான்.

அந்தக் கம்பெனியில் பணியாளர்கள் எல்லோரும் நன்றாகப் படித்திருந்தார்கள். அங்கு பணிபுரியும்போது சக ஊழியர்களிடம் எதற்கெடுத்தாலும் வம்புசெய்துகொண்டிருந்த அவனுடைய அப்பாவிற்கு அவ்வளவாக மரியாதை இல்லை. அந்த வெறுப்பு முழுவதும் அவருக்குப் பதிலாகப் பணியில் சேர்ந்த சுக்கிரன் மீதும் பாய்ந்தது. அவனுக்கு வழிநடத்தவோ, அலுவலக நடைமுறைகளைச் சொல்லித்தரவோ யாரும் முன்வரவில்லை.

அப்போது த்ரிவிக்ரமன்தான் கைகொடுத்தார். ஒரு கோப்பை எப்படிப் படிப்பது, பார்ப்பது, கோர்ப்பது என்றெல்லாம் அவனுக்குச் சொல்லிக் கொடுத்தார். கம்பெனியில் புரமோஷன் டெஸ்ட் எப்படி எழுதலாம் என்று அவருடைய அறையில் மாலையில் கிளாஸ் எடுத்தார். அவனுடைய ஆங்கில அறிவை மேம்படுத்த சில புத்தகங்களை வாங்கித் தந்தார்.

"தம்பி! பயப்படாதே! படிப்பைப் பாதியில் விட்டுட்டோமென்று வருத்தப்படாதே! இப்பல்லாம் அஞ்சல்வழிக் கல்வி மூலம் நெறய படிக்கலாம். பி.எச்.டி. கூட வாங்கலாம். இந்தக் கம்பெனிக்கு சட்ட அறிவு ரொம்ப முக்கியம். ஈவினிங் காலேஜ்ல லா படிக்கலாம். தெம்பாயிரு. நாம்ப துணிஞ்சிட்டா நாம்ப முன்னேற்றமடையறதை யாராலேயும் தடுத்து நிறுத்த முடியாது புரியுதா?" என அவர் அடிக்கடி உற்சாகம் தருவார்.

"இங்கிலீஷ் பேப்பரை ஆழமாப் படி. இது அரசு சார்ந்த கம்பெனி. இங்கே நல்லா இங்கிலீஷ் பேசினா, பிரகாசமான எதிர்காலம் இருக்கும்."

"இன்னைக்கி நியூஸ் பேப்பரை படிச்சியா? ஏதாவது புதுசா வார்த்தையை கத்துக்கிட்டியா?"

அவருடைய நெருக்கடி அவனுக்கு சில நேரங்களில் எரிச்சலாகக் கூட இருக்கும். ஆனால் பணியில் இடைஞ்சல் வரும்போது அந்த நெருக்கடி தருகிற மனிதர்தானே உதவியாக இருக்கிறார் என்று எண்ணுவான். அவனுக்கே அவனுடைய தன்னம்பிக்கை நாளுக்கு நாள் உரம் பெறுவது தெரிந்தது.

"ஏய்! முதல்ல கம்பெனியில ஹவுஸ் பில்டிங் லோன் போட்டு ஒரு வீட்டைக் கட்டு. உங்கப்பனைப் பலமுறை சொன்னேன். கட்டியிருந்தா, இன்னிக்கு அந்தக் கடன் முழுதும் அவன் செத்ததால தள்ளுபடி

ஆகியிருக்கும். 'செத்துப்போனவனுடைய எல்லாக் கடனும் தள்ளுபடி யாகிவிடும்'னு ஷேக்ஸ்பியர் சொன்னது வீட்டுக் கடனுக்குத் தான் பொருந்தும். நம்ப வெத்துக் கவுரவத்துல வீட்டில் இருக்கிறவங்களைத் தவிக்கவிடக்கூடாது."

அவருடைய நெருக்கடிக்காகவே அவன் நிறையப் படித்தான். பி.எல். முடித்தான். அவனுக்கு உதவி சட்ட ஆலோசகர் பதவி கிடைத்தது. சம்பளம் அதிகமில்லை. ஆனால் கௌரவம் கிடைத்தது. அலுவலகத்தில் அவன் நடத்தையும், படிப்பும் அவனுக்கு மிகுந்த மரியாதையை ஏற்படுத்தின.

"சார்! இந்தாங்க ஜாங்கிரி! நான் இருக்கிற இந்த நிலைமைக்கு நீங்கதான் காரணம்."

"அப்படியெல்லாமில்லப்பா! இது உன்னோட முயற்சிக்குக் கிடைத்த வெற்றி. எத்தனையோ பேருக்குச் சொல்லியிருப்பேன். நீதான் கேட்ட. அதனால உசந்த! படிப்பு ஒன்னை வச்சித்தான் நாம்ப முன்னேறணும் புரியுதா. நம்மை யாரும் புறக்கணிக்க முடியாதுங்கற அளவுக்கு வளர்ந்து காட்டணும். கருணையடிப்படையில் வேலை கிடைச்சா பரவாயில்லை. ஆனா அதையே காரணம் காட்டி எதையும் கத்துக்காம கத்துக்குட்டியா இருந்தா அது பிச்சை கேட்கிற மாதிரி ஆகிடும். இனிமேல நீ எங்கேயும் கருணையடிப்படையில் வேலைக்குச் சேர்ந்ததா நினைக்க வேணாம்."

"சட்டம் முடிச்சிட்டோம்னு நின்னுடாத! இன்னும் படி. முடிஞ்சா ஹிந்தி கத்துக்கோ. வட இந்தியாவுல நம்ப கம்பெனியோட பிராஞ்ச் இருக்கு. அங்க தகவல் பரிமாற்றம் செய்ய உதவியா இருக்கும். தினமும் புதுசா ஏதாவது கத்துக்கிட்டேயிருந்தாதான் அது வாழ்க்கை. இல்லேன்னா அது பிணத்துக்குச் சமம்."

அவர் அவனை ஒவ்வொரு கட்டத்திலும் மனோவசியம் செய்தார்.

"தோ பாரு! ஆபீஸ் தொடங்கற நேரம் பத்து மணின்னு சொன்னாலும், நாம்ப ஒரு மணிநேரம் முன்னாடியே வந்துடணும். அன்னிக்குச் செய்யவேண்டிய காரியத்தை எல்லாம் பட்டியல் போட்டு ஒவ்வொண்ணா முடிக்கணும். இன்னிக்கி யார் யார்கிட்டே போன் பேசணும்னு முதல்லயே முடிவு பண்ணி வேலையைத் தொடங்கிடணும்."

அவனைப் பொறுத்தவரை அவர்தான் அலுவலகத்தில் சட்டாம் பிள்ளையாக இருந்தார்.

"ஏம்பா! நான் உனக்கு நிறைய அட்வைஸ் பண்றேன்னு உனக்குக் கோபமா?"

"சே! சே! அப்படியெல்லாம் இல்லை சார். நீங்க என்னுடைய நல்லதுக்குதான் சொல்றீங்க"

"தம்பி! நான் எதை எதை செஞ்சிருந்தா நல்லா இருந்திருப்பேனோ, அதைத்தான் உனக்குச் சொல்றேன். எனக்குத்தான் அன்னிக்கு இப்படிச் சொல்றதுக்கு யாருமே இல்லை."

அவர் கண்களில் கண்ணீர் கசிந்து ஓடியது.

கொஞ்சம் கொஞ்சமாக அவன் தன்னை அவரிடம் முழுமையாக ஒப்படைத்தான். அவரிடம் கேட்காமல் எதுவும் செய்வதில்லை என்கிற அளவிற்கு அவனுக்கு அவர் மீது அபிப்ராயம் திடமானது.

"என்னப்பா! வீட்டுக்கே வந்துட்ட. ஆபிஸ்ல ஏதாவது பிரச்சினையா?"

"அதெல்லாம் ஒண்ணுமில்லே சார். நீங்க லீவுன்னு சொன்னாங்க. உங்களைப் பாக்காம இருக்க முடியலே. உடம்பு சரியில்லேன்னு கேள்விப்பட்டேன். மனசு அடிச்சிக்கிட்டது. அதுதான் பாத்திட்டுப் போலாம்னு வந்தேன்."

"சின்னதா தலைவலி. ஆபீஸ் வரலாம்னுதான் நெனைச்சேன். ஆனா டாக்டர் இன்னிக்கு ரெஸ்ட் எடுக்காட்டி மூணுநாள் லீவு எடுக்கணும்னு சொல்லிட்டாரு. பயந்துபோய் வீட்டுலேயே இருந்துட்டேன். பொதுவா ஆபீஸ்காரங்க வீட்டுக்கு வர்றதை நான் விரும்பறதில்லை."

த்ரிவிக்ரமனுடைய வாழ்வு சூட்சுமமாகவே இருந்தது. உலகின் சகல விஷயங்களைப் பற்றியும் பேசுகிற அவர் தன் குடும்பத்தைப் பற்றி மாத்திரம் ஒருநாள்கூட பேசியது இல்லை. அவருடைய இல்லற வாழ்க்கை பலருக்கு மர்மமாகவே இருக்கும். அவருடைய மனைவியை அவன் பார்த்ததேயில்லை. அவருடைய சொந்த வாழ்க்கையைப் பற்றி அவனுக்குக் கேட்க ஒருநாளும் துணிவு வந்ததேயில்லை. ஒருமுறை அவர் நாலைந்து நாள் அலுவலகம் வரவில்லை. அவன் நான்காவது நாள் வரை பொறுத்திருந்து பார்த்துவிட்டு ஓடினான்.

"என்ன சார்! என்னாச்சி, நீங்க நாலுநாளா அலுவலகம் வரலேயே!"

"என்னப்பா செய்யறது. என்னோட பொண்ணாட்டி செத்துட்டா."

"சார் வருத்தப்படாதீங்க."

“இல்லப்பா. என்னோட வாழ்ந்ததுல அவளுக்குக் கிடைக்காத திருப்தி சாவுலயாவது கிடைச்சிருக்கும்னு நெனைக்கிறேன். அதனால தான் என்னால அழமுடியலே.”

சுவரில் ஒரே ஒரு சின்ன புகைப்படம். மாலையுடன் தொங்கிக் கொண்டிருந்தது. அந்த முகம் களைப்புடனும், தவிப்புடனும் இருப்பதுபோன்று சுக்கிரனுக்குப் பட்டது.

“ஏம்பா! என்னோட குடும்பத்தைப் பத்தி எதுவும் கேட்டுடாதே! நான் உடைஞ்சிடுவேன்.”

அலுவலகத்தில் அவரைப் பற்றிப் பல வதந்திகள் உலவின. அவருக்கும், அவருடைய மனைவிக்கும் உறவு சரியில்லை. அதனால் தான் அலுவலகப் பார்ட்டிகளுக்கு அவர் மனைவியை அழைத்து வருவதேயில்லை. அவருக்கு இரண்டு மனைவிகள் அதனால்தான் அவருக்கு நெருக்கடி. அவர் யாருடைய திருமணத்திற்கும் வரமாட்டார். யாரையும் வீட்டிற்கு அழைக்க மாட்டார். இப்படியெல்லாம் புதுப்புது கதைகள் கிளம்பும். எந்தத் தகவலும் அவருக்குப் பொருந்தி வருமளவு ரகசியமான வாழ்வு அவருடையது.

அவன் திருமணம் பற்றிப் பேச்சு வந்தபோது அவரிடம் மாலைநேரம் அமர்ந்து தயங்கியபடியே ஆரம்பித்தான்.

“சார்! ஓரளவுக்கு என்னோட கடமையையெல்லாம் முடிச்சிட்டேன். தம்பிங்க ரெண்டு பேருக்கும் வேலை வாங்கிக் கொடுத்திட்டேன். அதனால..............” தயங்கினான்.

“என்ன சொல்ல வர்றே! துறவியாப் போப்போறயா?”

அவன் அதிர்ந்தான். “இல்லா சார், கல்யாணம் பண்ணிக்கிட்டே ஆகணும்னு அம்மா வற்புறுத்தறாங்க.”

“கல்யாணம் பண்ணிக்கறதும், துறவறம் போறதும் ஒண்ணுதானப்பா” அவர் சிரித்தார்.

அவனுக்கு ஏமாற்றம். ‘என்ன இப்படி நெகடிவ்வா பேசறாரு’ என மனத்தில் நினைத்தான்.

“தம்பி! சும்மா தமாஷ் பண்ணினேன். தப்பா எடுத்துக்காதே.”

“சார்! இது சம்பந்தமா உங்ககிட்ட யோசனை கேக்கலாமுன்னுதான் வந்தேன்.”

“இதில என்னோட முடிவு எப்படிப்பா சரியா இருக்கும். என்னோட கல்யாணத்தையே நான் சரியா முடிவு பண்ண முடியாம

தோத்துப் போனவன். இதுல மட்டும் என்னோட யோசனை சரிப்பட்டு வராது. இதுல நீதான் முடிவு பண்ணனும்."

"சார் அப்படி சொல்லாதீங்க. நீங்கதான் முன்னால நின்னு என்னோட கல்யாணத்தை நடத்தி வைக்கணும்."

"தம்பீ! தப்பா நெனைக்காதே. இந்த ஒரு விஷயத்துல என்னோட ஒத்துழைப்பு உனக்கு நிச்சயம் கிடைக்காது. ஏன்னா இது ரொம்ப சிக்கலான விஷயம். எனக்கு அனுபவமோ, அறிவோ பத்தாது."

ஐந்தாறு மாதங்கள் கழித்து அவனுக்குத் திருமணம் நிச்சயமானது. அவன் அழைப்பிதழை எடுத்துக்கொண்டு அவருடைய அறைக்கு ஓடினான்.

"சார் என்னுடைய திருமணத்துக்கு நீங்க கட்டாயம் வரணும்."

"வந்துட்டாப் போச்சு."

அவர் பத்திரிகையைப் பிரித்துப் பார்த்தார். 'தங்கள் நல்வரவை நாடும்' என்று அவருடைய பெயரும் போடப்பட்டிருந்தது. அதைப் பார்த்ததும் அவருக்குக் கோபம் வந்தது.

"இது களவாணித்தனம். என்னைக் கேட்காம என்னுடைய பெயரைப் போட்டது தப்பு. எதுக்காக இப்படி செஞ்ச. இப்படி நீ செஞ்சது எனக்குக் கொஞ்சம்கூடப் பிடிக்கலே. நிச்சயமா உன்னோட கல்யாணத்துக்கு நான் வரவே மாட்டேன்."

"சாரி சார், உங்க மேலே உள்ள அபிமானத்துனாலதான் அப்படி செஞ்சேன்."

"எனக்கு மரியாதை இப்படியெல்லாம் வரணும்னு அவசியமில்லை. மேலதிகாரியை ஒரு வார்த்தை புகழ்ந்து சொன்னா உனக்கு சீனியர் மேனேஜர் போஸ்ட் கிடைக்கும்னு சொன்னாங்க. முடியாது, தப்பைத் தப்புன்னு கட்டாயம் சொல்லுவேன்னு பிடிவாதமா இருந்தவன் நான். எதையுமே ஒருத்தர் மேல வலுக்கட்டாயமாத் திணிக்கறது வன்முறை."

அவர் சொன்ன மாதிரியே திருமணத்திற்கு வரவில்லை.

"ஏம்பா! அவரு பேரைப் போயி போட்டயே" என்று தங்கள் பெயர் வராத அலுவலக நண்பர்கள் அவனைக் கிண்டலடித்தார்கள்.

ஒரு மாத விடுப்புக்குப் பிறகு பணிக்குத் திரும்பினான்.

அவன் மேசை மீது அழகான இரண்டு குத்துவிளக்குகள் இருந்தன. அவற்றிக்கு அடியில் ஒரு வாழ்த்து அட்டை. பிரித்துப் பார்த்தபோது,

அதில் 'நலமாய் வளமாய் வாழ்க' என எழுதி த்ரிவிக்ரமன் என எழுதப்பட்டிருந்தது. இருந்தாலும் அவனுக்கு அவர் மீது ஏற்பட்ட வருத்தம் தீரவில்லை.

இரண்டு மாதங்கள் அவன் அவர் அறை பக்கம் போகவேயில்லை. அதற்குப் பிறகு ஒரு நாள் எதேச்சையாக கேண்டீனில் சந்திக்க நேர்ந்தது.

"என்ன சுக்ரன் சௌக்கியமா? என்மேல கோபம் இன்னும் தீரலயா?"

"பொய் சொல்ல விரும்பல சார். உங்க மேல எனக்கு வருத்தமிருக்கு."

"தம்பி! இதெல்லாம் ஒரு சென்டிமென்ட். நான் ஓட்டுப் போட்ட கட்சி ஜெயிச்சதுமில்ல. நான் போய் அட்டெண்ட் பண்ணின கல்யாணம் உருப்பட்டதுமில்ல."

"இந்த சமாதானமெல்லாம் வேணாம் சார். நான் நம்ப மாட்டேன். உங்களுக்கு ரொம்ப ஈகோ."

"உன் கோபம் நியாயமானது. சுக்கிரன். ஆனா உன்னோட ரீசனிங் சரியில்லே."

அவர் எழுந்துபோய்விட்டார்.

நாளடைவில் எல்லாக் காயங்களும் ஆறிப்போய்விடும். கிரகலட்சுமி இரண்டாவது மாதம் தொட்டே பிரச்சினையாக இருந்தாள். சுக்கிரனுடைய அம்மாவோடு சகல நேரமும் சண்டை. எப்போது பார்த்தாலும் குற்றம். யார் பக்கம் பேசுவது என்று புரியாமல் தவிப்பான். மனம் முழுசும் ரணம். சில நேரங்களில் அவனையும் அறியாமல் தோன்றும். 'அந்தப் பாழாப்போன மனுஷன் சொன்னது உண்மைதானோ. அந்த ஆளு பேரைப் போட்டுதான் இப்படி ஆச்சோ?' பிறகு அவனே சமாதானம் ஆவான். 'இவளோட சுபாவம் அப்படி, அவரு என்ன பண்ணுவாரு.'

ஓரிரு ஆண்டுகளில் த்ரிவிக்ரமன் ஓய்வுபெற்றார். அவருடைய பிரிவு உபசாரத்தைக் கூடக் கொண்டாட அவர் அனுமதிக்கவில்லை. இரண்டு மாதங்களுக்கு ஒருமுறை அவனும் அவருடைய வீட்டிற்குச் சென்று விடுவான். வித்தியாசமான வீடு அவருடையது. விசாலமான முற்றம். பழைய வீடாக இருக்கவேண்டும். காரையில் ரெட் ஆக்ஸைடு போட்டு தொன்மையை நினைவுபடுத்தும். காற்று தாராளமாக வீசும்படி கம்பி போட்ட சன்னல். மூட எந்த அமைப்பும் இல்லை. 'மனிதர்கள் நாணயமாக இருந்த காலகட்டத்தில் கட்டப்பட்ட வீடாக இருக்கணும். அப்போ ரொம்ப பழமையானதா இருக்கணும்' என நினைத்துக்கொள்வான்.

அவர் ஓய்வு பெற்ற பிறகு முற்றிலுமாக மாறியிருந்தார். ஓடி ஓடி உபசாரம் செய்வார். அவரே ஓடிப்போய் பக்கத்துக் கடையிலிருந்து வடை டீ எல்லாம் வாங்கி வருவார். சில மாதங்களில் அவருக்கு சஞ்சீவி என்கிற பையன் சுமார் 20 வயதிருக்கும், உதவிக்கு வந்தான். அவனுடைய இருத்தல் அவருக்கு மிகவும் உபயோகமாக இருந்தது. நாளடைவில் அங்கு சுக்கிரன் சென்று வருகிற எண்ணிக்கையும் குறைய ஆரம்பித்தது. அவன் குடும்பச் சூழ்நிலைகள், அம்மாவின் மரணம், தம்பிகளின் திருமணம், மகப்பேறு என அவனே எதிர்பார்க்காத திருப்பங்கள் அவன் வாழ்வைப் புரட்டிப்போட்டன. அவனுடைய நினைவில் இருந்து கொஞ்சம் கொஞ்சமாக த்ரிவிக்ரமன் மங்கத் தொடங்கினார்.

நேற்று ஆபீஸில் யாரோ பேசுவது கேட்டது. "த்ரிவிக்ரமன் சார் ரொம்ப முடியாமக் கிடக்கிறாராமே." அவனுக்குத் திக்கென்றிருந்தது.

'நாம்ப எவ்வளவோ பெரிய தப்பு பண்ணிட்டோம். அவரைப் பாக்கக்கூட இத்தனை வருஷமா மறந்து போயிட்டோம். எவ்வளவு நல்ல மனுஷன் பாவம்!'

அவன் கண்களில் நீர் தாரை தாரையாய் வழிந்து கழுத்துப் பட்டையை நனைத்தது. அவன் மனத்தில் அவன் த்ரிவிக்ரமனைச் சந்தித்த நாள் முதற்கொண்டு நிகழ்ந்த அனுபவங்கள் நிழற்படங்களாய் ஓடின. அவன் அவருடைய வீட்டை நெருங்க சரியாக இருந்தது.

6

இரண்டு ஆண்டுகளாகவே த்ரிவிக்ரமனுக்கு முடியாமல்தான் இருந்தது. கால்களில் வீக்கம், உடம்பு முழுவதும் அசதி, அலுப்பு, தூக்கமின்மை, செரிமானமின்மை என உடல் அவரோடு ஒத்துழைக்க மறுத்தது. சஞ்சீவி என்கிற அந்தப் பையன் சமய சஞ்சீவியாய்ப் புண்ணியம் கட்டிக்கொண்டான். உடம்பு தளர்ந்து, மூக்கு நீண்டு, நெற்றிச் சுருக்கங்களுடன் சிரமம்.

அவருக்கு எழுந்து சிறுநீர் கழிக்கச் செல்லும்போதெல்லாம் பிரம்மப்பிரயத்தனம் செய்ய வேண்டிய நெருக்கடி ஏற்படும். சஞ்சீவி கைத்தாங்கலாக அழைத்துச் செல்வான். ஆரம்ப காலங்களில் 'வெஸ்டர்ன் டாய்லெட்' என்றால் அவருக்குக் குமட்டிக்கொண்டு வரும். ஆனால் மூட்டு வலியும், முதுகு வலியும் வந்தபிறகு புதிதாக முற்றத்திற்கருகிலேயே மேற்கத்திய கழிவறையைக் கட்ட வேண்டியிருந்தது.

துளியும் எழமுடியாத நேரத்திலும் புன்முறுவலோடும் அசாத்தியத் துணிச்சலுடனும் காட்சியளித்த காளிதாஸ் அவருக்குத் தென்படுவார்.

'நாம் இவ்வளவு சலித்துக்கொள்கிறோமே' எனத்தோன்றும்.

'காளிதாஸ் மாத்திரம் எப்படி அவ்வளவு தைரியமாயிருந்தார். ஒருவேளை குழந்தை ஒன்று நமக்குமிருந்திருந்தா, அப்படித் தோணாதோ' என நினைப்பார். காளிதாஸின் மனைவி கம்பீரமாய்த் தோன்றுவார்.

'பொண்டாட்டிக்கு முன்னாடி புருஷன் செத்துப் போனாப் பரவாயில்லை. அதுக்குப் பொறவு செத்தா அது கொடுமை. ஏன்னா புருஷன் செத்தா பொண்டாட்டியால சமாளிக்க முடியும். பொண்டாட்டி செத்துட்டா அதுக்குப் பொறவு புருஷன்பாடு திண்டாட்டந்தான்' என்று அவருடைய ஊரில் ஒருவர் சொன்னது அவருக்கு ஞாபகம் வந்தது.

மனைவியின் புகைப்படத்தைப் பார்ப்பார்; 'புண்ணியவதி போய் சேந்துட்டா' என்று எண்ணிக் கொள்வார்.

‘எவ்வளவு நேரந்தான் படுத்தே கிடக்கமுடியும். நடக்காம வெளி உலகத்தைப் பாக்காம வாழ முடியும். ஆபீஸிலேயே ஒருமணி நேரத்துக்கு ஒரு தடவை காத்தாட நடந்து போயிட்டு வந்தாதான் சுகமா இருக்கும். இப்படி எதுக்காக உயிர் வாழணும்? கடவுளே! என்னைக் கூப்புட்டுக்கக் கூடாதா! என்னால யாருக்குப் பிரயோஜனம்? சிலபேருக்குத் தூக்கத்திலேயே சாவு வந்திடுமாமே அந்த மாதிரி எனக்கு வரக்கூடாதா? மனசறிஞ்சி நான் யாருக்கும் பாவம் பண்ணுனது இல்லையே. காளிதாஸ் கூட மரணத்தை ஏத்துக்கதான் செஞ்சாரு. ஆனா நான் வரவேற்கத் தயாரா காத்துக்கிட்டிருந்கேனே.’

காலையில் இரண்டு இட்லி, மதியம் கொஞ்சம் ரசஞ்சாதம். ராத்திரி ஒரு சப்பாத்தி. அவ்வளவுதான் அவருடைய உணவு. ‘சும்மா படுத்துக்கிட்டே இருந்தா எப்பிடிப்பா இதுக்கு மேல சாப்பிட முடியும்?’

‘ஐயா ரொம்ப பலவீனமாகத் தெரியறீங்க. எலும்பெல்லாம் எக்ஸ்ரே எடுத்தமாதிரி வெளியில் தெரியுது. இன்னும் ஒரே ஒரு இட்லி சாப்டுங்கையா.’

‘முடியலப்பா. நடந்துகிட்டு இருந்தா பசிக்கும். ஒண்ணுமே பண்ணாம படுத்தே இருந்தா எப்படிப்பா சாப்புட முடியும்?’

ராத்திரியில் தூக்கமும் வருவதில்லை. விடியலில் சற்றுக் கண்ணயர்வதோடு சரி. புரண்டு புரண்டு படுப்பார்.

“அய்யா எதாவது வேணுமா?” சஞ்சீவி குரல் கொடுப்பான்.

“கொஞ்சம் ஒன்னுக்குப் போவணும். புடிச்சி விடுப்பா,” அவருக்கு அவனைக் எழுப்பக் கஷ்டமாக இருக்கும். ‘சுயமா சிறுநீர் கழிக்கக் கூட முடியாத நெலமைக்கு வந்துட்டோமே! இன்னும் எதுக்காக வாழணும்’ என்று நினைப்பார்.

‘அடுத்த பிறவின்னு ஒண்ணு இருந்தா, அந்தத் தப்பை மாத்திரம் பண்ணிவிடக்கூடாது.’ அவருக்குப் படுக்கையில் புரளப் புரள வாழ்க்கையின் பல நிகழ்ச்சிகள் ஒன்றன்பின் ஒன்றாக வரிசையாக நினைவுக்கு வரும். அப்படியே தூங்கிவிடுவார்.

7

வலியின் ஆக்கிரமிப்பு முகத்தில் வெளிப்பட்ட அந்தத் தருணத்தில் கூட சுக்கிரனைக் கண்டவுடன், சின்ன பூரிப்பு உண்டானது.

"வாப்பா! சுக்கிரன் எப்படியிருக்க?"

அவரை அந்த நிலையில் பார்த்ததும் அவனுக்குச் சுரீரென்றது. 'இத்தனை நாளா வந்து பாக்காம விட்டுட்டோமே.'

"நல்லாயிருக்கேன் சார்" (அந்த ராட்சஸி கையில் எப்படி நல்லா இருக்க முடியும்).

"வீட்டில சௌக்கியமாப்பா?"

"இருக்காங்க சார்" (அவளுக்கென்ன கேடு).

"பசங்க நல்லா படிக்கிறாங்களா?"

"பரவாயில்ல சார்" (எப்பப் பார்த்தாலும் புருஷனும் பொண்டாட்டியும் சண்டை போட்டா எப்படிப் படிக்க முடியும்).

"அதுக்கப்புறம் ஏதாவது புரமோஷன் கெடச்சதா?"

"சீனியர் மேனேஜராயிட்டேன் சார்" (அது ஒன்றுதான் பாக்கி).

"என்னப்பா நீ சொல்ற பதிலுக்கும் உன்னோட முகபாவனைக்கும் சம்பந்தமில்லாம இருக்கு."

"வெளில்ல டூவிலர்ல வந்தது, கொஞ்சம் வேர்க்குது அவ்வளவு தான்" (மனுஷன் கில்லாடி).

"உக்காருப்பா."

"சாரி சார். அவசரத்துல உங்களுக்குப் பழம்கூட வாங்கியாற மறந்துட்டேன்."

"பரவாயில்லப்பா. இப்பா என்னால பழத்தைக்கூட சாப்புட முடியாத நெலைமை. எப்ப வேண்ணா உசிரு போயிரும். ஏன்! உங்கிட்ட பேசிக்கிட்டு இருக்கும்போது போனாலும் ஆச்சரியப்படுறதுக்கு ஒண்ணுமில்லே."

"அப்படியெல்லாம் சொல்லாதீங்க சார்."

"அப்புடி போனா நல்லதுதானப்பா."

சிறிது நேரம் எதுவும் பேசமுடியாமலும், என்ன பேசுவது என்று தெரியாமலும் சுக்கிரன் விக்கித்து அமர்ந்திருந்தான். அவருக்கு ஆறுதல் சொல்லவோ, வேறு செய்திகள் பற்றிப் பேசவோ அவனால் முடியாது.

“உங்களை அடிக்கடி சந்திக்கணும்னு ஆசைப்படுவேன். ஆனா... முடியாமப் போச்சு.”

“வாஸ்தவம்பா! வெளியூரில் இருந்தப்போ சென்னையில் சந்திச்சவங்களைக்கூட, சென்னையிலேயே இருக்கும்போது சந்திக்க முடியாது. எனக்கு இப்போ 75 வயசாகுது. நெனைச்சுப் பார்த்தா, 75 நாள் மாதிரி வேகமாகக் கழிஞ்சதா தோணுது. பள்ளிக்கூடம் படிக்கிற வரைக்கும் விளையாடி ஜாலியா கழிச்சேன். ரொம்பநாள் இருந்த மாதிரி தோணறது. அதுக்குப் பொறவு, காலம் ரொம்ப நாள் வேகமா ஓடிட்ட மாதிரி இருக்கும். அதுக்காக நான் இன்னும் வாழணும்னு ஆசைப்படறதா நெனைச்சுடாதே. ஏதோ நடை உடையா இருக்கும் போதே போயிடணும். கைத்தாங்கலா போகமுடியறப்பவே உசிரு பிரிஞ்சிடணும். எத்தனையோ நல்ல ஆத்மாக்கள் தூக்கத்திலேயே போயிட்டதா சொல்வாங்க. அந்த மாதிரி எனக்கு வாய்க்காதான்னு ஆசையாயிருக்கு.”

“நல்லவங்களுக்கு நல்லததான் நடக்கும் சார். கவலைப்படாதீங்க.”

“அதையும் சொல்ல முடியலேப்பா. நான் நல்லவன்னு சொல்ல வரலே. ஆனா அதுக்கா நிச்சயமா நான் கெட்டவனில்லே. யாருக்கும் கெட்டது பண்றதுக்கு எனக்கு நேரம்கூட கிடையாது. என்னுடைய வாழ்க்கையிலே ஒரே ஒரு பிறவிகிட்ட மன்னிப்பு கேட்கணும். அதுகூடத் தெரிஞ்சி செய்யலே. ஆனா நல்லவங்க நல்லாத்தான் சாகணும்னு எந்த உத்தரவாதமும் இல்லையே.”

“ஏன் அப்படி சொல்றீங்க?”

‘ஆமாம் தம்பி. எங்க அத்தை ஒன்னு இருந்துச்சி. ரொம்ப தங்கமான அத்தை. அவங்க வீட்டுத் திண்ணையில் இருக்கற அத்தனை பேருக்கும் சாப்பாடு போடும். நான் போனா இலை முழுசும் பதார்த்தங்களைப் பரிமாறி சாப்புடச் சொல்லி வற்புறுத்தும். சாப்புடலேன்னா அழும். அப்படிப்பட்ட அத்தை ஒரு மாசம் நினைவே இல்லாமல் படுக்கையில் கிடந்து, உடம்பு அழுகிக் கஷ்டப்பட்டு செத்தாங்க. அந்த மாதிரி அவலமான மரணத்தைப் பாக்கவே முடியாது. நல்லவங்க நல்லா வாழ்வாங்க நல்லா சாவாங்க அப்படீன்னு சொல்றதுக்கு எந்த கேரண்டியும் கிடையாது.”

‘அவர் மனத்தில் இருப்பதையெல்லாம் கொட்ட நான் வடிகாலாக இருப்பது நல்லது’ என சுக்கிரன் நினைத்துக்கொண்டான்.

"நான் பெரிசா எதுவும் சேத்து வைக்கல. அதுக்கான அவசியமும் எனக்கு இல்லே. நிறைய வாசிச்சேன். ஆனா வாசிக்கறதுக்கும், வாழ்க்கைக்கும் பெரிய சம்பந்தமில்லேன்னு நெனைக்கறேன். ஏதோ சந்தோஷத்துக்காகப் படிச்சோம். காளிதாஸ்னு ஒரு நண்பர். அவர் கொடுத்த புத்தகங்கள். அருமையான கலெக்ஷன். படிக்கப் படிக்க எனக்குப் புதுசு புதுசா உலகம் விரிய ஆரம்பிச்சது. சின்ன வயசுலேயே இதையெல்லாம் படிச்சிருந்தா நல்லா இருந்திருக்குமேன்னு தோணும். சரி இப்பயாவது படிச்சமேன்னு மனசைத் தேத்திக்குவேன்."

சுக்கிரன் அந்தப் புத்தகங்களையெல்லாம் பார்வையிட்டு விட்டு வந்து அமர்ந்தான்.

"ரொம்ப அழகா மெயின்டெய்ன் பண்றீங்க"

"இது ஒரு பெரிய பொக்கிஷம். இதுல இருக்கற சில புத்தகம் எவ்வளவு பணம் கொடுத்தாலும் கெடைக்காது. இப்ப எனக்கப்புறம் யாருகிட்ட இதை ஒப்படைக்கிறதென்னு யோசிக்கறேன்."

"ஆமா சார்" (எங்ககிட்ட கொடுங்க சார். நான் பாத்துக்கறேன். இதுல இருப்பதைக் கட்டாயம் படிப்பேன். பாதுகாப்பேன்).

"இந்த வீடு, நானு கல்யாணம் பண்ணின பிறகு கடன் போட்டு வாங்கினது. இது ஒண்ணுதான் என்னோட சொத்து. ஆரம்பத்திலே புறநகர்ப்பகுதியில வாடகை வீட்டில இருந்தோம். கீழ நாங்க, மேலே வீட்டுக்காரங்க. அவங்க படுத்துன பாடு தாங்க முடியாமத்தான் சொந்த வீடு கட்டணும்னு தோணிச்சி. அப்ப எல்லாம் இந்த மாதிரி ஃபிளாட் ஸிஸ்டம் அவ்வளவா இல்லை."

அவன் அமைதியாக இருந்தான்.

"சஞ்சீவி! சஞ்சீவி! வாப்பா சாருக்கு டீ போட்டுக் குடுப்பா."

"வேணாம் சார்... இப்பதான் சாப்டுட்டு வந்தேன்."

"பரவாயில்லேப்பா. நானும் உன்னோட டீ சாப்புட ஒரு வாய்ப்பு."

"சார் என்னோட போன் நம்பரைக் குறிச்சிக்குங்க. எப்ப வேணும்னா கூப்புடுங்க. நாம்ப பேசிக்கிட்டிருந்தா எனக்கே ரொம்ப ஆறுதலா இருக்கு."

"அடிக்கடி தொல்லை பண்ணலே. எப்பயாவது உங்ககிட்ட பேசணும்னு தோணினா உன்னைக் கூப்புடறேன்." சமையலறையை நோக்கிக் குரல் எழுப்பினார். "சஞ்வீசி! சாரோட நம்பரை அந்தக் காலண்டர்ல தெரியற மாதிரி எழுதி வைப்பா. அவரோட அட்ரஸையும் கேட்டு எழுதிக்கப்பா."

"எழுதிக்கங்க சஞ்சீவி. 9444808761, லேண்ட்லைன் 22455942 - நம்பர் 7, பொன் நகர், மடிப்பாக்கம், சென்னை."

சஞ்சீவி தயாரித்த தேநீர் ருசியாகத்தானிருந்தது.

“டீ நல்லா இருக்கு சஞ்சீவி.”

“சஞ்சீவி நல்ல பையன். நல்லா சமைப்பான். பத்துப் பதினைஞ்சி வருஷமா என்னோடயே இருக்கான். ரொம்ப நேர்மையானவன். அய்யாவை யாரு பாத்துக்குவாங்கன்னு சொல்லி கல்யாணம் கூட இன்னும் பண்ணிக்கலே. அவன் இல்லேன்னா ஏதாவது முதியோர் இல்லத்துல தான் சேர்ந்திருக்கணும்.”

“நாங்க எல்லாம் இருக்கறப்போ, எதுக்கு சார் முதியோர் இல்லம்?”

“யாராலயும் உதவ முடியாதுப்பா. எனக்கு ஒரே ஒரு அண்ணன். தங்கமானவரு. எனக்குக் குரு மாதிரி இருந்தாரு. தினுசுதினுசாப் புத்தகங்களை வாங்கிக்கிட்டு வந்து படிப்பாரு. அந்த ஊருல அவரு மாதிரி படிச்சவங்க கிடையாது. பெரிய மேதாவி. அவரு கேக்கற மியூசிக் வித்தியாசமா இருக்கும். மத்தவங்க சினிமா பாட்டு கேட்கும் போது எம்.எஸ்.சுப்புலட்சமி, பீத்தோவன், மொசார்ட் அப்படீன்னு ஒசந்த ரசனை. டப்பாங்குத்து பாட்டெல்லாம் கேட்க மாட்டாரு. உலக சினிமாவில் தரமானதை ஒண்ணுவிடாமப் பார்ப்பாரு. நல்லாப் படிச்சாரு. அமெரிக்கா போனாரு. அங்கயே ஒரு பொண்ணைக் கல்யாணம் பண்ணிட்டு செட்டில் ஆயிட்டாரு. அதுக்கப்புறம் தொடர்பே இல்லே. இப்ப எங்க இருக்காருன்னுகூட தெரியல. நான் அதிகமா யாரோடயும் பழக மாட்டேன். எனக்கு ஆபீஸே உலகமாயிடுச்சி. நெனைச்சிப் பாத்தா வேலைங்கறது பொழப்புக்குத்தான். ஆத்மார்த்தமா பண்ணனும். ஒத்துக்கறேன். ஆனால் அதையே உலகமா நினைச்சி வாழறதும் முட்டாள்தனம். நமக்காக வாழாமப் போய்ட்டோமோனு தோணுது. என்னோட நண்பர் காளிதாஸ் அடைஞ்ச அந்த திருப்தி எனக்குக் கிடைக்கலே. சில ஏக்கங்களோட தான் என்னோட சாவு நடக்கும். அவரைப் போல மகான் இல்லே. சில நேரங்களிலே ரொம்ப சாதாரண மனுசனா நடந்துக்கிட்டமோன்னு தோணுது. உங்ககிட்ட கூட கல்யாணப் பத்திரிகைக்காக அவ்வளோ கடுமையா நடந்திருக்க வேணாமோன்னு இப்ப நெனைச்சிப் பாத்தா தோணுது.”

“உங்களைப் பாக்க யாருமே வரதில்லையா?”

“நான் நல்லா இருந்தப்ப, நடமாடிக்கிட்டு இருந்தப்ப கொஞ்சம் பேரு வந்தாங்க. என்னால முடிஞ்ச உதவிகளை செஞ்சேன். நன்றியோட இருப்பாங்கன்னு நெனைக்கலே. என்னோட கடமை அவ்வளவுதான். ஆனா என்னோட வாழ்க்கையில நன்றி மறந்ததோட மட்டுமில்லாம எனக்குக் கெட்டது செஞ்ச ஒருத்தன் இருக்கான். அவனை மட்டும் மறக்கவே முடியாது. இப்ப நெனைச்சாலும் மனசு பதறுது. நான் ஞானியில்லப்பா. மனுஷன். இன்னமும் உடம்புல கொஞ்சம் ஓடற ரத்தம் துடிக்குது.”

“சார்! அதையெல்லாம் நினைக்காதீங்க. ப்ளீஸ்!” அவருடைய கைகளைப் பிடித்துக்கொண்டு சுக்கிரன் ஆசுவாசப்படுத்தினான்.

“இப்ப யாருமே வர்றதில்லை. பலருக்குப் பயம். ஏதாவது கேட்டுடுவேனோ அப்படீன்னு பயம். நான் என்னப்பா கேட்கப் போறேன். கடவுள் மாத்திரம்தான் நான் கேட்டதைக் குடுக்க முடியும்.”

“சார் அழாதீங்க.”

“அழ வுடுப்பா. இன்னும் நிறைய அழணும். என்னோட மனசுல இருக்கிற அத்தனை பாரமும் இறங்கினாத்தான் நாம் நிம்மதியா சாகமுடியும். சொல்ல முடிஞ்சதை மட்டும் உங்கிட்ட சொல்றேன். உனக்குக் கேட்கப் பிடிக்கலேன்னா சொல்லிடு. நான் வன்முறையா எதுவும் திணிக்க மாட்டேன்.”

“அப்படி ஏன் சார் என்னப் பிரிச்சிப் பாக்கறீங்க?”

அவர் தோளிலிருந்த துண்டால கண்களைத் துடைத்துக் கொண்டார்.

“அவங்க மேலே எந்தத் தப்புமில்லே. நான் கல்யாணம் காச்சினு அவங்க கூப்பிட்டப் போயிருந்தா தான அவங்க வருவாங்க. நான்தான் சேராமாரியா இருந்திட்டேனே. இதுக்கும் காரணம் இருக்கு. ஆனா அதை வெளியில சொல்லிக்கிட்டு அலைய முடியுமா?”

“சார்! எங்களை யாரும் தப்பா நினைச்சதில்லே. பேசவும் மாட்டாங்க” (பொய்மையும் வாய்மையிடத்து).

“தம்பி! எனக்கோசரம் நீ ஒரு உதவி செய்யணும். செய்வியா?”

“கட்டாயம் சார்.”

“சஞ்சீவிக்கு விவரம் பத்தாது. நான் செத்துப் போனதும் உனக்குத் தகவல் சொல்லுவான். என்னோட தகனத்தை நீதான் செஞ்சி முடிக்கணும். எனக்கு சஞ்சீவிதான் சடங்கு செய்யணும். ஆனா பெசண்ட் நகர் க்ரிமடோரியத்துக்குச் சொல்லி வேண்டிய ஏற்பாடுகளை நீ செய்யணும். செய்வியா?”

“சந்தோஷமா செய்வேன் சார். சத்தியம்.” அவர் கைகளின் மீது தன கையை வைத்து அழுத்தமாகச் சொன்னான்.

“என்னப்பா இதுக்குப்போய் சத்தியம் பண்ணறே. நான் செத்த பிறகும் யாருக்கும் இடைஞ்சலா இருந்திடக் கூடாதுன்னு நெனைக்கறேன்.”

“உங்களுக்கு ஏதாவது செய்யணும்னு மனசு துடிக்குது. ஆனா முடியலே. உங்க ஆத்ம திருப்திக்கு என்னால முடிஞ்சதை நிச்சயம் செய்வேன்.”

“சஞ்சீவி! சஞ்சீவி! இங்க வாப்பா.”

சஞ்சீவி அவரைக் கைத்தாங்கலாகப் பிடிக்க, வீட்டிற்குள் சென்றவர் ஒரு தோல் பையுடன் வெகு நேரத்திற்குப் பிறகு திரும்பி வந்தார். உள்ளே ஏதோ எழுதிக்கொண்டிருந்திருப்பார் போல.

“இந்தாங்க தம்பீ! இதுல 50,000 ரூபாய் இருக்கு. என்னோட செலவுக்கு வச்சிக்க. எனக்கு 13 நாள் பூஜை, சடங்கு எதுவும் வேணாம். யாருக்கும் பெரிசா சொல்லாதீங்க. ஏன்னா, சில பேரு இன்னொரு முறை குளிக்க வேண்டியிருக்கேன்னு திட்டிக்கிட்டே வருவாங்க பாவம். யார் வந்தா என்னா? நான் முழிச்சாப் பாக்கப்போறேன்? ஒரு மாசம் ஏதாவது அனாதை விடுதியில படிக்கிறவங்களுக்குச் சாப்பாடு போடுப்பா. அது போதும்.”

“சார், பணம் எதுக்கு சார்! என்னோட வாழ்க்கையிலே விளக்கேத்தி வச்சவரு நீங்கதானே. இல்லேன்னா நான் வெறும் ரிக்கார்டு க்ளார்க்காவே இருந்திருப்பேன்.”

“அது வேற, இது வேறப்பா. நான் இந்தப் பணத்தைத் தூக்கிட்டாப் போப்போறேன்.”

“சஞ்சீவிக்குத் தாங்க சார்.”

“சஞ்சீவிக்கு என்ன தரணும்னு எனக்குத் தெரியும்பா. நன்றியில்லாத மனுஷனா மாத்திரம் நான் சாக மாட்டேன். தம்பீ! உங்கையில இருக்கற பையில ஒரு சீல்போட்ட கவர் இருக்கும். அதை மட்டும் நான் செத்தபிறகுதான் பிரிச்சுப் பாக்கணும். நீ வருவேன்னு எனக்குத் தெரியும். உங்கிட்ட ஒப்படைக்கணும்னுதான் நான் காத்திட்டிருந்தேன். இப்ப என்னோட கட்டை முழுசா வேகும். என்னோட கடமை முடிஞ்சது.”

அவருடைய முகத்தில் திடீரென திருப்தியும், நிம்மதியும் பரவுவதைக் காண சுக்கிரனுக்கு மகிழ்ச்சி ஏற்பட்டது.

“ஒரே ஒரு விஷயம்பா. புள்ளைங்கள ரொம்பக் கடுமையாக வளக்காதே. அப்படி வளத்தா என்ன ஆகும்னு எனக்குத் தெரியும். அதுங்க சின்ன வயசுல எதிர்பார்க்கிற அன்பைக் குடு. அதுங்களோட நெறய டைம் ஸ்பெண்ட் பண்ணு. அதுதான் மிகப்பெரிய சொத்து. நாம்ப சேத்து வைக்கிற வீடு, நிலம் எல்லாத்தையும் அவங்களே வாங்கமுடியும். நாம்ப காட்டற அன்புதான் முக்கியம். அதை வெளிப்படையாக காட்டினாத்தான் நல்லது. மனசுக்குள்ளேயே பூட்டி வைச்சிப் பிரயோஜனம் இல்லை. பின்னாடி வெளிப்படுத்திக்கலாம்னா, அதுவரைக்கும் நாம்ப இருப்போமாங்கறது சந்தேகம். பொண்டாட்டி கிட்டயும் அன்பா இருக்கணும். போகும்போது ஏதாவது வாங்கிட்டுப் போப்பா.” பாக்கெட்டிலிருந்து 500 ரூபாய் நோட்டை எடுத்துக் கொடுத்தார்.

“இந்தாப்பா. வீட்டுக்குப் போகும்போது குடும்பத்துக்கு வாங்கிக் கிட்டுப்போ. கேட்டா நான் வாங்கித் தந்ததா சொல்லு. அவங்க நேரத்தை எனக்காகச் செலவிட்டதுக்காக அவங்க கோபப்பட மாட்டாங்க.”

“என்ன சார் பணம் எல்லாம் தரீங்க?”

“என்னோட திருப்திக்காக வாங்கிக்கப்பா.”

“சார், வேணாம் சார்.”

“சாகப் போற மனுஷனை சந்தோஷப்படுத்தறதுக்காக வாங்கிக்கப்பா.”

அவனால் தட்ட முடியவில்லை.

அதற்குப் பிறகு என்ன பேசுவது என்று தெரியாமல் இருவரும் வெகுநேரம் அமைதியாக இருந்தார்கள்.

“சரிப்பா! நீ கிளம்பு. உனக்கு நேரமாகுது.”

“போய்ட்டு வர்றேன் சார்.”

“நான் போனபிறகு கட்டாயம் வாப்பா.”

வழியில் பிரபலமான ஸ்வீட் கடையொன்றில் 500 ரூபாய்க்கும் பை நிறைய பலகாரங்கள் வாங்கினான். மனைவி, குழந்தைகள் என அனைவருக்கும் பிடித்த தின்பண்டங்கள். வீட்டிற்குச் சென்றதும், காலிங்பெல்லை அழுத்தியதும், கதவு திறக்க வெகுநேரமானது.

முறைப்புடன் கிரகலட்சுமி திறந்தாள்.

அவள் கையில் தின்பண்டப் பையைக் கொடுத்தான்.

“என்னங்க! அதியமா இருக்கு.”

“உங்களுக்குக் கொடுக்க த்ரிவிக்ரமன் சார் வாங்கி வச்சிருந்தாரு.”

“அதுதானே பார்த்தேன். உங்களுக்கா தோண வாய்ப்பு இல்லையேன்னு.”

அவன் கைகால்களைக் கழுவிக்கொண்டு வந்தான். தோல்பையை எடுத்து பத்திரமாக பீரோவுக்கள் வைத்துப் பூட்டினான்.

சாப்பிட அமர்ந்தான்.

அவள் பரிமாறிக்கொண்டே கேட்டாள் “எப்புடிங்க இருக்காரு?”

“நல்லா இருக்காரு மனசுல. உடம்பு எப்ப வேணுமின்னா சிதைஞ்சிடும். அவரு சாவுக்காக காத்திருக்காரு.”

“அய்யய்யோ! நானும் வந்து பாக்கட்டுங்களா”

அவளுடைய அனுசரணையான கேள்வி ஆச்சரியமாயிருந்தது.

"நாளைக்கு உன்னை டாக்டர் சுரேந்திரன் கிட்ட வயித்துப் பிரச்சினைக்காகக் கூட்டிக்கிட்டுப் போறேன். தயாராயிரு."

அவளால நம்ப முடியலே.

"உண்மையிலேயே என்மேல பாசமிருக்கா?" என்றாள்.

"இது கடமை, பாசமல்ல" என்றான். 'கொழுப்பு' என்றாள்.

'இனிமேல குடும்பத்துக்காக நிறைய நேரம் ஒதுக்கப் போகிறேன். த்ரிவிக்ரமன் சாருடைய வார்த்தைக்கு நான் கொடுக்கிற மரியாதை அதுவாத்தான் இருக்க முடியும்.' மனத்தில் நினைத்துக்கொண்டே படுக்கையில் சாய்ந்தான்.

தூங்கிக்கொண்டிருக்கும்போது, யாரோ காதை மெல்ல வருடுவதுபோல இருந்தது.

கிரகலட்சமி முகம் எல்லாம் கழுவி, மல்லிகை திரவிய மணத்துடன் அவன் கன்னத்தில் முத்தமிட்டாள்.

8

எங்கோ நுழைந்தது போல இருக்கிறது. எங்கே என்பது புரியவில்லை.

உயரமான மேடை ஒன்று. அதில் நடுநாயகமாக உட்கார்ந்திருக்கிறார் ஒருவர். அவருக்குப் பக்கத்தில் இருவர். மூவருமே நல்ல உயரம். பளிச்சென்ற முகம். தெளிவான பாவனைகள், தீட்சண்யத்துடன் கண்கள். அனைவருக்கும் ராஜகளை. உங்கே நுழைந்திருக்கிறோம் என்பது அவருக்குப் புரியவில்லை.

'ஒருவேளை நரகமாக இருக்குமோ!' நடுக்கம் ஏற்பட்டது.

'ஆனால் மேடையில் அமர்ந்திருப்பவர்கள் நம்முடைய மேலதிகாரிகள் அளவிற்குக் கூடக் கொடூரமானவர்களாகத் தெரியவில்லையே. சிரித்த முகமான லட்சணத்துடன் தெரிகிறார்களே' என்றும் அதே நேரத்தில் அவருக்குத் தோன்றியது;

'சிரித்தவர்கள், அழகாயிருப்பவர்கள் உண்மையாக இருப்பார்கள் என்பதற்கு என்ன உத்தரவாதம். வெளியே அழகாக, உள்ளே கறுத்த பலரை நான் பார்த்திருக்கிறேனே.'

அவருக்குக் குழப்பமாகவும், எந்த முடிவுக்கும் வரமுடியாமலும் இருந்தது.

நடுநாயகமாக இருப்பவரிடம் சென்றார். அவர் சிநேகமாக, வெகுநாட்கள் பழக்கமானது போன்ற தோரணையுடன் புன்னகை புரிந்தார். அதில் ஓர் அன்னியோன்யம் இருந்தது.

"இது என்ன?"

"உங்கள் உலகத்தைக் காட்டிலும் பல மடங்கு பெரியது"

"அது சரி! எப்படிப் பல மடங்கு பெரிதாக இருக்க முடியும்?"

தானும் சுத்தத் தமிழில் பேசுவதை உணர்ந்தார். 'ஒருவேளை இங்கு அப்படித்தான் பேச வேண்டுமோ!'

"வாழ்ந்துகொண்டிருப்பவர்களைவிட இதுவரை செத்துப் போனவர்கள் எண்ணிக்கை அதிகம்."

அவருக்கு திக்கென்றிருந்தது. 'ஓ! நாம் செத்துப்போய் விட்டோமோ?'

"என்ன பயமாக இருக்கிறதா?" அவரே கேட்டார்.

"இது என்ன நரகமா! சொர்க்கமா!"

"யாருக்கும் முழு அளவு சொர்க்கம், நரகம் சாத்தியமில்லை. எதுவுமே முழுமையானதாக இருக்க முடியாது. ஒப்பீட்டில் உள்ளது சுகமும், சோகமும். நீ இருக்கும் இடத்தில் சொர்க்கமும் உண்டு; நரகமும் உண்டு. சொர்க்கத்தின் விகிதம் உன் கைகளில் உண்டு. ஒப்பிடாதவரை உன் வாழ்வு சொர்க்கம். எங்கு போனாலும் நரகத்தை சுமந்து செல்பவர்களை யாரும் ஒன்றும் செய்யமுடியாது."

"உனக்கு இந்த இடத்தைப் பற்றி என்ன தோன்றுகிறது?"

"உங்களால் உருவாக்க முடியாத அளவிற்கு மோசமான நரகத்தை நாங்கள் உருவாக்கியிருக்கிறோம். எனவே உங்கள் நரகமும் எங்களுக்கு சொர்க்கமே!"

"சாமர்த்தியமாகப் பேசுகிறீர்கள்" அவர் சிரித்தார். பற்கள் குழந்தையின் வரிசையைப் போல பளிச்சிட்டன.

"உண்மையைத்தான் சொல்கிறேன். எங்கள் வாழ்க்கையே தண்டனையாகத்தானிருந்தது."

"அவசரப்பட்டு எந்த முடிவுக்கும் வராதே.

இப்போது தானே வந்திருக்கிறாய்.

இன்னும் நிறைய இருக்கிறது."

அவருடைய குரல் எச்சரிப்பது போல இறுகியது. ஆனால் அதற்கெல்லாம் அவர் மசியவில்லை.

"நீங்கள் ஏன் தூய மொழியில் பேசுகிறீர்கள்?"

"எங்கள் மனமும், மொழியும் மாறாதவை; கலப்படமற்றவை. ஒரு வகையில் இது நீங்கள் கண்டுபிடித்தவை. நாங்கள் பேசுகிற மொழி ஒன்றுதான். அது அவரவர் காதுகளில் அவர்களுக்குப் பரிச்சயமான மொழியில் சப்தங்களாகச் சென்று விழுகின்றன. எங்களுக்கு எல்லா மொழியும் ஒன்றுபோலத்தான். உயர்வு, தாழ்வு என்ற இம்சைகளில் நாங்கள் சிக்கிக்கொள்வது இல்லை."

அவருக்கு எதுவும் புரியவில்லை. 'இவர்கள் ஒருவேளை தீவிர இலக்கியம் படித்திருப்பார்களோ' என்று தோன்றியது.

'சரி வாரும்' என்று அவரை அழைத்துச் சென்றனர். அவருக்கு எதுவும் தெரியவில்லை. 'சட்டென்று' வந்துவிட்டது போலத் தெரிந்தது.

ஓர் அறைக்குள் அவரை அழைத்துச் சென்றனர்.

"உனக்கான அறை இதுதான்"

"எப்படித் தீர்மானித்தீர்கள்?"

"எங்கள் தீர்மானம்தான் இறுதியானது. நாங்கள் நீதிபதிகள் மாதிரி. கெடு விதிப்போம். எங்களுக்கு கெடு இல்லை."

"மேல் முறையீடு இல்லையா?"

"நீ அரசு நிறுவனத்தில் பணிபுரிந்திருக்கிறாய். அதனால்தான் இப்படிப் பேசுகிறாய். நீ செய்யும் மேல்முறையீடும் எங்களுக்குத்தான் வரும்."

அறையைச் சுற்றிப் பார்த்தார். அவருக்கு மிகவும் பிடித்திருந்தது. காற்றோட்டமாக, விசாலமாக, அழகான நாற்காலி, சொகுசான மெத்தையுடன். அவர் வாழ்ந்த முற்றத்தை விட அழகாகத்தான் இருந்தது.

அவர் சொன்னார். "எனக்கு இந்த அறை மிகவும் பிடித்திருக்கிறது."

"பிடித்திருக்கிறது என அடிக்கடி மகிழாதே. மாற்றிவிடுவோம். உன் அபிப்ராயங்களைப் பற்றிக் கவலைப்படுகிற விடுதியல்ல. இது மறுவாழ்வு மையம்."

"என் பொருட்கள் எங்கே?"

"நீ செத்துப் போய்விட்டாய். இது பொருட்களைக் கொண்டு வரமுடியாத இடம். போட்டிருந்த உடைகளைக்கூட உடன் கொண்டு வர முடியாது என்பதைப் புரிந்துகொள்ளும் இடம்."

அவருக்குப் புரிய ஆரம்பித்தது. கொஞ்சம் கொஞ்சமாகப் பழைய நினைவுகள் வர ஆரம்பித்தன.

"நான் இந்த அறையிலேயே இருக்க வேண்டுமா?"

"உனக்கு எங்கு வேண்டுமானாலும் சென்று வர சுதந்திரம் உண்டு. ஆனாலும் உன் கண்ணிற்கு ஏற்கனவே பரிச்சயமானவர்கள் மட்டுமே தெரிய ஆரம்பிப்பார்கள்"

அவருக்கு உடல் மிதப்பதைப் போலவும், பூரண விடுதலை கிடைத்தது போலவும் உணர்வு ஏற்பட்டது.

9

இதுவரை வாழ்வில் அனுபவித்திராத சுகம் கிடைப்பதுபோல உணர்ந்தார்.

'எல்லா உறவும் மனசுல ஏத்தற பாரம்தான் வாழ்க்கையா. அதுதான் பூலோகமா? அது நீடிக்கணும்னுதான் மனுஷன் இத்தனை பாடுபடறானா? இவ்வளவு நிம்மதியா இருக்கும்னு தெரிஞ்சிருந்தா முன்கூட்டியே செத்திருக்கலாமே! சாவுக்குப் பயப்படறவங்ககிட்ட இதைப் போய் சொல்லணும். ஆனா முடியாதே! செத்துப் போனவங்க மறுபடி அங்கே போகமுடியாதே.'

அவர் மனம் பலவித சிந்தனைகளில் பயணித்தது.

'அவசரப்பட்டு எந்த முடிவுக்கும் வரவேணாம். சுத்திப் பாப்போம். முதல் நாளை வச்சி எந்தத் தீர்மானத்திற்கும் வரமுடியாது' அவருக்கு உள்ளூர பயமும் இருந்தது.

ஆனால் அதையும் மீறி உடம்பு பயமும், நடுக்கமும் இல்லாமல் இருப்பது பெரிய சுதந்திரமாக இருந்தது.

'உடம்பை உதிர்க்கறது தான் ஞானமோ! அதுக்குத்தான் துறவிங்க கஷ்டப்படறாங்களோ! குகைக்குள்ளே இருந்து வெளியில வந்தபிறகு ஏற்படற வெளிச்சம் மாதிரி தெளிவு கிடைக்கிற அனுபவம்தான் மெய்ஞானமோ!'

பூலோகத்தில் ஏற்படாத புதிய சிந்தனைகள் அவருக்கு ஏற்பட்டன.

ஒரு முறை சுற்றிப் பார்க்கலாம் என்று கிளம்பினார். சிறிது தூரம் போனதும் ஒருவர் தென்பட்டார். பரிச்சயமான நடை, முகம், கைகளில் வெள்ளைத் தழும்புகள். கன்னத்தில் ஒரு ரூபாய் அளவு பெரிய மச்சம்.

'அட! இவன் நம்மோட காலேஜ் வரைக்கும் படிச்ச ஸ்ரீநாத் தானே! இவன் எப்படி இங்க வந்தான். ஓ! இவனும் செத்துப் போய்ட்டானா! அடப்பாவி இதிலயும் முந்திக்கிட்டாயா?'

அவருக்கு ஸ்ரீநாத் பற்றிய நினைவுகள் விரிந்தன.

படிப்பில் கெட்டி. எப்போதும் முதல் மதிப்பெண் பெறுவதில் குறி. சகலநேரமும் படிப்பு. படிப்பைத் தவிர வேறு சிந்தனை இல்லை.

அவனை எப்படியாவது ஒருமுறையாவது முந்திக் காட்ட வேண்டும் எனப் பல மாணவர்கள் பிரயத்தனம் செய்வார்கள். ஆனால் முடியவில்லை.

ஸ்ரீநாத்துக்கு முதல் ரேங்க் மாத்திரம்தான் இலட்சியம். கல்லூரி அரங்கில் முத்தமிழ் விழா நடக்கும். அவன் வரமாட்டான்.

“இதெல்லாம் சுத்த வேஸ்ட். இயல், இசை, நாடகத்துக்கும் நமக்கும் என்ன சம்பந்தம். நாம்ப சயின்ஸ் ஸ்டூடண்ட்ஸ்” என்பான்.

சனிக்கிழமையன்று மாணவர்களுக்குத் திரைப்படம் போடுவார்கள். அதற்கு ஒருமுறைகூட அவன் சென்றதில்லை.

“வாழ்க்கையில் யாராவது மரத்தை சுத்திக் காதல் பண்றாங்களா? பாட்டுப் பாடறாங்களா? அவங்க பாடும்போது எப்படி மியூசிக் வரும்! யாரு வயலின் வாசிக்கறாங்க. ரோட்ல போறவங்க எப்படி ஒரே ஸ்டெப்ஸ்ல டான்ஸ் ஆடறாங்க. சுத்த நான்சென்ஸ். டயம் வேஸ்ட்” என்பான்.

அவனுக்கென்று பிரத்யேகமாக எந்த விருப்பமும் இருந்ததாகத் தெரியவில்லை. ‘படிக்கவேண்டும்’. ஆண்டு விழாவில் எல்லாப் பரிசு களையும் ‘அவனே வாங்க வேண்டும்.’ அதுவே அவனுடைய லட்சியம்.

யாராவது தன்னுடைய மதிப்பெண் அளவிற்குப் பெற்றுவிட்டால் பயங்கரமான பொறாமை ஏற்படும். அவர்கள் தேர்வுத்தாளை வாங்கிப் பார்த்து அதிலிருக்கும் தவறுகளையெல்லாம் பட்டியலிட்டு எல்லோரிடமும் விளக்கிக்கொண்டிருப்பான். யாருக்கும் தெரியாமல் போட்டித் தேர்வுக்கான விண்ணப்பங்களைப் பெறுவான். அதற்கான புத்தகங்களை ஒளித்து வைத்துப் படிப்பான்.

கல்லூரியில் அறிவியல் வகுப்புகளுக்குச் செய்முறைப் பதிவேடு உண்டு. அதை மாணவர்கள் பகிர்ந்துகொள்வார்கள். ஒருவர் எழுதியதை, அப்படியே பார்த்து எழுதி மறுநாள் வகுப்பில் சமர்ப்பிப்பது உண்டு. ஆனால் அவன் மாத்திரம் யாரையும் பார்த்து எழுத அனுமதித்ததேயில்லை. தேர்வில் ஒரு மதிப்பெண் விடைகளைச் சில நேரங்களில் பக்கத்திலிருப்பவர்களிடம் கேட்டுத் தெரிந்து கொண்டு கிசுகிசுப்பது உண்டு. அவனோ அப்படி ஒரு கேள்விக்குக்கூட விடையைக் கசிய விடமாட்டான். ‘தன் அறிவைக் கொண்டு வேறு ஒருத்தர் மதிப்பெண் பெற்றுவிடுவதா!’

முதல் ஆண்டிலேயே அவன் சுபாவம் தெரிந்ததால், அவனிடம் யாரும் நெருங்கியதேயில்லை. அவன் தனித்துத் தேங்கினான். அது அவனுக்கு வசதியாகப் போனது. அவன் தன் படிப்பைத் தீவிரமாக்க உதவியது.

இறுதியாண்டு படிப்பதாகப் பொய் சொல்லி அகில இந்திய உதவிக்தொகைக்காக இரண்டாமாண்டிலேயே தேர்வு எழுதினான். அதை ரகசியமாகப் பாதுகாத்தான். அடுத்த ஆண்டு எழுதுவதற்குப் பயிற்சியாக இருக்கும் என்பது அவன் திட்டம். உதவித்தொகை கிடைத்ததைக்கூட மூச்சுவிடாமல் காப்பாற்றினான். அந்த அளவிற்குச் சுயநலம்.

கல்லூரி வாழ்விற்கான சதைப்பிடிப்பான பக்கங்கள் எதையும் அவன் ரசித்ததில்லை. விடுதிநாளுக்குக்கூட அவன் வரவில்லை. அடுத்த நாள் ஏதோ முக்கியத்தேர்வு எழுதப்போவதாகப் படித்துக் கொண்டிருந்தான்.

அவனும், அவனுடைய சோடா புட்டிக்கண்ணாடியும் அவருக்கு விசித்திரமாக இருந்தது.

‘இவனிடம் பேசலாமா? வேண்டாமா?’ என்றுதான் அவருக்குத் தோன்றியது. பகைவனைக்கூட அந்நியதேசத்தில் பார்த்தால் அதை மீறிய அன்பு வெளிப்படுமே அதுபோன்ற உணர்வு அவருக்கு ஏற்பட்டது. அதே நேரம் ‘இவன் பேசாமல் முகத்தைத் திருப்பிக்கொண்டால் என்ன செய்யறது’ என்கிற சந்தேகமும் ஏற்பட்டது.

‘பரவாயில்ல அதனால் என்ன? அவமானத்தையும் தாண்டிய இடமல்லவா இது. இது என்ன பூமியா! தழும்புகளைத் தடவித் தடவி வருத்தப்பட.’

“ஸ்ரீநாத், ஸ்ரீநாத்” என்று அவர் சத்தமாகக் கூப்பிட்டார். அவன் உடனே திரும்பிப் பார்த்தான்.

“யாரு?” என்றான். அவர் பெயரைச் சொன்னார். “நாம்ப ரெண்டு பேரும் ஒரே காலேஜ்ல படிச்சோம்.” அவர் கல்லூரிப்பெயரைச் சொன்னார். அவன் முகத்தில் எந்த பாவமும் இல்லை.

“காலேஜ் பேரு ஞாபகமிருக்கு. ஆனா உங்க பேரு நினைவுல இல்ல,”

“எப்படியிருக்கீங்க?”

“நல்லா இருக்கேன்.”

“படிச்சபிறகு நாம்ப சந்திக்கவே முடியாம போயிடுச்சே!”

“ஆமாம்! என்னை எல்லோருக்கும் தெரியும். ஏன்னா காலேஜ்ல படிக்கறப்போ 108 பரிசுகள் வாங்கினேன்.”

எண்ணிக்கூட வச்சிருப்பான் போலயிருக்கு. இன்னும் அவன் அதை மறக்கலயோ!

“அதுக்குப்பிறகு நல்ல உத்தியோகம் கிடைத்தது. நிறைய ஆஃபர். பல நிறுவனத்திற்கு மாறிக்கிட்டேயிருந்தேன். நிறைய சம்பாதிச்சேன். எல்லா இடத்திலேயும் எனக்குப் பெரிய உத்தியோகம்..............”

அவன் தன்னைப் பற்றியே பேசிக்கொண்டிருந்தான். ‘நீங்க யார்? என்ன செய்தீங்க’ என்று ஒரு வரிகூட கேட்கவில்லை. அப்போதுதான் அவருக்கு அயர்வு ஏற்பட்டது. ‘தன்னைப் பற்றியே பேசிக்கொண்டிருப்பவனும், தற்பெருமை பேசுகிறவனும் உடனிருப்பவர்களுக்கு ஒரு நரகத்தை உண்டாக்குகிறார்கள்’ என்பது அவருக்குப் புரிந்தது.

“என்னோட உழைப்பை எல்லோரும் உறிஞ்சிட்டாங்க. எனக்குக் கிடைக்க வேண்டிய மதிப்பும், மரியாதையும் கிடைக்காமப் போயிடுச்சி. என்ன பண்ணட்டும். என்னோட குடும்பத்திலேயே எனக்கு அன்பு கிடைக்காமப் போயிடுச்சி. என்னோட மனைவி கல்யாணமான அடுத்த வருஷமே விவாகரத்து பண்ணிட்டுப் போயிட்டா. என்னோட இரண்டாவது பொண்டாட்டி தற்கொலை பண்ணிக்கிட்டா. என்னால இங்கயும் யாரையும் நம்பமுடியலே. என் அறிவுக்குக் கிடைக்க வேண்டிய மரியாதை எனக்குக் கிடைக்கல.” அவன் தொடர்ந்து புலம்பினான். கேட்கத்தான் பொறுமையில்லை.

‘திருமணமான இரவுகூட மனைவியுடன் காஷ்மீர் பிரச்சினையைப் பத்தியும், இந்திய அரசியலமைப்புச் சட்டத்தைப் பத்தியும் விடியவிடிய விவாதிச்சிருப்பான். விட்டால் போதும்னு அவள் ஓடியிருப்பா’ என அவர் நினைத்துக்கொண்டார். ‘சுவாரசியமில்லாத மனிதர்களின் வெற்றி மற்றவர்களுக்கு மகிழ்ச்சியை ஒருபோதும் தருவதில்லை.’

அவனை எப்படியாவது ஆசுவாசப்படுத்த வேண்டுமே. அதற்கு ஒரே வழி அவனுடைய அறை வரை சென்று அவனை அங்கேயே அமர வைப்பது தான் என நினைத்தார் அவர்.

“வாங்க ஸ்ரீநாத், உங்க அறைக்குப் போகலாம்.”

அவன் வேண்டா வெறுப்பாகத் தன்னுடைய அறைக்கு அழைத்துச் சென்றான். அந்த அறை சிறியதாகவும் அனல் பறக்குமளவு வெப்பமாகவும் இருந்தது.

‘அடப்பாவமே, இந்த அறையில் புழுங்கிக்கொண்டிருக்கிறானே’ என அவருக்குத் தோன்றியது.

“எனக்கு எந்த வித்யாசமும் தெரியலே.”

‘இவனை நம்ம ரூமுக்குக் கூட்டிக்கிட்டுப்போய் காமிச்சா என்ன’ என்று நினைத்தார்.

‘பாவம், அவன் மனசு சுருங்கிவிடும்.’

"இந்த அறைதான் இங்க இருக்கற பெஸ்ட் ரூம் தெரியுமா? இங்கதான் நான் ரொம்ப வருஷமா இருக்கேன்."

'இவனுக்குத் தான் செத்துப்போன விஷயமே தெரியலயா? இதையும் ஏதோ ஹாஸ்டல்னு நெனைச்சிக்கிட்டிருக்கானோ.'

அவருக்கு அவன்மேல் இருந்த அத்தனை கோபமும் பரிதாபமாக மாறியது.

அவன் தொடர்ந்தான்: "இந்த அறைக்கு யாரையும் இதுவரைக்கும் நான் கூப்பிட்டதே இல்ல. ஏன்னா இது என்னோட ரூம். அவங்க இதை மாத்திக்க ஆசைப்பட்டா நான் என்னா பண்ணமுடியும்?"

'அடப்பாவி இங்கயும் போட்டியா? நல்லவேளை, இவனைப் பூலோகத்துல சந்திக்காம இருந்தோமே அதுவரைக்கும் சந்தோஷம். இனிமேல் இந்தப் பக்கமே வரக்கூடாது' என நினைத்துக்கொண்டார்.

"சரி! நான் கிளம்பறேன்" என அவர் சொன்னதைக்கூட அவன் லட்சியம் செய்யவில்லை.

திரும்ப வரும்போது நினைத்துக்கொண்டார். 'யார் பூலோகத்தைச் சொர்க்கமாக்கிக் கொண்டார்களோ, அவர்களுக்குத்தான் இந்த இடமும் சொர்க்கமாக முடியும். இனிமேல் இந்தப் பக்கம் தலை வைத்துப் படுக்கக்கூடாது.'

10

“நீங்க யார் என்பதைத் தெரிந்துகொள்ளலாமா?” அவர் மேடையில் இருந்தவரைக் கேட்டார்.

“என்னை யார் எனப் போகப் போகத் தெரிந்துகொள்வாய். என்னைச் ‘சித்திரகுப்தன்’ என்றெல்லாம் நினைத்துக்கொள்ளாதே.”

‘என்னுடைய வசதிக்கு உங்களைத் தலைமை நிர்வாகி என வைத்துக் கொள்கிறேன்’ என்று மனத்திற்குள் கூறிக்கொண்டார்.

“உங்களிடம் ஒரே ஒரு வேண்டுகோள். எனக்கு முன் இங்கே வந்துவிட்ட ஒரே ஒரு நபரை நான் சந்திக்க வேண்டும். மன்னிப்பு கேட்க வேண்டும்.”

“எங்களுக்கு அது தெரியும். ஆனால் இப்போது அதற்கு வாய்ப்பு இல்லை. மறுபடியும் இதைப் பற்றி நச்சரிக்காதே.”

அவர் அந்த ஒரு எச்சரிக்கையில் சுருங்கிப் போனார்.

அவர் யாரையும் எப்போதும் நச்சரித்துப் பழகியவர் அல்லர். அவருக்குப் பழைய நினைவுகள் சலன வட்டங்களாக விரிந்தன.

சின்ன வயதிலிருந்து யாரிடமும் எதுவும் கேட்டுப் பழகாதவர்.

ஒருமுறை வீட்டிற்கு உறவினர் வந்திருந்தார்கள். அவர்களைக் கவனிக்கும் அவசரத்தில் இரண்டாம் வகுப்பு படித்துக்கொண்டிருந்த அவனுக்கு மதிய உணவு பரிமாறவில்லை.

வயிற்றுப் பசி அதிகரித்துக்கொண்டே போனது. மயக்கம் வந்து சுருண்டு விழுந்தான்.

பசி மயக்கம் என்பது தெரிந்ததும்

“பசிச்சா சொல்ல மாட்டியா?” என்று எல்லோரும் கேட்டார்கள்.

‘சாப்பாடு வேணுமின்னு எப்புடிக் கேக்கறது. அவங்களா பாத்து கவனிக்கணும்.’ அவன் மனத்தில் நினைத்துக்கொண்டான்.

விருந்தினர் வீட்டிற்குப் போனால் அவர்களாக “சாதம் வேண்டுமா? இன்னும் கொஞ்சம் போட்டுக்கோ” என்று வற்புறுத்தாவிட்டால் முதல் சோறுடன் எழுந்துகொள்வான். வீட்டில்கூட அவன் அண்ணன் தான், இட்லி செய்தால் முதலில் தட்டை எடுத்துக்கொண்டு நீட்டுவான்.

விடுமுறை நாட்களில், மனைவியாகத் "தேநீர் வேண்டுமா" என்று கேட்டால், தலையசைப்பான். அவனாக "ஒரு கோப்பைத் தேநீர் கொண்டு வா" என்று கேட்டு சாப்பிட்டதில்லை.

சொந்த வீட்டில்கூட அந்நியன் போல இருக்கும் மனப்பான்மை. சாப்பாட்டுக்கும் அவனுக்கும் அப்படியொரு கொடுப்பினை. எங்கு போயும் தங்கி ஒரு வாய் சாப்பிடும் யோகம் இல்லை. எத்தனையோ பேருக்கு சாப்பாடு வாங்கிக் கொடுத்திருப்பார். ஆனால் அவருக்கு யாரேனும் சாப்பாடு எப்போதாவது வாங்கிக் கொடுத்திருப்பார்களா என்று அவர் நினைத்துப் பார்த்ததுகூட இல்லை.

ஒருமுறை அவருடைய நண்பர் ஒருவர் சாப்பாட்டுக்கு வீட்டுக்கு அழைத்தார். அவர் எவ்வளவோ மறுத்தும் கேட்கவில்லை. விடாப்பிடியாகத் தன்னுடைய காரில் ஏற்றிக்கொண்டு பாதிவழி செல்லும்போது, போன். அவருடைய மனைவி பாத்ரூமில் வழுக்கி விழுந்து கால் முறிவு ஏற்பட்டுவிட்டது என்று. அங்கேயே காரை நிறுத்தச் சொல்லி, ஆட்டோ பிடித்து வீடுவந்து சேர்ந்ததில் அவருக்கு 50 ரூபாய் தண்டம்.

அலுவலகத்திலும் யாரிடமாவது எதையாவது எதிர்பார்த்திருப்பாரா? என்ன பதவி கிடைத்ததோ அதையே ஏற்றுக்கொண்டார். மேலே இருப்பவர்களைப் பார்த்து பெட்டிஷன் கொடுத்து, திரும்பத் திரும்ப நச்சரித்து, பதவி உயர்வு பெற வேண்டும் என்றெல்லாம் அவர் முயற்சி செய்ததில்லை. 'யாரிடமும் துண்டுச் சீட்டு கொடுக்காமல் வாழ்க்கையை முடித்துவிடவேண்டும்' என்பதில் அவர் மிகுந்த குறியாக இருந்தார்.

அவருக்கு ஒரு நண்பர் அரசுப் பணியில் இருந்தார். அவரும் இவரும் அடிக்கடி சந்தித்துக் கொள்வார்கள். அவர் பெயர் செல்வராஜ்.

எந்த அரசு வந்தாலும், அவர் முக்கியமான பணியில் ஒட்டிக் கொள்வார். மூன்று மாத வனவாசம். அதற்குப் பிறகு முந்தைய ஆட்சியில் இருந்ததைவிட சக்திவாய்ந்த பணி அவருக்குச் சிவப்புக்கம்பளம் விரித்துக் காத்திருக்கும். அவருக்கு அரசு சலுகை விலையில் கொடுத்த இரண்டு வீட்டு மனைகள். ஒன்று அவர் பெயரில், இன்னொன்று மனைவி பெயரில்.

முதல் வீட்டு மனையைப் பெற்றது குறித்து அவரே சிலாகித்துத் தன் விடாமுயற்சியை விலாவாரியாக விவரிப்பார்.

"நான் ஹவுசிங் மினிஸ்டர் கிட்ட ஒரு மனு கொடுத்தேன். அவரு பாக்கறேன்னாரு. தினமும் காலையிலயும் மாலையிலயும் பிள்ளையார் கோயிலுக்குப் போற மாதிரி அவரோட வீட்டுக்குப் போய் நிப்பேன்.

அவர் "என்ன சார்" அப்படீம்பாரு. நானு 'சும்மா அமைச்சரைப் பாத்துட்டுப் போலாம்னு வந்தேன்' அப்டீன்னு சொல்லுவேன். இரண்டு வருஷம் தினமும் போவேன். அவரு இருந்தா அவரைப் பாப்பேன். இல்லேன்னா அவரோட பி.ஏ.வைப் பாப்பேன். நான் வர்றதை நிறுத்த ஒரே ஒரு வழிதான் இருக்குன்னு முடிவு பண்ணி எனக்கு ப்ளாட் அலாட் பண்ணிட்டாரு" எனத் தன் பிரதாபத்தை கொஞ்சம்கூட வெட்கமில்லாமல் அளப்பார்.

'இப்படி ஒரு வீட்டு மனை சலுகை விலையில் வாங்கறதுக்குப் பதிலா நாண்டுகிட்டு சாகலாம்' என அவர் மனத்தில் நினைத்துக் கொள்வார்.

'வாழ்க்கைன்னா ஒரு சுயமரியாதை வேணாமா. அதுக்குக் குடிசையில கௌரவத்தோட வாழலாமே' என்பது அவருடைய சித்தாந்தம்.

"நாம்ப நல்லவங்கன்னு யாரும் நம்மைக் கூப்பிட்டு எதையும் தரமாட்டாங்க. விருது வாங்கற தகுதி உடையவர் அப்படீன்னு யாரும் நமக்குப் பரிந்துரை செய்யமாட்டாங்க. எல்லாத்துக்கும் நாம்பதான் முயற்சி செய்யணும். பாரத ரத்னாவுக்குக்கூட சிபாரிசு வேணும்." செல்வராஜ் தன்னுடைய பிரயத்தனங்களை நியாயப்படுத்துவார். அவருடைய தகுதிக்கு அவர் அடைந்த உயரம் ரொம்பவே அதிகம். முட்டாள்தனத்தைக் கொண்டாடுகிற உலகத்தில் புத்தர்கள் புறந்தள்ளப்படுவது இயல்புதான்.

கல்லூரியில் படிக்கும்போது இவரோடு படித்த ஒரு பெண், இவர் மீது அதிக ஈர்ப்பு. அது அவளுடைய பல செயல்களில் வெளிப்பட்டது.

'என் மீதுகூட ஒருத்திக்கு ஈர்ப்பா' என்றுதான் முதலில் நினைத்தார். ஆனால் நாளடைவில் அவளுடைய நடவடிக்கைகளில் அவளுடைய ஆர்வமும், ஈர்ப்பும், கவனமும் அவர்மீதே இருப்பதே தெரிந்து எந்தப் பெண்ணும் தானாக வலிய வந்து "நான் உங்களை நேசிக்கிறேன்" என்று வெளிப்படையாக வெட்கமில்லாமல் சொல்வாளா? இவராகச் சொல்லட்டும் என நினைத்தாள். அவளாகச் சொல்லட்டும் என எண்ணியதில், காலதாமதம் ஏற்பட்டு அதற்குள் கல்லூரியில் படிக்கும் போதே அவளுக்குத் திருமணம் ஏற்பட்டது. இப்போது அவள் எங்கிருக்கிறாளோ?

எதையுமே யாரிடமும் ஒருமுறை கூட, கேட்டுப் பழகாத அவரைப் போய் 'நச்சரிக்காதே' என எச்சரித்தாரே என அவருக்குச் சின்ன வருத்தம். வருத்தப்படும்போது, அது நரகத்தின் வழியாக அவருக்குத் தோன்றியது. தன் அறைக்குத் திரும்பி சோர்வுடன் அமர்ந்துவிட்டார். எப்படியும் அவருடைய ஆசை எப்போதாவது நிறைவேறும் என்கிற நம்பிக்கை சற்று ஆறுதலளித்தது.

11

தலைமை நிர்வாகி அவரை அழைத்தார்.

"இன்று விருந்து இருக்கிறது. வந்துவிடு."

"எப்போது இரவிலா?"

"இரவு, பகல் என்ற பேதத்தைக் கடந்து, காலப் பரிமாணங்களைத் தாண்டி விரிந்திருக்கும் உலகம் இது என்பதை இன்னும் உணரவில்லையா? வெளிச்சத்திற்கும், இருளுக்குமிடையே வேறுபாடு இல்லாத இடம். ஏனெனில் வெளிச்சத்தில் கலந்திருக்கும் இருளையும், இருளில் ஊடுருவி இருக்கும் ஒளியையும் பிரித்தறிய முடியாதவர்கள் நீங்கள். எல்லாவற்றைக் காட்டிலும் பழக்கத்தையும், நினைவுகளையும் உதிர்ப்பது சிரமம்."

அவர் நினைத்துக்கொண்டார். 'என்ன இவரு பின்நவீனத்துவ பாணியில் பேசறாரு."

"எதற்காக விருந்து?"

"மரணத்தைக் கொண்டாடும் மனநிலையோடு இங்கு எப்போதாவது யாராவது ஒருவர், இருவர் மட்டுமே வருகிறார்கள். அவர்கள் வரவைக் கொண்டாடும் நோக்கத்தில் இது அளிக்கப்படும்."

"அப்படி வந்தவர்கள் யார்? யாருக்காக இந்த விருந்து?"

"அண்மையில் அப்படி வந்தவன் நீதான். மரணத்திற்காக ஆவலோடு காத்திருந்தவன் நீ. உனக்காகவே இந்த நிகழ்வு."

அவருக்குப் பெருமிதமாக இருந்தது. இருந்தாலும் ஒரு சந்தேகம் உண்டானது.

"தற்கொலை செய்பவர்கள் வரும் போதெல்லாம் இவ்விருந்து உண்டா?"

"இல்லை. விரக்தியடைந்து சாகத்துணியும் மனிதர்களுக்கு மரணம் தப்பித்தல். அது விடுதலையல்ல. அவர்கள் செத்துக் கொண்டிருக்கும் போதே தப்பு செய்துவிட்டோமே என்று வருத்தப்படுவது உண்டு."

"அதுசரி! உணவு, பசி என்பதைக் கடந்ததில்லையா இவ்வுலகம்"

"கடந்ததுதான். நாங்கள் நினைத்தால் பசியை உண்டாக்க முடியும். பகிர்ந்துகொள்ளுகிறபோது தான் நொய்யரிசிகூட நெய்யரிசி ஆகும் என நீ எழுதவில்லையா?"

விதவிதமான உணவு வகைகள்; பல வண்ணங்களில். வண்ணங்கள் கண்ணைப் பறித்தன. "சமச்சீர் உணவு போல" அவருக்குப் பிடித்த அத்தனை உணவு வகைகளும் இருந்தன. இதுவரை தனக்குப் பூலோகத்தில் கிடைக்கத் தவறிய அத்தனை உணவும் ருசியாக இருந்தன. இப்படியொரு உணவை அவர் ருசித்ததில்லை. கடைசி கடைசியாக பூலோகத்தில் நல்ல சாப்பாடு சாப்பிட்டு பல வருடங்கள் ஆன ஏக்கமும் சேர்ந்து கொண்டது.

அப்போது தட்டுநிறைய உணவுவகைகளை நிரப்பிக்கொண்ட ஒல்லியாய் ஒருவன் "இங்கு மாமிசம் எங்கே?" என்று நிர்வாகியைக் கேட்டான்.

அவர் "இங்கு மரணம் நிகழ்த்த யாருக்கும் உரிமையில்லை" என்று சொன்னதும், அவன் கப் சிப். அடுத்தவர்கள் தட்டைக் கவனிப்பதும், அவர்கள் உண்பதைப் பார்ப்பதும், அநாகரிகம் என்பது தெரிந்தும், அவனைக் கவனிக்காமல் இருக்கவில்லை. ஒவ்வொரு முறையும் தட்டில் உள்ள பாதிப்பகுதி அவன் வாய்க்குள் போனது. அவன் முழங்கை வரை வயிற்றுக்குள் சென்று வந்தது.

'இத்தனை அசுரப் பசியா?' என நினைத்துக்கொண்டார்.

அவருடைய பார்வையின் பொருளை உணர்ந்துகொண்டதும், அவனாக வந்தான்.

"வாழும் காலத்தில எனக்கு சர்க்கரை, ரத்த அழுத்தம் அப்படீன்னு வீட்டில இருந்தவங்க எதையும் ருசியா சாப்பிடவிடல. ஊறுகாய்ன்னா உயிர். ஆனால் அதைக் கடைசி பத்து வருஷம் கண்ணிலேயே காட்டவில்லை. நான் மரணப்படுக்கையில் இருக்கும்போது பிரியாணி கேட்டேன். உப்பு சப்பில்லாத பிரியாணி. பக்கத்து ரூம்ல ருசியான பிரியாணியை என் குடும்பமே சப்புக்கொட்டி சாப்பிட்டுக் கிட்டிருந்தாங்க. அவ்வளோ சந்தோஷம். 'தூ'ன்னு துப்பி தட்டைத் தூக்கி எறிஞ்சேன். அந்த ஏக்கத்திலேயே உயிர் போச்சு. மஞ்சள் காமாலை, டைஃபாய்டு என்று மாறி மாறி வந்து, வாழ்நாளெல்லாம் பத்தியம் இருந்து பரிதவிச்சவன் நான். அதுதான் ஒரு கை பார்க்கிறேன்."

"எந்தப் பயமுமில்லையா?"

"ஏற்கனவே செத்துப்போனவன் எப்படிச் சாகமுடியும்?" சத்தமாகச் சிரித்தான்.

அவருக்கு வியப்பாயிருந்தது.

"எனக்குக் கனவுகூட சாப்பாடா வர்ற அளவுக்கு வீட்டில இருந்தவங்க செஞ்சுட்டாங்க. ருசியாச் சாப்பிட்டு சாகறது, வறட்டியைச் சாப்பிட்டு வாழறதை விட எவ்வளவோ உன்னதமானது."

அவரைப் பொறுத்தவரை எப்போதும் உணவு என்பது உன்னதமானது. ஆனால் அதை அணுகும் விதத்தை வைத்தே ஒருவருடைய குணாதிசயத்தைக் கூறிவிடலாம். மிகப்பெரிய மனிதர்கள் கூட சாப்பிடும்போது நாயைப்போல நடந்துகொள்வதை அவர் பார்த்திருக்கிறார். சாப்பிடும்போது சின்ன இடைஞ்சல் வந்தாலும் சீறுபவர்களைப் பார்த்திருக்கிறார். உணவு பறிபோவதுபோல் எண்ணித் தட்டைக் காபந்து செய்பவர்களைப் பார்த்திருக்கிறார். இதுதான் கடைசி சாப்பாடு என்பதுபோல எண்ணிக் காணாததைக் கண்டதுபோல உண்பவர்களைக் கண்டு பரிதாபப்பட்டிருக்கிறார்.

'தன்னுடைய கடந்த காலங்களை உதிர்க்க முடியாதவர்களுக்கு எல்லா இடங்களும் நரகமாகிவிடுமோ' என்று அவர் சிந்திக்கத் தொடங்கினார். இந்த விருந்துகூட ஒருவிதமான பரீட்சையே என அவருக்குத் தோன்றியது. அவருக்குத் தோன்றிய சாப்பிடும் உணர்வு அறவே மறந்தது.

அப்போது அங்கு நிர்வாகி வந்தார்.

"அங்கே தீவிரமாகச் சாப்பிட்டுக்கொண்டிருக்கிறாரே! அவர் பெயர் என்ன?"

"பெயர்கள் இங்கு முக்கியமில்லை. பெயரைக் கேட்டாலே உங்களுக்கு இறந்தகாலம் நினைவுக்கு வரும். நீ இறக்கும்போதே உன் இறந்தகாலமும் இறந்துவிடாதா?"

'அவருக்குப் பழைய நினைவுகள் இன்னும் மாறவில்லையே! ஏன்?' எனத் தோன்றியது.

"உனக்கும் சில குறிப்பிட்ட நிகழ்வுகள் நினைவுக்கு வரும். அவை உன் எதிர்பாராத வாழ்வை முழுமையாக்கும் பொருட்டு விதிக்கப்பட்டிருக்கும் நிர்ப்பந்தங்கள். உனக்கானவற்றை நாங்கள்தாம் முடிவு செய்வோம். உன் அத்தனை வாழ்க்கை அனுபவங்களும் நினைவுக்கு வரப்போவதில்லை. வந்தால் பழைய வாழ்வைப்போல் நீண்டுவிடும் அபாயம் உண்டு. ஏனெனில் நினைவுகளின் தொகுப்பே வாழ்வின் விரிவாக்கம்."

"நான் எங்கு வேண்டுமானால் போகலாமா?"

"போகலாம். ஆனால் நீ பார்க்க வேண்டியவை மட்டுமே சரியான நேரத்தில் உன் கண்களுக்குப் புலப்படும்."

விருந்துக்குப் பின் அனைவரும் கலைந்து சென்றனர்.

12

'எத்தனை நேரம் ஒரே இடத்தில் அமர்ந்திருப்பது? தூக்கமோ, சோர்வோ இல்லாத இடத்தில் வேர்விடுமளவு அமர்ந்திருப்பது கால்களைக் கட்டிப்போடுவதற்குச் சமமல்லவா. பூலோகம் போன்ற ஆபத்தான இடத்திலேயே நடை உடை இருக்கும் வரை மணிக்கொரு முறை நடை பயின்றவராயிற்றே நாம்.'

அவர் இறுதியாக ஒரே கட்டிலில் முடங்கிக் கிடந்ததில், சுற்றும் ஆசை மறுபடி தொற்றிக்கொண்டது. 'எகிறிக் குதிக்க முடியும் பார்' என்று கால் உடைந்தவன் எலும்பு சேர்ந்ததும் எகிறிக் குதிப்பதைப்போல அவரும் துள்ளினார். ஓடினார். முடியாத நிகழ்வுகள் சாத்தியமானதில் சந்தோஷம் அவருக்கு.

இந்த உலகத்தைப் புதிய கண்டத்தைப் போலப் புலனாய்வு செய்துவிட வேண்டியதுதான். அவர் அதிசயமாய் ஒவ்வொன்றையும் பார்த்துச் சென்றபோது 'நம்மால் ஏன் பூமியை இவ்வாறு உருவாக்க முடியாமல் போனது' என்று தோன்றியது. ஒருவரை ஒருவர் எப்போது வேண்டுமானால் சுரண்டலாம் என்கிற எச்சரிக்கையில் தம்மைக் காப்பாற்றிக்கொள்கிற உன்னிப்பில் ஓடி விடுகிறது வாழ்க்கையும், நழுவிவிடுகின்றன அந்தத் தருணங்களும்.

யோசித்த வேளையில் அவர் எதிரே தென்பட்ட பரிச்சயமான உருவம். அவருக்குள் பழைய நினைவுகளை உசுப்பிவிட்டது.

'ஓ! இவரா! இவரும் இங்குதான் இருக்கிறாரா?' என்று ஆச்சரியப்பட்டார். 'இங்கும் இவர் பிரசங்கித்துக்கொண்டும், உபதேசித்துக்கொண்டும் இருக்கிறாரா?'

அவர் சந்தித்த உருவம் உபதேசியாக வாழ்ந்த ஒருவர். 'வாழ்வை எப்படி வாழவேண்டும்' என்கிற அருள் நெறியை அயராமல் போதித்தவர்.

ஒரே ஒருமுறை அவருடைய உபந்யாசத்தைக் கேட்கும் வாய்ப்பு ஏற்பட்டது. அப்போதே அந்த உபதேசியின் பேச்சில் இருந்த போலித் தனம் அப்பட்டமாகத் தெரிந்தது. மற்றவர்கள் எல்லோரும் கைதட்டி ஆரவாரித்த எந்த விஷயமும் இவருக்குக் களிப்பூட்டவில்லை. 'போலித்தனம் உள்ளவர்கள் போலித்தனத்தையே நேசிக்கிறார்கள்

என நினைத்துக் கொண்டார். அந்த உபதேசியை 'ஞானி' அளவிற்கு சித்தரித்து வைக்கப்பட்டிருந்த கட் - அவுட்களும், பதாகைகளும் அவருக்கு வெறுப்பையே ஏற்படுத்தின. நகரமே அல்லோகலப்பட்டது. 'இவர்களுக்கும் அரசியல்வாதிகளுக்கும் என்ன வேறுபாடு? வாய்ப்புக் கிடைக்கும்போது ஒவ்வொருவர் உள்ளத்திலும் ஒளிந்துகொண்டிருக்கும் அரசியல்வாதி வெளியே குதிக்கிறான். அரசியல்வாதிகளுக்கு இன்றிருக்கிற நெருக்கடி அதிகம். பொதுமக்களே ஊழல்மயமாகி விட்ட நிலையில் நேர்மையான அரசியலும், எளிமையான அணுகுமுறையும் எடுபடாமல் போய்விடும்' என்றெல்லாம் இவர் நினைத்தார்.

உபதேசி குறித்து எண்ணற்ற செய்திகள் நாளிதழ்களிலும், வார இதழ்களிலும் அவ்வப்போது வந்து கொண்டிருக்கும். அவருடைய கருத்துகள் எதுவும் அவருடையதாகத் தோன்றவில்லை. பிரத்யேகமான முகப்பூச்சுகளுடன் அவருடைய விதவிதமான புகைப்படங்கள் பல கோணங்களில். ஆன்மிகம் என்பது மிகப்பெரிய வியாபாரம். தன் மனத்தில் இருப்பதை மனைவியிடம்கூடப் பகிர்ந்துகொள்ள முடியாத நெருக்கடியில் உறவுகளின் மேம்போக்கான அன்யோன்யத்தில் ஆன்மிகம் ஒரு பெரிய தப்பித்தல். இன்று மனநல வைத்தியர்களிடம் போகவேண்டிய பலருக்குக் கோயிலும், கடவுளுமே வலி நிவாரணிகள்.

உபதேசியின் பேச்சு அனுபவத்தின் அடிப்படையில் எழுந்ததாகத் தெரியவில்லை. இரவல் கருத்துகள் ஜொலிக்கும் அவருடைய பேச்சுக்கும் அவருடைய வாழ்வுக்கும் நிறைய இடைவெளி இருப்பதாகப் பட்டது.

அவருடைய வியாபாரத் தந்திரம் அப்பட்டமாகத் தெரிந்தது. அவருடைய புத்தகங்களில் அவர் கையொப்பமிட நேரம் ஒதுக்கினார். அதில் கையொப்பமிட ஒரு புத்தகத்திற்கு பத்தாயிரம் ரூபாய் அவருடைய ஆசிரமத்திற்குத் தரவேண்டும்.

நிறையப் பேர் அதற்குப் போட்டா போட்டி. 'சந்நியாசிகளுக்கு ஏது சாதி?' ஆனால் அவருடைய சாதிக்காரர்கள் அவருக்குப் பெரிய பின்புலம். ஆசிரமத்தை நிர்மாணித்தவர்களே அவர்கள் தான். ஆரம்பக் கூட்டங்களுக்கு ஏற்பாடு செய்தவர்களும் அவர்களே. அவரைப் பார்த்ததும் தங்கள் தீராத வியாதிகள் தீர்ந்ததாக ஒரு கும்பல் கிளம்பியது. பிரபல வாரப் பத்திரிகைகள் அவருடைய தொடரைத் தாங்களே எழுதி அவருடைய புகைப்படங்களைப் போட்டு வெளியிட்டன. உடனே கல்வி நிறுவனங்கள் அவரை ஒரு 'மேலாண்மை குரு'வாக அங்கீகரித்து அழைத்தன. அவருடைய ஆசிரமத்தில் அவருக்காக ஒரு பெரிய குழுவே உருவாக்கப்பட்டது. அதன் முழுநேரப் பணியே அவருக்குப் பேசுவதற்கான குறிப்புகளும், துணுக்குகளும், குட்டிக்கதைகளும் தயாரித்துத் தருவதுதான். இதற்காக ஒரு 'ஹை-டெக்' பிரிவு உண்டானது.

அவர் பேசுகிற உபன்யாசப் பேச்சுகள் உடனடியாகக் குறுந்தட்டுகளாக வடிவம் பெற்றன. எல்லாவற்றையும் காசாக்க வேண்டும், முடிந்த அளவு ஊடகங்களில் இடம்பெறவேண்டும் என்று முழுநேரப் பணியாக ஒரு விளம்பரப் பிரிவு செயல்பட்டது. முக்கியமான பலர் அதில் தங்களை இணைத்துக்கொண்ட போது, ஆசிரமம் வர்த்தக ஒப்பந்தங்களைப் பேசி முடிக்கிற இடமாக மாறியது. கொஞ்சம் கொஞ்சமாக மிகப் பெரிய அரசியல்வாதிகள் ஆசி வாங்க ஆசிரமம் வரும் நிலை உருவானது.

புத்தகங்களுக்கு அணிந்துரை வழங்குவதைக் கூட வர்த்தகமாக்கினார். ஓர் அணிந்துரைக்குப் பத்தாயிரம் ரூபாய். ரூபாயாகத் தர வேண்டியதில்லை. அவருடைய புத்தகங்கள் 100 வாங்கிக்கொள்ள வேண்டும். ஒருமுறை அவரையே திட்டி ஒரு புத்தகம் எழுதியிருந்தார் அவர். அதைப் படித்துப் பார்க்காமல் 500 புத்தகங்களை வாங்கினார் என்பதற்காக அவருக்கு அணிந்துரை கொடுத்து அது பெரிய சர்ச்சையானது. எல்லாப் புத்தகங்களையும் 'நன்றாக இருக்கின்றன' என பொதுவாகக் குறிப்பிட்டு அணிந்துரை வழங்குவது ஆசிரம வழக்கம். 'என்னைத் திட்டுபவரையும் வாழ்த்துவதே என்னுடைய பண்பாடு' என அதற்கு உபதேசி விளக்கம் வழங்க, அது பற்றி சீடர்கள் 'என்னே எங்கள் சுவாமியின் பண்பாடு' என வியந்து, அதையும் விளம்பரப்படுத்தினார்கள்.

வர்த்தகப் பொருட்களை விளம்பரப்படுத்துபவர்கள் உபதேசியிடம் கற்றுக்கொள்ள ஏராளமான வியாபார உத்திகள் இருந்தன. தன்னையே ஒரு 'பிராண்ட்' ஆக ஆக்கிக்கொண்டவர் அவர். ஒருமுறை அவருடைய 'வாக்களிப்போர் அடையாள அட்டை' தொலைந்து போனது. அது தொலைந்து போனதற்கு அவர் கவலைப்பட்ட விதமே அலாதியானது.

"என்னுடைய அடையாள அட்டையைக் கண்டுபிடித்தவன் பின்னாளில் எத்தனை லட்ச ரூபாய்க்கு அதை ஏலத்தில் விடுவான்" என்று பலரிடம் வருத்தப்பட்டாராம்.

தன்னை உதிர்ப்பதும், 'நான்' என்கிற எண்ணத்தை முற்றிலுமாக அழிப்பதுமே ஞானத்தின் முதல் படி என்று அவர் கேள்விப்பட்டிருக்கிறார். ஆனால் உபதேசியின் பிரசங்கத்தில் தன்னைப் பற்றியே பேசுகிற குரல் ஓங்கி ஒலித்ததை அவர் கவனித்தார். சின்ன வயதிலேயே தான் பெரிய தைரியசாலியாக இருந்ததாக அவர் புனைந்து கூறிய சம்பவங்கள் வெறுப்பையே தந்தன. ஒருவித நார்ஸிஸிசம் அவரிடம் இருப்பதாகவும், அவர் பெரிய மனநோயாளியாக இருக்கவேண்டும் என்றும் ஊகித்தார். அவருக்குத் தெரிந்த மனநல மருத்துவர்களும் அதையே ஊர்ஜிதம் செய்தனர்.

அரசியல் உயர்நிலையில் பணிபுரிந்துகொண்டிருந்த செல்வராஜ், ஒருமுறை இவர் பத்மஸ்ரீ பட்டத்திற்கு எவ்வளவு தூரம் முயற்சி செய்தார் என்பது பற்றி விவரித்தார். அப்போது உபதேசியின் மீது இருந்த கொஞ்ச நஞ்சம் மரியாதையும் போய்விட்டது. நல்லவேளை அவருக்கு அந்த விருது கிடைக்காமல் போனது. பெயருக்கும், புகழுக்கும் வெகுவாக ஆசைப்பட்டு அதையே தேடித் திரிகிற யாரும் உண்மையான ஆன்மிகத்தை உணர்த்தமுடியாது என்பது அவருடைய திடமான எண்ணம்.

மக்களுடைய நினைவாற்றல் குறைவாக இருப்பதுதான் அவர் களுக்குச் சாதகம். மக்கள் கடவுளை விடப் பெருந்தன்மையானவர்கள். எவ்வளவு பெரிய பொதுக்குற்றத்தையும் சௌகரியமாக மறந்து விடுவார்கள். 'இப்போது திருந்திவிட்டார்' என்று இவர்களே முடிவு செய்து மறுபடியும் பழைய தவறையே செய்வார்கள். முந்தைய ஜென்மத்தில் நிகழ்ந்த சொந்தப் பகையை மறக்காதவர்கள்கூட பொதுக்குற்றத்தை மறந்துவிடுகிற வசதிதான் போலி மனிதர்களின் அட்சய பாத்திரமாகத் திகழ்கிறது.

அவருக்கு உபதேசியைப் பார்த்ததும், அனைத்தும் நினைவு நாடாக்களாக சுழல ஆரம்பித்தன. 'பார்க்க விரும்பாத மனிதர்களையே இங்கு பார்த்துக்கொண்டிருக்கிறோம் என அவருக்குத் தோன்றியது. இப்படிச் சந்திப்பதற்கும் காரணங்கள் இருக்கவேண்டும்' என்று அவர் நினைத்துக் கொண்டார்.

இப்போது உபதேசி எப்படியிருக்கிறார் என்பதைத் தெரிந்து கொள்ளும் ஆர்வமும் அவருக்கு இருந்தது. அவரிடம் நேராகச்சென்றார். தன்னை அங்கேயும் ஒருவர் அடையாளம் கண்டுகொண்டதில் உபதேசிக்கு மிக்க மகிழ்ச்சி.

"எப்படியிருக்கீங்க?" என்றார்.

"மோசமான நிலை. நான் பூலோகத்தில் எவ்வளவு சுகமாக வாழ்ந்தேன். என்னுடைய வாழ்வை எவ்வளவு பயனுள்ளதாக மாற்றிக்கொண்டேன். அர்த்தமற்ற வாழ்வுக்கு அர்த்தம் கொடுத்தேன். எத்தனை பேரை நல்வழியில் திருப்பினேன். பலருக்கு இளைப்பாறுதல் தந்தேன். அதையெல்லாம் இப்போது செய்ய முடியவில்லையே என்கிற வருத்தம் ஏற்படுகிறது."

"கவலையில்லாத உலகம் சந்தோஷமானது தானே!".

"இல்லை. கவலைகளற்றுப் போனால் எனக்கு இங்கு என்ன வேலை. மழை வராவிட்டால் மழைமானி வருத்தப்படாதோ!"

"அது வேற இது வேற."

"இல்லை. இரண்டும் ஒன்றுதான். எங்களைப் போன்றவர்களுக்குக் கூட்டம் வேண்டும். மக்கள் பிரச்சினைகளோடு போராடிக்கொண்டிருக்க வேண்டும். பிரச்சினையில்லாத உலகம் அயற்சியானது. அப்படி இருக்கிற உலகத்தில் பிரச்சினைகளை உருவாக்கவாவது வாய்ப்புத் தர வேண்டும்."

'என்ன இங்கும் உபதேசிக்கும் தொனியில் பேசுகிறாரே' என அவர் மனத்தில் நினைத்துக்கொண்டார்.

"இங்க உங்களுக்குச் சோர்வா!"

"ஆமாம். என்னை இங்க ஒருவருக்கும் அடையாளம் தெரியவில்லை. நல்லவேளை, நீயாவது அடையாளம் கண்டுகொண்டு அதனால் உய்வடைந்தாய்" என்றார் உபதேசி.

"எப்படி பொழுது போக்குகிறீங்க?"

"எப்படியாவது மறுபடி பூலோகத்தில் பிறக்க வேண்டும் என விரும்புகிறேன்."

"ஒரு பேட்டியில் 'பிறவிகளற்ற நிலையை அடையச் செய்வதுதான் என்னுடைய மார்க்கம்' என்று சொல்லியிருந்தீர்களே?"

"ஆம்! அது மற்றவர்களுக்கு. நான் பிறவி எடுத்தால்தான் மற்றவர்கள் அந்த நிலையை அடையமுடியும்."

"உங்க கொள்கைகள் முன்னுக்குப் பின் முரணா இருக்குதே?"

"முரண்பாட்டில் நான் உறுதியாக இருக்கிறேன்."

"உங்க சீடர்களுக்குக் குழப்பம் வராதா?"

"குழப்பம் நிச்சயம் ஏற்பட வேண்டும். குழப்பத்திலிருந்து தெளிவு பிறக்க வேண்டும். அப்போதுதான் அது உண்மையான தெளிவு. நான் குழப்பத்தை ஏற்படுத்தவே விரும்பினேன். என்னிடம் கேள்விகள்தாம் இருந்தன. விடைகளல்ல. ஆனால் சரியான கேள்விகளை முன்வைக்க அவற்றின் விடைகளை நீங்களாகத் தேடிக் கண்டுபிடிக்க உதவும் தாதி நான்."

"சாமர்த்தியமாகப் பேசுறீங்க."

"உன்னிடம் சொல்வதற்கென்ன! என்னுடைய சாமர்த்தியம் தான் என்னுடைய மூலதனம். வெறும் கைகளுடன் தலைநகருக்குத் திருட்டுத்தனமாக ரயில் ஏறி வந்தவன் நான். ஆரம்பத்தில் மந்திரம், தந்திரம், அருள் சொல்வது என ஆரம்பித்து, எவ்வளவு பெரிய ஆசிரமத்தை நிறுவினேன். எல்லா வர்த்தக நிறுவனங்களிலும் என் சீடர்கள் இருக்குமளவு எவ்வளவு பெரிய விஸ்வரூப வளர்ச்சியை நான் அடைந்தேன். எல்லாம் இந்தப் பேச்சுத்திறத்தால்."

"அதில், மத்தவங்ககிட்டே இரவல் வாங்கிய தடயங்கள் இருந்திச்சே?"

"உண்மைதான். அவற்றை உருமாற்றி நம் சூழலுக்கு ஏற்ப உருவாக்க வேறு யாரால் முடியும். கருத்துக்களைத் திருடுவது தவறில்லை. ஏனென்றால் எந்தக் கருத்தும் யாருக்கும் சொந்தமானது என்று காப்புரிமை வழங்கமுடியாது. என்னுடைய பிரபலமான தன்மையால், நான் யாருடைய கருத்தைப் பேசினேனோ, அவர்கள் தாம் என்னிடமிருந்து இரவல் வாங்கியது போன்ற சூழலை, மாயையை நான் கெட்டிக்காரத்தனமாக உருவாக்கினேன். என்னுடைய வீச்சு அதிகமாகவும், பரவலாகவும் இருந்தது."

"நிறைய சொத்து சேர்த்தீங்களே, அவை யாருக்குச் சொந்தம்?"

"மக்களுக்குத்தான். நான் மிகவும் எளிமையானவன்; துறந்தவன்."

"இப்போதுகூட பொய்யா?"

"எப்படிக் கண்டுபிடித்தாய்?"

"இந்த இடத்தில் யாரும் பொய் சொல்ல முடியாது. சொன்னா முகம் சிவப்பாயிடும்." என்று அவர் புதுக்கதையைக் கிளப்பிவிட்டார்.

உபதேசியின் முகம் இருண்டது. "அப்படியா, சரி உண்மையைச் சொல்லிவிடுகிறேன். என் ஆசிரமத்தில் முக்கியப் பணிகளில் இருந்தவர்கள் என் உறவினர்களே. அவர்கள் மூலம் எத்தனையோ வேண்டியவர்கள் கோடீஸ்வரர்களாக உதவினேன். ஒருவகையில் இது பணத்தைப் பரவலாக்கும் முயற்சிதான்."

"மறுபடியும் பொய்யா?"

"சரி! சரி! உண்மையைச் சொல்கிறேன். திருட்டு ரயிலில் ஓடி வருவதற்கு முன்பு எனக்குக் குடும்பம் இருந்தது. இதை இங்கு கூட யாருக்கும் சொல்லிவிடாதே?"

"அதை ஏன் மறைக்கணும்?"

"எல்லாம் ஒரு இமேஜ். திருமணம் செய்யாதவர்கள் தியாகிகள் என்று நினைக்கிற மனப்பான்மை மக்களிடையே இருக்கிறது. உண்மையிலேயே திருமணத்தைக் காட்டிலும் பெரிய தியாகம் எதுவும் இருக்கமுடியாது என்பது அவர்களுக்குப் பாவம் தெரிவதில்லை."

"உங்க ஆசிரமத்தில் தலைமைப் பொறுப்பில் இருந்தாரே, அவரிடம் உங்க சாயல் இருந்திச்சே!"

"அதுவும் உனக்குத் தெரிந்துவிட்டதா? அவன் என் மகன்தான். அவன் மூலம்தான் பண நிர்வாகம் நடக்கமுடியும் என்று நம்பிக்கைக்குரிய ஒருவரை நான் யோசிக்கும்போது, அவன் தான் என் மனத்தில் பட்டான். எனக்குப் பின் அவன்தான் ஆசிரம ஞானியாக இருக்கிறான்."

"மெய்ஞானத்திலும் வாரிசா?"

"வாரிசுகள் மாதிரி நம்பகமானவர்கள் இருக்க மாட்டார்கள்."

"வாரிசுகளுக்குள்ளேயும் பிரச்சினை வந்துடுதே!"

"வாஸ்தவம் தான். ஒரே ஒரு வாரிசு மட்டுமே இருந்தால் இது போன்ற பிரச்சினைகள் வர வாய்ப்பில்லை."

"உங்ககிட்ட எனக்குப் பிடிச்சதே சைவ உணவு மேல நீங்க வச்சிருந்த மரியாதையும், ஜீவகாருண்யம் பற்றி நீங்க வலியுறுத்தியதும் தான்."

அவர் சிரித்தார்.

"உன்னிடம் நான் பொய் சொல்ல விரும்பவில்லை. ஏனென்றால் நீ கண்டுபிடித்துவிடுவாய்."

"அப்படின்னா....."

"நான் மாத்திரம் மீன் இல்லாமல் சாப்பிட மாட்டேன். சாகும் நிலையில் இருக்கும் மீன்களை மாத்திரம் பிடித்து வந்து சமைக்கும்படி என் சமையல்காரர்களுக்குக் கட்டளையிட்டேன்."

"வெளியே தெரியாதா?"

"அவர்கள் அத்தனை பேரும் ஊமைகள்."

"உங்களுடைய புக் 'ஞானியோடு ஒருநாள்' என்கிற இங்கிலீஷ் புக் தானே உங்களை வெளிநாட்டவர்களுக்கு அடையாளம் காட்டினுச்சி."

"ஆமாம். அதை நான்தான் எழுதினேன். நூலாசிரியர் பெயர் மாத்திரம் இரவல் வாங்கினோம்."

"இங்க நீங்க ஏன் உபதேசம் செய்யறதில்ல?"

"முதல் நாளே எனக்கு உபதேசம் செய்யக்கூடாது என ஆணை பிறப்பித்திருக்கிறார்கள்."

"ஏனாம்?"

"அதற்குத் தேவைப்படாத இடமாம் இது."

"செஞ்சா?"

"உபதேசம் செய்தால் என் வாயிலிருந்து ரத்தம் கொட்டுமாம்."

"உண்மையாவா? எங்கே உங்க குரலை ஒருமுறை கேட்கணும்னு ஆசையாயிருக்கு. தயவு செஞ்சி வாழ்க்கை பற்றிக் கூறுங்கள்."

"ஆஹா! நம்மிடமும் ஒருவர் உபதேசிக்க இங்கே கேட்டுவிட்டாரே" என அவர் முகத்தில் மகிழ்ச்சி மின்னல்.

"வாழ்க்கை என்பது" என அவர் ஆரம்பித்ததுதான் தாமதம். அவருடைய வாயிலும், ஈறுகளிலும், பற்களிலும் ரத்தம் பெருக்கெடுத்து வழிந்தது. அதையும் மீறி அவர் பேச விரும்பினார். ஆனால் உபதேசியின் மீது உண்மையிலேயே பரிதாபம் ஏற்பட்டது. "வேணாம்! தயவு செஞ்சி நிறுத்துங்க" என அவரை மன்றாடிக்கேட்கவும் அவர் நிறுத்தினார். வழிகிற ரத்தம் காணாமல் போனாது.

"சரி, நீங்க ஓய்வெடுத்துக்கங்க." எனச் சொல்லிவிட்டுத் தன்னுடைய அறைக்குத் திரும்பினார். 'யாருக்கு என்ன விருப்பமோ அதைச் செய்யாவிடாமல் தடுப்பதுதான் உண்மையான தண்டனை' என்பதை அவர் உணர்ந்துகொண்டார்.

13

அவருக்கு அயற்சியாகவும் இருந்தது; அதிர்ச்சியாகவும் இருந்தது. பூலோகத்தில் மக்களால் கொண்டாடப்பட்டவர்கள் எப்படிப்பட்டவர்கள் என்பது அவருக்கு இன்னும் பட்டவர்த்தனமாகத் தெரிந்தபோது, உண்டான சோர்வு அது.

அவர் தன் மனத்தை ஆசுவாசப்படுத்திக் கொள்ள நினைத்தார். அப்போது சாயா என்கிற அவருடைய கல்லூரித் தோழியின் மீது நினைவு நின்றது.

'ஏன் இதுவரை இல்லாத இந்த நினைவு எனக்கு வருகிறது. ஒருநாள்கூட வாழ்க்கையில் அந்தப் பெண்ணைப் பற்றி நான் சிந்தித்துப் பார்க்கவில்லையே, இந்த எண்ணங்கள் கூட ஓய்வான ஒரு சூழலில் தான் ஊற்றெடுக்குமா? வாழ்க்கையை ரசித்துப் பார்க்காத - திரும்பிப் பார்க்காத அவசரத்தில் வாழ்ந்து முடித்துவிட்டோமா? அந்த அவசர உலகத்தின் நீட்சியாக இந்த நிதான உலகம் வாய்த்துள்ளதா, தவறவிட்ட அனுபவங்கள் குறித்த பரீட்சார்த்தமா இது.

அதுவரை இருக்கமாக இருந்த அவர் மனம் சாயாவை நினைத்த உடன் லேசாகிப் பஞ்சுபோல் மிதந்தது. 'எந்த உலகத்திலும் நினைக்க நினைக்க இன்பம் தருகிற உணர்வு காதலாகத்தான் இருக்கமுடியும். எந்த வயதில் எண்ணினாலும் சுகமானது அது.'

அவர் கல்லூரியில் இரண்டாமாண்டு படிக்கும்போது நிகழ்ந்த எதிர்பாராத சம்பவங்கள் ஏக்கங்களாக அவர் மனத்தில் படிந்து விட்டன.

அவருடைய கல்லூரியில் நுழைந்தபோதே மூத்த மாணவர் ஒருவர் அவருக்கு அறிவுரை வழங்கினார். அது அவருக்கு ஆழமாகப் பதிந்து விட்டது.

"தம்பீ! இந்தக் கல்லூரியில் பெண்களும் படிக்கிறாங்க. நிறைய பசங்க, இதுவரைக்கும் பெண்களோட சேர்ந்து படிக்காததால பட்டிக்காட்டான் மிட்டாய்க் கடையைக் கண்ட மாதிரி அவளுங்க பின்னாடி அலைஞ்சே காலியாயிடுவானுங்க. நீ அந்த மாதிரி பண்ணாதப்பா. உங்கிட்ட ஒரு கம்பீரம் இருக்கு. அதைக் கடைசி வரைக்கும் காப்பாத்து. அப்பத்தான் உசந்த சாதனையெல்லாம் செய்யமுடியும்."

அவருக்கு அது கல்வெட்டு மாதிரி பதிந்தது. அவர் பெண்கள் பக்கம் திரும்பியதோ, பேசியதோ இல்லை. நேருக்கு நேர் எந்தப் பெண்ணையும் பார்த்ததில்லை. அவரைத் தவிர மற்ற மாணவர்கள் வழியும்போது, அவர் மட்டும் அவர்களை அலட்சியம் செய்தது, அவர்களுக்கு எரிச்சலை ஏற்படுத்தியது. அவர்களுடன் சேர்ந்து நடைமுறைத் தேர்வுகளில் கலந்துகொள்ளும்போது, விலகியிருந்த அவரை, அவர்கள் விரும்பவில்லை. அந்தச் சூழலில்தான் அந்தச் சம்பவம் நடந்தது.

எந்த இளைஞனும் தன் இளமைப் பருவத்திற்கான குறும்புகளை எத்தனை காலம் அடக்கி வைக்க முடியும். இளைஞர்களிடம் இல்லாத குறும்பும், முதியோரிடம் இல்லாத முதிர்ச்சியும் அருவருக்கத்தக்கவை.

ஒருநாள் அவருடன் படித்த சாயா என்கிற பெண் பச்சை சேலை, பச்சை ரவிக்கை, பச்சை வளையல், பச்சை பொட்டு எனப் பச்சை நிறத்தில் அனைத்தையும் அணிந்துகொண்டு வந்தாள். அமைதி தவழுகிற பெண்.

எங்கிருந்தோ வந்த குறுகுறுப்பு உணர்வு அவருக்குள் எழ "பச்சைக் கிளி முத்துச்சரம்..." என்று சத்தமாக அவர் பாடினார். அந்த நேரத்தில் பிரசித்தியாக இருந்த பாடல். அப்படியொரு பாடல் அவரிடமிருந்து வரும் என்று அந்தப் பெண்ணோ, உடனிருந்தவர்களோ நினைக்கவில்லை.

இறுக்கத்தின் வடிவமாக இருந்த அவரிடமிருந்து வெளிவந்த அந்தப் பாடல் அவளுக்கு அதிசயமாக இருந்தது. அவள் நாணினாள்.

அவர் அதை அதோடு மறந்து போனார். அவள் அதை மறக்கவில்லை. 'யாரிடமும் ஒரு வார்த்தையும் பேசியிராத ஒரு மனிதர் நம்மிடம் இப்படி ஒரு கிண்டல் செய்கிறார் என்றால் என்ன பொருள்!'

அந்தப் பாடல் அவளுக்குள் பல கனவுகளை விதைத்தது.

அவருடைய கல்லூரியில் முதலாண்டு முடிகிறபோது சில ஜோடிகள் உருவாகிவிட்டன. 'மிக மோசமான மாணவர்களை அழகான பெண்கள் நேசிப்பது' எவ்வாறு சாத்தியம் என அவர் யோசித்தது உண்டு. கட்டுப்பெட்டியான இளைஞர்களை விட நடத்தையில் சிதறும் மாணவர்கள் பெண்களில் சிலருக்கு விருப்பமானவர்களாக இருப்பது விந்தைதான். நன்றாகப் படிக்கும் மாணவர்கள் சிலர், அதிகம் பெண்களுடன் பழகியிராத காரணத்தால், அழகான பெண் ஒருத்தி தன்னுடன் பேசினாலே மனம் உருகி அதற்குப் பிறகு படிப்பும் கெட்டு, காதலும் நிறைவேறாமல் போய்விடுவது உண்டு. அப்படிப்பட்ட ஒழுக்கமுள்ள மாணவன் ஒருவன் அந்த வகுப்பிலேயே அழகாகக் கருதப்பட்ட சித்ரா என்கிற பெண் மீது பைத்தியமாக இருந்தான்.

அவள் ஒரு நடைமுறை வகுப்பில் அவனோடு பணியாற்றும் போது பேசிய வரிகளைத் திரும்பத் திரும்ப நினைவுபடுத்தி அவள் மீது மானசீகக் காதல் கொண்டான். அவளோ அந்த வகுப்பிலேயே கஞ்சா அடித்ததும், மது அருந்தியும் மனம்போன போக்கில் வாழ்ந்து வந்த கோபி என்கிற மாணவன் மீது மையல் கொண்டாள். அந்த மாணவன் விஸ்வநாதன் நிலைகெட்டு இரண்டாம் ஆண்டு முழுவதும், வகுப்புக்கே வராமல் வாழ்க்கையையே வீணாக்கிக் கொண்ட அவலத்தைப் பார்த்து, அவனைத் திருத்தமுடியாமல் அவதிப்பட்டவர் அவர்.

அன்பும், பண்பும் கொண்ட சாயாவிற்குத் தன்மீது ஈர்ப்பு வரத் தானே ஒரு காரணம் என்பதை அவர் உணரவில்லை. அந்தப் பாடலுக்குப் பின் இருவரும் பாதையில் சந்திக்கும்போது அவள் விழிகளில் வழியும் ரசமும், முகம் சிவக்கும் தன்மையும் கூட அவருக்குப் புரியவில்லை.

ஒருநாள் அவர் தன்னுடைய முக்கியமான நோட்டுப் புத்தகம் ஒன்றை வகுப்பிலேயே விட்டுவிட்டார். ஆனால் அதை எங்கே தவறவிட்டோம் என்பது தெரியாமல் தவித்தார். பல இடங்களில் அவர் தேடினார். மாணவர் சிற்றுண்டி விடுதி, இரவு தேநீர்க்கடை எனப் பல இடங்களில் தேடியும் கிடைக்கவில்லை. அதில் முக்கிய முகவரிகளும், சில சொந்தத் தகவல்களும் எழுதி வைத்திருந்தார்.

மறுநாள் வகுப்புக்குச் சென்றபோது, சின்னக் குழந்தைகள் ஆசிரியரிடம் கொண்டுபோய்க் கொடுப்பது போன்ற பவ்யத்துடன், அவள் அந்த நோட்டைக் கொண்டுவந்து கொடுத்தாள்.

அவரிடம் “நேற்று, நீங்கள் இதை விட்டுவிட்டீர்கள்” என்றாள்.

அவரிடமிருந்து ஒரு ‘நன்றி’ கூட வரவில்லை. காணாமல் போன பொருள் கிடைத்த மகிழ்ச்சியுடன் நிறுத்திக்கொண்டார்.

ஒருநாள் அவர் வகுப்புக்குள் தனியாக அமர்ந்திருந்தார். வகுப்பு தொடங்குவதற்கு அரைமணி நேரம் முன்பாகச் சென்று நடத்தப்பட விருக்கும் வகுப்புகள் குறித்த புத்தகங்களை ஒருமுறை பார்வையிடுவது அவருடைய வழக்கம். எப்போதும் முன்கூட்டியே வகுப்புக்குச் சென்று அமர்வதை சக மாணவர்கள் சிலர் கிண்டலடிப்பது உண்டு. ‘கிராமத்து சினிமா கொட்டகையில் சிலர் ஒருமணிநேரம் முன்பே சென்று அமர்ந்திருப்பதுபோல’ என அவர்கள் கேலி பேசுவார்கள். அதுபற்றி அவர் கவலைப்படவில்லை. ஆனால் முன்கூட்டியே வந்துவிடும் வழக்கம் மிகவும் பிரசித்தி.

அவர் அப்படித் தனியாக இருக்கும்போது, திடீரென கொலுசு சத்தம் கேட்க, திரும்பிப் பார்த்தார். சாயா வந்துகொண்டிருந்தாள். தலைக்குக் குளித்ததால் காற்றில் மென்மையான முடி பறக்கும்படி, தழையத் தழைய அழகான புடவையுடன் மென்மையான கொலுசின் ஜலதரங்க ஒலியுடன் அவள் அவர்முன் நின்றாள். அப்போதுதான் முதல்முறையாக அவளை முழுசாகப் பார்த்தார். அனைத்தும் பச்சை நிறம். மஞ்சள் சரிகை வைத்த மைசூர் பட்டுப்புடவை அவளுக்கு அழகாக இருந்தது. தங்கக் கலரில் முகம். படர்ந்த புருவம். விரிந்த கண்கள். சந்தனக் கீற்றுக்கடியில் சிவப்புப் பொட்டு. அளவான அலங்காரங்களுடன் அவள் முகம் ஜொலித்தது. அந்த ஒரு நிமிடம் அவருடைய வைராக்கியத்தைக் கரைத்தது. அவளைக் 'கட்டிக்கொண்டு விடலாமா' என்று ஆசை தோன்றியது. 'எவ்வளவு அழகு.'

"இன்று எனக்குப் பிறந்த நாள்" என்று தட்டை நீட்டினாள். அதில் இருந்த இனிப்பு மிட்டாயை எடுக்கப் போனதும், அவள் "இது முழுவதும் உங்களுக்குத்தான்" என்றாள்.

அவருக்கு அதிர்ச்சி. தன்னுடைய உணர்வுகளை வெளிப்படுத்தக் கூடத் தெரியவில்லை. எதிர்பாராத நிகழ்வுகளின்போது மனம் மரத்துப் போய்விடுகிறது. "பிறந்த நாள் வாழ்த்துக்கள்" என்று தட்டுத்தடுமாறி அவர் சொன்னார். அந்தக் கல்லூரியில் ஒரு பெண்ணிடம் அவர் பேசிய முதல் வாசகங்கள் அவை.

அவள் திரும்பச் செல்லும்போது, "இன்னக்கி உங்களுக்குப் புடிச்ச கலர்ல ட்ரெஸ் பண்ணியிருக்கேன். பச்சைக்கிளி பாட்டுப் பாடாதீங்க" என்று வேகமாகச் சொல்லிவிட்டு ஓடிவிட்டாள்.

அவருக்கு அன்று முழுவதும் உறக்கம் வரவில்லை. ஏதோ புரியாத உணர்வு. மனத்தில் மோனலிசா புன்னகையின் அத்தனை உணர்வுகளும் மாறி மாறி வந்தன. மகிழ்ச்சி, ஆர்வம், சின்ன பயம், பெருமிதம் எனப் பலவித மாற்றங்கள்.

'அவள் என்னை நேசிக்கிறாளோ...'

'எவ்வளவு அழகான பெண்...'

'நான் கல்மாதிரி முரடாக இருக்கும்போது, எப்படி என்னிடம் நீரைப் போன்ற மென்மையுடன் இவ்வளவு அன்பு கொண்டாள்.'

'நான் என்ன செய்ய வேண்டும்...'

சாயாவின் மீது பலருக்குக் கண்கள். அமைதியும், அன்பும், அழகும் நிறைந்திருந்த பண்புள்ள பெண்ணாக நடுத்தரக் குடும்பத்தின் ஒட்டுமொத்த அடையாளமாக இருந்த அவளின் மீது ஈர்ப்புடன் சிலர் இருந்தனர். அது அவளுக்குத் தெரியும்.

'இவர்கள் எல்லாம் அவளை நேசிக்க அத்தனைப் பிரயத்தனங்களும் செய்யும்போது அவள் ஏன் என்னிடம் பிரியமாக இருக்க வேண்டும்.'

'சாதாரணமான நட்பைத்தான் நாம் தவறாகப் புரிந்து கொள்கிறோமோ.'

அடுத்தநாள் அவருடைய கல்லூரியில் மூத்த மாணவர் அருணைச் சந்தித்தார். அருண் படிப்பாளி. நிறைய சிந்திப்பார். அவரின் தனிமை கவனத்திற்குரியதாக இருந்தது. அவர் அடிக்கடி அருணைச் சந்திப்பார். மார்க்சிய சிந்தாந்தங்கள் பற்றி அவரிடம் நிறைய பேசிக் கொண்டிருப்பார்.

அருணிடம் நடந்தவற்றைச் சொன்னார்.

வெகுநேர யோசனைக்குப் பிறகு அவர் பேசத் தொடங்கினார்.

"அந்தப் பெண் உங்கிட்ட இருக்கிற அன்பை இதுக்கு மேல வெளிப்படுத்தறது கஷ்டம். அவள் தன்னோட எண்ணத்தைத் தெரியப்படுத்திட்டா. இதுக்கு மேல நீதான் முடிவு எடுக்கணும். உன்னோட பெத்தவங்க, எதிர்காலம் எல்லாத்தையும் யோசிச்சி நீ தீர்மானிக்கணும். இனிமேலும் அந்தப் பொண்ணு தரப்புல சொல்றதுக்கு ஒண்ணுமில்லை."

இரண்டு நாட்களாக அவர் நிறைய யோசித்தார். முதல் முறையாக சாயாவைப் பார்த்த நாளை நினைவு கூர்ந்தார். கல்லூரிக்கு கல்வித் தொகை கட்டும்போது வரிசையில் சாயாவும் நின்றிருந்தாள். சந்தனக் குடம் போல் நின்றிருந்த அவள் திரும்பிப் பார்க்க வைத்தாள்.

'ஒருவேளை முதல் சந்திப்பிலேயே அவள் மீது அபிமானம் வந்திருக்க வேண்டும். ஆழ்மனத்திற்குள் விழுந்த அந்த விதைதான், திடீரென முளைத்துப் பாட்டுப் பாட வைத்திருக்க வேண்டும்' சாயா மீது அழுத்தமாக அன்பு படர ஆரம்பித்தது. அவள் அமர்ந்திருக்கும் திசையிலேயே கவனம் சென்றது.

பெற்றோர்கள் தங்கமானவர்கள். சாதி, மதம் என்பவற்றை யெல்லாம் தாண்டி சிந்திப்பவர்கள். மகனுடைய ஆசைக்கு உடன்படுபவர்கள்தாம். இருந்தாலும் ஒரு பெண்ணிடம் போய், 'நான் உன்னை நேசிக்கிறேன்' என்று எப்படிச் சட்டென்று சொல்லமுடியும். 'நான் அப்படிப் பழகவில்லை. அப்படி நினைத்துப் பார்க்கக்கூட இல்லை' என்று சொன்னால் எவ்வளவு அசிங்கமாகிப் போய்விடும்.'

அவருக்குள் ஒரு நடுக்கம் இருக்கவே செய்தது.

அதற்கேற்ற மாதிரி ஒரு சம்பவம் நடந்தது. கணேசன் என்கிற மாணவன் ரதி என்கிற பெண்ணிடம் சென்று "ஐ லவ் யூ" என்று சொன்னதும், அவள் "ஐ டோண்ட் லவ் யூ" என முகத்தில் அடித்த மாதிரி சொல்லிவிட்டாள். இத்தனைக்கும் இருவரும் இரண்டு ஆண்டுகளாக நெருங்கிப் பழகியவர்கள். மற்றவர்கள்கூட இருவரும் நேசிப்பதாகவே நினைத்தார்கள். இருவரும் பழகுவதும் நட்புமுறையில் கூட இருக்கலாம். இரு ஆண்களும், இரு பெண்களும் நெருக்கமாகப் பழகினால் கூட ஓரினச்சேர்கையோ எனச் சொல்லுமளவு விகற்பமடைந்த சமூகமாக மாறிவிட்டது.

அவருக்கு இருந்த தயக்கத்தை இந்தச் சம்பவம் இன்னும் ஆழப்படுத்தியது. கல்லூரியே கணேசனின் காதல் தோல்வியின் காரணமாக அதிர்ச்சிக்குள்ளாகியது. தன் காதலை வெளிப்படுத்தலாமா என யோசித்த பல மாணவர்கள் தயங்கிப் பின் வாங்கினார்கள்.

'இவ்வளவு பழகிய இருவருக்குள்ளேயே இம்மனப்பான்மை என்றால் என் பாடு திண்டாட்டம்தான்' என அவர் நினைத்துக் கொண்டார்.

சில பெண்கள் 'உன்னை என் பிடியில் சிக்க வைக்கிறேன் பார்' என்கிற விளையாட்டை விளையாடுவது சகஜம். விலகி இருக்கும் ஓர் ஆணை நெருங்கி வருவதுபோல செய்து, பின்னர் புறந்தள்ளுவது சில அழகிய பெண்களுக்கு பொழுதுபோக்கு என அவர் கேள்விப்பட்டதால், அவருக்குள் பல கேள்விகள் எழுந்தன.

மிகுந்த குழப்பம் ஏற்பட்டதன் விளைவாக, அவர் முடிவெடுக்க முடியாமல் திணறினார். அஜீத் என்கிற மாணவன் சாயாவுடன் பேச பலமுறை முயன்றான். அவள் தன்னுடைய விடுதிக்குச் செல்லும்போது, மெய்க்காப்பாளர் போல பின்னால் செல்வதை வாடிக்கையாக வைத்திருந்தான். தீய பழக்கங்கள் எதுவும் இல்லை என்றாலும் சுவாரசியம் இல்லாதவன் அஜீத். அவன் முகத்தில் சுறுசுறுப்பும் இல்லை. இளைஞனுக்கு உண்டான துறுதுறுப்பும் இல்லை.

இப்போதெல்லாம் அவர் சாயா வகுப்புக்கு வரும்போது, இடையில் ஆவலுடன் கவனிப்பதுபோல கவனிக்கவில்லை. ஆனால் அவளோ முற்றிலுமாக மாறிப்போயிருந்தாள். பருவம் அவள் மீது நாளுக்கு நாள் தங்க முலாம் பூசிக்கொண்டே சென்றது. மூன்றாம் ஆண்டு தொடக்கத்தில் அவள் மிகவும் சோர்ந்திருந்ததும், திடீரென ஒருமாதம் விடுப்பில் சென்றதும் பரவலாகப் பேசப்பட்டது. அப்போது ஒரு வதந்தி மாணவர்கள் மத்தியில் கசிந்தது. சாயாவிற்கு நிச்சயதார்த்தம் நடந்துவிட்டது என்பதுதான் அது. மணமகனாக அவர்கள் சொன்ன

பெயர் அதிர்ச்சி தந்தது. அஜீத்தான் அந்த வரன். அவருக்கு மனமெல்லாம் கனத்தது. “எப்படி நிகழ்ந்திருக்கும் இந்த விபத்து. சாயாவைப் போன்ற நல்ல பெண்மணிக்கு இது நிகழ்ந்தது மிகப்பெரிய பரிதாபம். அவள் பூவைப் போல மென்மையானவள். அவனோ முரடன். சுவாரசிய மில்லாதவன். எந்தக் கலையுணர்வும் இல்லாதவன். அறிவிலோ, அழகிலோ அவளுக்குப் பொருந்தாதவன். நல்லவேளை, நான் யாரிடமும் என் உள்ளக்கிடக்கையைப் பகிர்ந்துகொள்ளவில்லை. ஒருவருக்கு மேல் தெரிந்தால் கூட, அது ரகசியம் இல்லை. அஜீத் காதுகளுக்குப் போயிருந்தால், சாயாவின் எதிர்காலம் எப்படியெல்லாம் பாதிக்கப்படும். பாவம் நன்றாக வாழட்டும்.”

மூன்றாம் ஆண்டு முடிகிறபோது சாயாவின் திருமணம் நடந்தது. எந்த மாணவனுக்கும் அழைப்பு அனுப்பப்படவில்லை. அவரால் அவளை மானசீகமாக வாழ்த்த மட்டுமே முடிந்தது. அவள் தேர்வை வேறொரு மையத்தில் எழுதியதால், அதற்குப் பிறகு அவளைச் சந்திக்கவே முடியாமல் போய்விட்டது.

இரண்டு ஆண்டுகளுக்குப் பிறகு கல்லூரியில் முதுகலைப் படிப்பு படிக்கும்போது ஒரு கடிதம் வந்தது. உறையில் அனுப்பியவர் பெயர் இல்லை. பதற்றத்துடன் பிரித்துப் பார்த்தபோது, அழகான குண்டு குண்டுடான கையெழுத்து வசீகரித்தது. ஆனால் உள்ளடக்கம் சோகம் ததும்பியது.

“அன்புள்ளவருக்கு,

சாயா எழுதுவது. நீங்கள் நலமாக இருப்பீர்கள் என நினைக்கிறேன். மிகுந்த யோசனைக்குப் பிறகே உங்களுக்கு இந்தக் கடிதம் எழுத வேண்டும் என திடமான எண்ணம் மேலிட்டதால் இதை எழுதுகிறேன். எனக்கு மன நிம்மதியும், ஆறுதலும் தேவைப்பட்டன. என் மனபாரத்தை இறக்கி வைத்தால் உங்களுக்கு ஏற்படும் தொந்தரவுக்கு என்னை மன்னிக்கவும்...”

கடிதத்தின் தொடக்கமே கவலையளிப்பதாக இருந்தது. ஆனால் இன்னும் அதிக சோகத்தை அது தாங்கிக்கொண்டு மேலே சென்றது.

“நான் இப்போது தனியாகத்தான் வாழ்கிறேன். எனக்கும் என் கணவருக்கும் இடையே வேறுபாடு. திருமண நாளன்றே அது தொடங்கிவிட்டது. என் வாழ்க்கையை சிதைத்ததில் மிகுந்த மகிழ்ச்சியடையும் மனிதரோடு மேலும் வாழ எனக்கு விருப்பமில்லை. என் கல்வியும், அறிவும் பயனற்றுப் போய் கவலைகளைச் சுமந்து வாழ்கிறேன்.

உங்கள் நினைவு வந்தது. நல்ல நண்பராக இருந்த உங்களிடம் பகிர்ந்துகொண்டால் ஆறுதல் கிடைக்கும் என்று நினைத்தேன். நீங்கள் தொடர்ந்து படிக்கிறீர்கள். ஒழுக்கமும் பண்பும் நிறைந்த நீங்கள் உயரமான இடத்திற்குச் செல்லவேண்டும். எப்போதாவது கோபிச்செட்டிப்பாளையம் வந்தால் வாருங்கள். நீங்கள் கடிதம் எழுதினால் மகிழ்வேன்..."

அந்தக் கடிதத்தின் தாக்கத்திலிருந்து மீளமுடியாமல் தவித்தார். உடனடியாகக் கடிதம் எழுதினார். அன்பையும், கருணையையும் மையில் தோய்த்து எழுதினார்.

"*அன்புள்ள சாயா*"

உன் கடிதம் கிடைத்ததில் மகிழ்ச்சியடைய முடியாத துர்பாக்கிய வான் நான். திருமணமாகி எல்லா வகையிலும் மேம்பட்ட வாழ்வை நீ வாழ்ந்துகொண்டிருக்கிறாய் என்பது பெரிய நம்பிக்கைக்குரிய நினைவாக இருந்தது. சில நம்பிக்கைகள் பொய்த்துப் போகும்போது மூச்சு முட்டுகிறது. நான் சில புத்தகங்களை அனுப்புகிறேன். படித்துப் பார்க்கவும். உன் மனத்தில் நம்பிக்கையையும், துணிவையும் இவை ஏற்படுத்தும் என எண்ணுகிறேன்."

ஒவ்வொரு நாளும் சாயாவிடமிருந்து கடிதம் வரும் என எதிர் பார்த்தார். பதினைந்து நாட்களுக்குப் பிறகு ஒரு நீண்ட மடல் வந்தது.

"என் மீது கொண்ட அன்பிற்கு நன்றி. நீங்கள் அனுப்பிய நூல்கள் நன்றாக இருந்தன. எனக்கு அவை ஊட்டிய நம்பிக்கை அதீதமானது. என் மனத்தில் அவற்றைப் படித்ததும் புதிய தெம்பு பிறந்தது. நான் மேற்படிப்புப் படித்து, என் வாழ்வை செம்மைப்படுத்தும் முயற்சியில் ஈடுபடுவேன். உங்கள் கடிதத்தை என் பட்டப்படிப்புச் சான்றிதழை விட பத்திரமாகப் பாதுகாப்பேன்..."

அந்தக் கடிதம் திருப்தியையும், எதிர்பார்ப்பையும் ஏற்படுத்தியது. மிகச் சிறந்த பழந்தமிழ்த் திரைப்பட பாடல்களையும், பீத்தோவன் இசைக்கோவையையும் அனுப்பிவைத்தார். சாயாவின் மனத்திற்கு அவை ஒத்தடங்களாக இருந்தன என்பது புரிந்தது. அருண் சொன்னதைக் கேட்டு உடனடியாக அவளிடம் சென்று "நாம் திருமணம் செய்து கொள்ளலாம்" என்கிற ஒற்றை வரியைச் சொல்லியிருந்தால், அந்தப் புனிதவதியின் வாழ்வு பாழ்பட்டிருக்காது. அவரால் தன் குற்ற உணர்வைப் புறந்தள்ள முடியவில்லை.

"என் திருமணமே என் சம்மதமில்லாமல்தான் நடந்தது. என்னைத் தொடர்ந்து பின் வந்த அஜீத் மீது எனக்கு வெறுப்புத்தான் ஏற்பட்டது.

அவர் என்னைப் படுத்திய பாடு தாங்க முடியாமல் இருந்தது. அவர் சாமர்த்தியமாகத் தன் பெற்றோர் மூலம் என் பெற்றோரைத் தொடர்புகொள்ள செய்திருக்கிறார். என் பெற்றோரின் நிலைமை பரிதாபகரமானது. என் இரு தங்கைகளின் திருமணமும் சேர்ந்து அவர்களைக் கவலைக்குள்ளாக்கியது. 'எந்த வரதட்சணையும் வேண்டாம்' என்று அவர்கள் பேசிய பசப்பு வார்த்தைகள் அவர்களைத் தான்தோன்றித்தனமாக முடிவெடுக்கும்படி செய்துவிட்டது. 'என்னுடைய பெண் குருடனைக்கூட நாங்கள் கைகாட்டினால் மறுப்புச் சொல்லாமல் திருமணம் செய்து கொள்வாள்' என்று குரூரமான திருப்தியுடன் அவர்கள் என் கீழ்ப்படிதலைச் சாதகமாக்கிக் கொண்டனர். எதிர்பார்க்காத நேரத்தில் என் திருமணம் அதிர்ச்சியான கெட்ட கனவானது. நான் என் பெற்றோரிடம் மறுத்துப் பேச முடியாத நடுத்தரக் குடும்பச் சூழல். தங்கள் பாரத்தைக் குறைக்க பாழும் கிணற்றில் தள்ளிவிட்டார்கள்..."

கடிதத்தைப் படிக்கும்போதெல்லாம் அவருக்குத் தோன்றும்... "இன்னும் கூட எந்த இடத்திலும் என்னை நேசித்ததாக சாயா 'கமிட்' ஆகவில்லையே."

'எங்கள் இருவரின் திருமண இரவே சிக்கலாகயிருந்தது. நான் எதிர்பார்த்த மென்மையோ, நட்புணர்வோ அவரிடம் இல்லை. அவர் என்னிடம் எதிர்பார்த்த நெருக்கங்கள் சொன்னால் நாக்கூசக் கூடியவை. என்னால் அவரோடு ஒன்ற முடியவில்லை. உடலை மட்டுமே நேசிக்கும் ஒருவருக்கு உள்ளம் எப்படிப் புரியும்? அது மட்டுமல்ல, எதுவுமே எதிர்பார்க்காத மாதிரி நடித்தவர்களின் உண்மை சொரூபமும் புரிந்தது... என்னால் எல்லாவற்றையும் எழுத முடியவில்லை. ஆனால் நான் சொல்ல நினைப்பவற்றை உங்களால் ஊகித்துக்கொள்ள முடியும்."

சாயா மென்மையானவள். அவள் உயர்ந்த ரசனை கொண்டவள். அவள் தான் அனுப்பிய புத்தகங்கள், இசைக்கோவைகள் போன்றவற்றை ரசித்த விதமும் அவற்றைப் பற்றித் தெரிவித்த கருத்துக்களும் அதை உணர்த்தின.

அவர் அவளுக்கு எழுதும்போது, "உன்னைத் தொலைபேசியில் தொடர்புகொள்ள விரும்புகிறேன். ஏதேனும் எண் இருந்தால் தெரிவிக்கவும்."

தொலைபேசி என்பது ஆடம்பரமாகக் கருதப்பட்ட காலம்.

"என் வீட்டில் தொலைபேசி இருந்தால் உங்களுக்கு முதலிலேயே தெரிவித்திருப்பேன். என் பக்கத்து வீட்டில் இருக்கிறது எண்.2348. மாலையில் தொடர்பு கொண்டால் அவர்களுக்கு அசௌகரியமாக இருக்காது" என அவளிடமிருந்து பதில் வந்தது.

அவர் மிகவும் பிரயாசைப்பட்டு அவளைத் தொடர்பு கொண்டார்.

முதலில் ஒரு சின்னப் பெண் தொலைபேசியை எடுத்தது. இரண்டு மூன்று கைகள் மாறி, இரண்டு மணித்துளிகளுக்குப் பிறகு அவள் வந்தாள்.

"ஹலோ."

"ஹலோ."

இருவருக்கும் என்ன பேசுவது எனத் தெரியவில்லை.

"சௌக்கியமா?"

"நல்லா இருக்கேன். இப்ப நிம்மதியா இருக்கீங்களா?"

"இருக்கேன்."

"எனக்கு அடுத்தவாரம் படிப்பு முடியுது. நான் வேலை தேடி சென்னை போறேன். அங்க போன பிறகு உங்களுக்குக் கடிதம் போடறேன்."

"அதுக்குப் பிறகு நான் கடிதம் எழுதறேன். உங்க கடிதத்திற்காகக் காத்துக்கிட்டிருப்பேன்."

அவள் காத்துக்கொண்டே இருந்தாள். ஆனால் சென்னை சென்ற அவசர உலகத்தில், ஆரம்பத்தில் பல தடுமாற்றங்கள் இருந்ததால் அவர் கடிதம் எழுத வெகுநாளானது. அவர் ஓராண்டிற்குப் பிறகு எழுதிய கடிதம் 'முகவரிதாரர் இல்லை' என்ற குறிப்புடன் திரும்பி வந்தது. அந்தக் கடிதத்தை அவர் கசக்கி எறிந்தபோது, அவருடைய காதலும் கசங்கிப் போனது. அதிலிருந்து மீளமுடியாமல் பல நாட்கள் அவர் தடுமாறியது நிஜம்.

14

வீட்டில் 'கட்டுப்பாடு' என்கிற பெயரில் திணிக்கப்படும் கொடுங்கோன்மை, முடிவுகள் எடுப்பதில் சுணக்கத்தையும், அநியாயங் களைக் கண்டு வாளாவிருப்பத்தையும் தொடக்க காலத்திலேயே ஏற்படுத்தி விடுகின்றன என்பதற்கு அவருடைய வாழ்வே சாட்சி. சாயா என்கிற அந்த மனோரஞ்சித மலரை நுகரத் தெரியாமல் விட்டுவிட்ட அவருடைய அறியாமையை இப்போது நினைத்தாலும் மனம் சுடும். இருந்தாலும் அதை மீறி தன்னையும் ஒரு பெண் தனக்காகவே, எந்த எதிர்பார்ப்புகளும் இன்றி நேசித்ததை எண்ணி அவர் பூரிப்படைவது உண்டு.

பதவியையோ, வசதியையோ எதிர்பார்க்காத உண்மையான அன்பு அது. அவருடைய நற்பண்புகளுக்காக, நேர்கொண்ட பார்வைக்காக நேசித்த பெண் அவள். அப்போதெல்லாம் பெற்றவர்களுக்கு அதிக செலவு வைக்கக்கூடாது என்பதற்காக, ஹவாய் காலணிகளோடு, மிகச் சாதாரண சட்டைகளுடன் எலும்பும் தோலுமாய் இருக்கும் தோற்றம் அவருக்கு. இரவு இரண்டு மணி வரை புத்தக வாசம். எனவே சதைப் பிடிப்பில்லாத இறுக்கமான முகம். சாயாவின் நினைவுகள் அவருடைய முகத்தில் பொலிவையும், தேஜஸையும் ஏற்படுத்தின.

அவர் தூக்கமில்லாத இந்தப் புதிய உலகத்தை மிகவும் நேசித்தார். தூக்கம் தவிர்க்க முடியாமல் விழிகளைத் தழுவும் வரை விழித்திருந்தே பழக்கப்பட்டவர் அவர். பல நேரங்களில் விடுதியின் அத்தனை விளக்குகளும் அணைந்த பிறகும் அவர் மட்டும் கண்ணயராமல் இருப்பவர். எழுதிக்கொண்டும், படித்துக்கொண்டும் இருந்த அவர் சரியான வழிகாட்டுதல் இல்லாத காரணத்தால் தளர்ந்து போனவர்.

அவரையும் அறியாமல் நடந்துகொண்டே இருந்தவர் பார்வையில் பரிச்சயமான முகம் ஒன்று தென்பட்டது.

'அடடே! இவர் இங்கே வந்துவிட்டாரா! இவர் பட்ட கோபத்திற்கும் வாரியள்ளிக்கொண்ட வயிற்றெரிச்சலுக்கும் பல ஆண்டுகளுக்கு முன்பே வந்திருக்க வேண்டும்.'

அவருடைய நினைவுகள் பின்னோக்கிச் சுழன்றன.

அவர் அவருடைய மேலதிகாரி. இப்போது கூட பெயரைச் சொன்னால் அவருக்குப் பிடிக்காது. இன்னும் பலர் அப்படித்தான். மேலதிகாரிகளிடம் கூடத் தங்கள் பதவியின் பெயரைச் சொல்லியே தொலைபேசியில் பேசுபவர்கள் உண்டு. 'காணாமல் கண்ட பதவிப் பித்தர்கள் அதை எலும்பும், தசையுமாய் எண்ணிக்கொள்கிறார்கள்.'

அப்படிப்பட்ட அவர் சகலநேரமும் பதவியின் கித்தாப்பிலேயே இருப்பவர். தன் நாற்காலி சிம்மாசனம் என எண்ணி மற்றவர்களுக்குச் சிம்ம சொப்பனமாக இருக்கவேண்டும் என்று விருப்பப்பட்டவர். அவர் தன்னுடன் பணியாற்றுகின்ற பணியாளர்கள் யாரையுமே அவர் முன் அமர அனுமதித்ததில்லை. அவர் அறையில் அவர் அமர மட்டுமே நாற்காலியிருக்கும். யாராக இருந்தாலும் மணிக் கணக்கில் நிற்க வைத்துப் பேசுவார். அதுவும் மிகப் பரந்து விரிந்த மேசையால் பத்தடிக்கு அப்பால்தான் அவர்கள் நிற்கமுடியும். அவர் அருகில் நிற்கக் கூட முடியாமல் 'அகலாது அணுகாது' அவர்கள் இருப்பார்கள்.

அவர்களையெல்லாம் நிற்க வைத்துக்கொண்டே பதினோரு மணியானால் அவர் மாத்திரம் தேநீர் சாப்பிடுவார். 12.30 மணிக்கு சூப் சாப்பிடுவார். 3.30 மணிக்கு சாலட் சாப்பிடுவார். வேண்டுமென்றே சாதாரண அறையில் பணிபுரியும் அலுவலர்கள் குளிரில் நடுங்க வேண்டும் என்பதற்காக ஏ.சி.யின் அளவைக் கூட்டி வைப்பார்.

திடீரென கண்ணாடிக் குவளையைக் கீழே தள்ளுவார். பேப்பர் வெயிட்டை எடுத்துக் கீழே போட்டு உடைப்பார். அவருடைய கோபத்தை அந்த அறை முழுவதும் உணரும்படி நடந்துகொள்வார். கால் மேல் கால் போட்டு ஒய்யாரமாகச் சாய்ந்துகொண்டு தன்னுடைய 'அத்தாரிட்டியை' அவர் பதிய வைக்க எடுக்கும் முயற்சிகள் ஏராளம். கீழே பணிபுரிகிற ஆர்வலர்கள் எந்தக் கோப்பை அனுப்பினாலும் அதில் மூன்று, நான்கு கேள்விகளை எழுப்பி அனுப்புவார். எந்த முடிவும் எடுக்காத அவரை அந்த அரசு நிறுவனம் சிரமப்பட்டு சுமந்துகொண்டிருந்தது. கோப்பு களில் கையொப்பம் வாங்க அடுத்த நிலை அலுவலர்கள் எல்லோரும் திருப்பதி தரிசனத்திற்காகக் காத்திருப்பது போல் கோப்புகளோடு காத்திருப்பார்கள். அவர்கள் அந்த முந்திய கோப்புகளை முடிப்பதற்கு இரவு பத்துப் பதினொன்று என்று ஆகிவிடும். அவரே சில கோப்புகளில் 'பேசுக' எனத் தேதியிட்டு கையொப்பமிடுவார். அதை நான்கு மாதம் கழித்து அனுப்புவார். அந்த அலுவலர் வந்தால் "ஏன் நான்கு மாதமாக என்னிடம் பேசவில்லை?" எனக் கேட்டு அவர்களுக்கு குறிப்பாணை அனுப்புவார்.

எப்போதும் தான் மேலதிகாரி என்ற நினைப்பிலேயே இருப்பதும், சகல நேரமும் நெஞ்சை நிமிர்த்தியே இருப்பதும் ஒரே மாதிரியான மனநிலைதான். அவர் தன்னைவிட ஒரு ரேங்க் குறைந்த சம அந்தஸ்தில் உள்ளவர்களிடம் கூட நேரடியாகப் பேசமாட்டார். தன்னுடைய நேர்முக உதவியாளரிடம் 'என்னை விட ஒரு ரேங்க் குறைவு. எனவே இன்னார்தான் முதலில் தொலைபேசி லைனில் வரவேண்டும்' என்றெல்லாம் நிபந்தனை விதிப்பார்.

அவர் போல முடிவுகள் எடுப்பதைத் தள்ளிப் போடுபவர்கள் இயல்பான மரியாதையைப் பெறுவது சிரமம். அதனால்தான் இப்படிப்பட்ட வெற்று பந்தாக்களின் மூலமாக அவர்கள் தங்கள் இருத்தலை திடப்படுத்திக்கொள்கிறார்கள். ஒருவரின் முதுகுக்குப்பின் கொடுக்கப்படுவதுதான் உண்மையான மரியாதை என்பதை அவர்கள் உணரவதில்லை.

இப்படிப்பட்டவர்கள் கீழுள்ளவர்களிடம் எவ்வளவு கர்ணக் கொடுரமாக நடந்துகொள்கிறார்களோ, அந்த அளவு பவ்யமாக மேலிருப்பவர்களிடம் நடந்துகொள்வார்கள். அவர்கள் வீட்டிற்கு ஊறுகாய் முதல் உப்புப்புளி வரை வாங்கியனுப்பத் தயங்க மாட்டார்கள். வாயைப் பொத்திக் கொண்டு பணிவாக, பதவிசாக அவர்கள் பேசுவது பாவமாக இருக்கும்.

மேலதிகாரி ஆய்வுக்கூட்டங்களில் நடந்துகொள்ளும் விதம் கோபத்தை வரவழைக்கும். ஒருமுறை அவர் களப்பணியாளர்கள் ஆய்வுக்கூட்டத்தை நடத்திக்கொண்டிருந்தார். அதில் ஒருவர் தன்னுடைய குறியீட்டை எய்தமுடியவில்லை.

அவரிடம் "ஏன் குறியீட்டை அடையவில்லை?" என அதிகாரி கேட்டார்.

"ஐயா! எனக்கு உடம்பு சரியில்லை. லீவுல இருந்தேன். அதனால் நான் பணிபுரிஞ்ச நாட்கள் குறைவு" என்றார்.

உடனே அதிகாரி அனுசரணையான குரலில் "அப்படியான என்ன ஆச்சி உடம்புக்கு?" என்றார்.

கூட்டத்தில் இருந்த அனைவருக்கும் ஆச்சரியமாயிருந்தது. இந்தக் கல்லுக்குள்ளும் ஈரம் இருக்கிறது என உணர்ந்து கொஞ்சம் இறுக்கத்தைத் தளர்த்தி அமர்ந்தனர்.

"இதயத்தில் கோளாறு" என்றார் அந்தப் பணியாளர்.

"அச்சச்சோ! என்ன மருந்து சாப்புடறீங்களா?"

"ஆமாம் சார்"

"யாரு டாக்டர்?"

"சிவகடாட்சம்"

"இப்ப வலியிருக்கா?"

"லேசா இருக்கு சார்."

தன்னுடைய குறியீட்டை எட்டாததை அதிகாரி பொதுபடுத்த மாட்டார் என்கிற ஆதங்கத்தில் அவர் இளகி ஒவ்வொரு வினாவிற்கும் பதில் அளித்துக்கொண்டே வந்தார்.

திடீரென அதிகாரியின் குரல் அந்தக் கட்டடமே அதிரும் அளவு உயர்த்தியதில் எல்லோரும் நடுங்கிப் போனார்கள். நிமிர்ந்து உட்கார்ந்திருந்தார்கள்.

"வலிக்குதுன்னா வீட்டிலேயே செத்துத் தொலைக்க வேண்டியது தானே! இங்க வந்து ஏன்யா சாக நெனைக்கறே?"

அவர் கத்திய கத்தலில் அனைவருடைய சப்த நாடியும் அடங்கிப் போனது. அப்படிப்பட்ட மனிதர் அவர். அவரை எதிர்கொண்டவர்களில் முக்கியமாகத் தன்னையும் கருதிக்கொண்டார். எந்த எதிர்ப்பும் எந்த திசையிலும் வராதபோது, தம்மைக் கேட்க யாருமில்லை என்று சில அதிகாரிகள் நினைத்துக்கொள்வதுண்டு. யாராவது எதிர்த்துப் பேசினால் அவர்கள் அடங்கிவிடுவார்கள்.

அப்படிப்பட்ட அனுபவம் அவருக்கு ஏற்பட்டது. ஒருமுறை அதிகாரி கோப்பை அவர்மீது எறிந்தார். மற்றவர்கள் கோப்பைக் குனிந்து எடுத்து, அதன் சிதறிய பக்கங்களைச் சேகரித்துக் கொண்டு வெளியே வருவார்கள். ஆனால் நேர்மையாக இருந்த அவர், உடனே அதிகாரியிடம் "சார்! நீங்க இப்படித் தேவையில்லாமல் கோப்பை எறியறது சரியில்லை, என் பணியில் என்ன குறை கண்டுபிடிச்சீங்க?" என்று துணிச்சலாகக் கேட்டார்.

அதிகாரி தடுமாறினார். "நீங்க எழுதியிருக்கற கடித வரைவு சரியில்லை."

"எந்த இடத்தில் சரியில்லை?"

அவரால் பதில் பேசவே முடியவில்லை. முதல்முறையாக ஒருவர் எதிர்த்துப் பேசியதும் அதை எதிர்பார்க்காமல் அவர் நிலைகுலைந்தார்.

"முழுசுமே சரியில்லை."

"சரி எப்படி எழுதணும்னு சொல்லுங்க. எங்களை விட அதிகம் தெரிஞ்சிருக்க வேணும் அப்படீங்கறதனால தான நீங்க எங்களுக்கு மேலதிகாரி. உங்களுக்கு அதிக சம்பளம். நாங்க பணியாளர்கள் தானே தவிர அடிமைங்க இல்ல" என்று அவரைவிட ஸ்பஷ்டமான ஆங்கிலத்தில் அவருக்குப் பதிலளித்தார். அதில் அதிகாரி ஆடிப்போனார். அன்று முதல் அதிகாரி அவரிடம் வாலாட்டவில்லை. அவர் மாற்றலில் செல்லும் போது, எல்லோரும் பட்டாசு வெடித்துக் கொண்டாடினார்கள்.

நேர்மையோ ஒழுக்கமோ இல்லாத மனிதர்கள் கோபத்தில் நியாயமும், உண்மையும் இருப்பதில்லை. வெகுசீக்கிரமே அவர்கள் வெளுத்துப்போய் விடுகிறார்கள். அப்படிப் பல குற்றச்சாட்டுக்களில் மாட்டி ஒதுக்கி வைக்கப்பட்டவர் அவர். அவருடைய இறுதிப் பணிக்காலத்தில் அவரிடம் பணியாளராகப் பணியாற்றிய ஒருவரே அவரின் மேலதிகாரியாக உயர்ந்தார். 'யாரையுமே துச்சமாகக் கருதக் கூடாது' என்பதையே நிர்வாகமே தொடர்ந்து அறிவுறுத்தி வருகிறது.

மேலதிகாரியாக இருக்கும்போது அவர் சின்னச் சின்ன விஷயங்களில் எழுப்பிய பிரச்சினைகள் கூட நினைக்கவே கூசும். அழைப்பிதழில் தன் பெயரை மிகப் பெரியதாகப் போட்டால் தான் பேசுவார். எங்கு முகாம் சென்றாலும் மிகப்பெரிய அறையாக இருக்க வேண்டும். அத்தனை வகை உணவுகளுடனும் காத்திருக்க வேண்டும். தோசை சற்று ஆறி இருந்தால் முகத்தில் விட்டெறிகிற மூர்க்கத்தனம்.

ஒருமுறை பணியாளர்கள் தங்கள் குறைகளைக் கூற வரிசையாக நின்றிருந்தார்கள். ஒவ்வொருவராக மனுகொடுத்துக் கொண்டே வந்தனர். ஒருவர் மனுவை ஒரு கையிலும், உலர்ந்த திராட்சை, பழங்கள் ஆகியவற்றை இன்னொரு கையிலும் வைத்துக்கொண்டிருந்தார். முதலில் காணிக்கையைக் கொடுத்துவிட்டு "ஐயா! என் குடும்பம் கும்பகோணத்தில் இருக்குது. நான் தஞ்சாவூரில் வேலை செய்யறேன். எனக்கு மாறுதல் தந்தா நல்லா இருக்கும். வயசான பெற்றோர். எனவே அவங்களைக் கவனிச்சிக்கிறதுல சிரமம்."

அதிகாரி அவரைப் பார்த்து "ஏய்யா! எனக்கே வயசாகுது. உன்னோட பெற்றோர் வயசாகாம இளமையாகவா இருப்பாங்க. சரி இது என்ன?"

"முந்திரி, திராட்சை, பாதாம்."

"சரி! சரி! இருக்கட்டும். ட்ரான்ஸ்பர் எல்லாம் பண்ண முடியாது. போ."

வந்தவருக்குப் பணம் தண்டமானதுதான் மிச்சம்.

அவரது மதிய உணவிற்கு விதவிதமான மாமிச உணவுகள் வேண்டும். நாட்டுக் கோழி முட்டையைத்தான் அவர் மாலையில் உண்பார் என்பதற்காகப் பல இடங்களில் திருச்சி அலுவலகமே தேடுதல் வேட்டை நடத்தியது. கடைசியில் வேறு வழியில்லை. கிடைத்த முட்டையை காபி டிக்காஷனில் வெகுநேரம் ஊறவைத்துப் பழுப்பு நிறமாக்கி சமாளித்தனர்.

மனிதரின் அற்பத்தனம் அனைவருக்கும் பிரசித்தம். அவருக்குக் கூடை நிறைய ஒருவர் மாம்பழங்கள் கொண்டுவந்து கொடுத்தாராம். இவர் பத்து மாம்பழங்கள் மாத்திரம் எடுத்துக்கொண்டு மற்றவற்றை உடனடியாக மார்க்கெட்டில் விற்றுவரச் சொன்னாராம். இப்படி எத்தனையோ சில்லறைப் பண்புகளின் தொகுப்பு அவர். எத்தனையோ உயர்பண்புகள் கொண்ட அதிகாரிகள் அமர்ந்த இடத்தில் இப்படியொருவர் இருக்கிறாரே! என்று அவரிடம் பணிபுரிகிறவர்கள் சாபம் கொடுத்துக்கொண்டே இருந்தனர்.

அவர் பெயர் பெரிய மோசடியில் அடிபட அவருக்கு அதிகாரம் இல்லாத பதவி வழங்கப்பட்டது. அங்கேயும் தனக்கு நிறைய பொறுப்புகள் இருப்பதுபோல் அவர் அலட்டிக்கொண்ட விதம் பலருக்கு அருவருப்பாக இருந்தது. இப்படிப்பட்ட 'நிர்வாணராஜா'க்களை ஒன்றும் செய்யமுடியாது.

அவர் முகத்தைப் பார்த்ததும் எல்லா நினைவுகளும் திரும்பி வந்தன. மேலதிகாரி வாடிப்போய், பார்க்கவே பரிதாபமாகக் காணப்பட்டார். புலிபோல் பூலோகத்தில் வாழ்ந்தவர் இப்போது பூனைபோல் ஒடுங்கி இருப்பது தெரிந்தது.

"என்னைத் தெரியுதா? நான் உங்ககிட்ட வேலை செஞ்சேன்."

தான் கோப்பை எறிந்ததும், பதிலடி கொடுத்தவர் என்பதால் இவருடைய முகம் உடனடியாக நினைவுக்கு வந்தது. இருந்தாலும் கௌரவம் இடம் கொடுக்கவில்லை.

"எங்கிட்ட எத்தனையோ பேர் வேலை செஞ்சிருக்காங்க. அவங்க அத்தனை பேரையும் எப்படி ஞாபகம் வச்சிக்க முடியும்?"

'அட இங்கேயும் இவர் தன்னை ஒரு மேலதிகாரியாகவே நினைத்துக் கொண்டிருக்கிறார் போல' என அவர் எண்ணினார்.

"எப்படி இருக்கீங்க?"

"எனக்கென்ன அருமையா இருக்கறேன். இங்க எனக்குத்தான் நல்ல ரூம். நல்ல வசதியோட."

"அப்படியா?"

“ஆமாம்! வந்து பாருங்க.”

அவருடைய அறை சின்னதாக, மிகுந்த வெப்பத்துடன் இருந்தது. இவர் எத்தனை வசதிகளை பூலோகத்தில் அனுபவித்தாரோ அவற்றிற்கு எதிராக இருந்தது.

‘இப்போதுகூட தன்னை ஏமாற்றிக்கொள்பவர்களை என்ன செய்ய முடியும்!’

“மகிழ்ச்சியாக இருக்கீங்களா?”

“எனக்கென்ன குறைச்சல். எனக்கு எடுபிடிக்குப் பத்தாள் கேட்டிருக்கேன். கொடுப்பாங்கன்னு நினைக்கறேன்.”

“இங்க எதுக்கு எடுபிடி வேலை.”

“ஆள் வந்தா என்னால அவங்களுக்கு வேலையை உருவாக்க முடியும்.”

“எப்படிப்பட்ட வேலை?”

“கால் கை பிடிக்க, துணி மடிக்க இந்த மாதிரிதான்.”

‘குடோன் மாதிரி ஒரு அறையில் இருந்துகொண்டு எத்தனை ஆசை இந்த ஆளுக்கு’ என நினைத்துக் கொண்டார்.

அவர் மேலதிகாரி முன் கால் மேல் கால் போட்டு அமர்ந்தார். தன் முன் யார் கால்மீது கால் போட்டாலும் அவருக்குச் சுத்தமாகப் பிடிக்காது. ஆனால் இங்க என்ன செய்யமுடியும்? உடனே தன் வலது காலை இடதுகால் மீது போட முயன்றார். அவரால் முடியாமல் போனது. ‘ஓ! இது இவருக்குச் சாத்தியமில்லாமல் செய்துவிட்டார்கள் போல’ என நினைத்துக்கொண்டார்.

அவராகவே “இன்னும் கொஞ்ச நாள்ல மிகப்பெரிய வீடு எனக்கு ஒதுக்கித் தர்றதா சொல்லியிருக்காங்க” என்று ஒரு பொய்யை அவிழ்த்துவிட்டார்.

“பூமியில் இருந்ததை விட அதிக நாட்கள் இங்கு இருக்கப் போகிறோம் என்பது தெரியாமல் இருக்கிறாரே” என எண்ணிக் கொண்டார்.

“நீங்க எங்கே இருக்கீங்க?” என ஒப்புக்குக் கேட்டார்.

கொஞ்சம் அசந்தால் “எனக்கு எடுபிடியாக வந்து வேலை செய்” என்று சொல்லக்கூடியவர்தான். இப்படிப்பட்டவரை வெறுப்பேற்றுவதில் எந்தத் தவறும் இல்லை என எண்ணினார்.

“வாருங்கள் என் அறையைக் காட்டுகிறேன்” என அழைத்துச் சென்றார்.

அந்த அறையின் வசதிகளையும், பரந்து விரிந்த தன்மையைப் பார்த்ததும் அவருக்கு முகமெல்லாம் பொறாமை ஏற்பட்டது. உடனே "நீங்க என் அறையை எடுத்துக்கிட்டு, இதை எனக்குப் பேசாமல் கொடுத்துருங்க" எனக் கட்டளையிட்டார்.

"மன்னிக்கணும். இது பூலோகமில்லை, இங்க நீங்க மேலதிகாரியுமில்லை."

உண்மை சுட்டவுடன் ஒதுங்கிக்கொண்டார்.

"சரி நான் வர்றேன்."

அவர் போன பிறகும் அந்த அறையில் அதிர்ச்சி அதிர்வுகளும், கசப்புச் சுவையும் வெகுநேரம் தேங்கியிருந்தன.

15

நிர்வாகி அவரை அழைத்திருந்தார்.

"உன் இருத்தல் இங்கு எப்படி?"

"ஒன்று மட்டுமே குழப்பமாக இருக்கிறது."

"உங்களுக்குள் இருக்கும் குழப்பமே அத்தனைத் துன்பங்களுக்கும் காரணம்."

"எனக்கிருக்கும் சந்தேகம், சொர்க்கம், நரகம் பற்றியது."

"மறுபடியும் இது சொர்க்கமா, நரகமா என்கிற கேள்வியா?"

"இல்லை. உங்களில் சிலருக்கு முடிவில் அளிக்கப்படும் தண்டனை பற்றியது."

"எங்களில் சிலர் நரகம் செல்வதுண்டு."

"அவர்களுக்கு எந்த மாதிரியான தண்டனை?"

"உங்கள் தொலைக்காட்சித் தொடர்களை ஒருமணிநேரம் பார்ப்பது தான் அவர்களுக்கு அளிக்கப்படும் தண்டனை."

"இந்த இடத்தை எப்படி மீமெய்மையியல் படி நிர்ணயித்தீர்கள்?"

"நாங்கள் நீங்களெல்லாம் நினைப்பது போலத்தான் முதலில் சொர்க்கம். நரகம் என்றெல்லாம் பிரித்தோம். ஆனால் சொர்க்கத்தையே நரகமாக நினைத்து உடல் முழுதும் ஒவ்வாமையை வளர்த்துக் கொண்டவர்களும் உண்டு. நரகத்தையே சொர்க்கம் என நினைத்து நன்றி சொன்னவர்களும் உண்டு. எனவே அவரவர் சொர்க்கம் அவரவர் கையில் என மாற்றத்தைக் கொண்டுவந்தோம். நரகத்தை விட்டு வர அடம்பிடித்தவர்களும் உண்டு. புதியது எது என்றே தெரியாமல் பழைமையைக் கெட்டியாகப் பிடித்துக்கொண்டிருப்பவர்கள் உங்கள் மனுஷ ஜாதி."

"ஏன் அப்படி?"

"நீங்கள் வாழ்க்கையையே பொழுதுபோக்காக நினைத்து அதை மேம்போக்காக மட்டுமே அணுகுபவர்கள். உங்கள் அசைவுகளனைத்தும் வேறு யாரையோ ஒற்றியே பெரும்பாலும் இருக்கின்றன."

"எங்களிடம் சிறந்த பொழுதுபோக்குகள் உதயமாகவே இல்லையா?"

“உதயமாவது உண்டு. ஆனால் அவை வெற்றி பெறுவது இல்லை. உங்கள் மனமும் மலினமானதாக இருப்பதால் அது மட்டமானதையே நேசித்துக் கொண்டாடுகிறது.

அவர் சொல்வதும் சரியாகவே அவருக்குப் பட்டது. வாழ்வின் உயர்ந்த இலக்குகளைத் தாண்டிச் செல்லச் சிறகை விரிக்கும் பறவைகள் கருகி விழுவதைப் பார்க்கும்போது ஏற்படுகிற வேதனை அவருக்கும் இருந்தது. நல்லவன் ஒருவனுடைய கொலையில் நம்முடைய கொலையும் அடங்கியிருக்கிறது. மேன்மையான ஒன்று தோற்றுப்போகும் போது நாமும் கூட தோற்றுப் போகிறோம்.

அவருடைய நண்பர் ஒருவர் திரைப்படத்துறையில் இருந்தார். அவர் கலைப்படம் எடுப்பதற்கான கதைத்கருவை வைத்துக்கொண்டு பதினைந்து ஆண்டுகள் அலைந்தார். அவருடைய சொத்துக்களைக் கூட விற்று எப்படியாவது தன்னுடைய கனவை நிறைவேற்றிட வேண்டும் என்கிற வெறி.

அவருடைய பெயர் நரசிம்ம பாரதி.

“பாரதி! எவ்ளோ நாள் இப்படி அலைஞ்சிக்கிட்டே இருப்பே?”

“நிச்சயமா ஜெயிப்பேன்.”

“எத்தனை நாள் இப்படி சொல்லுவே?”

“இன்னும் பதினைஞ்சு வருஷத்துக்குப் பிறகும் கூட இதையே தான் சொல்லுவேன்.”

“ஏன் இந்த வெறி?”

“வெறி இருந்தா தான் வெற்றி பெற முடியும்.”

“அதுக்காக எவ்ளோ காவு குடுக்கப் போறே?”

“இப்பப் படற அத்தனை வேதனையும் நான் ஜெயிச்சா மறந்து போயிடும்.”

பாரதி கடைசியில் மூளையிலிருக்கும் ஒரு நரம்பு வெடித்து செத்துப் போனான்.

அவர் மௌனமாக அனைத்தையும் யோசித்துக்கொண்டிருக்கும் போது, நிர்வாகி கேட்டார். “என்ன யோசனை?”

“ஒன்றுமில்லை.”

“எனக்குத் தெரியும். அதைப் போன்ற மட்டமான பொழுது போக்கு இங்க இல்லையே என வருத்தப்படுகிறாயா?”

“நிச்சயமாக இல்லை. எனக்கு அப்படிப்பட்ட பொழுதுபோக்குகளில் எப்போதுமே விருப்பமில்லை.”

"எவ்வாறு நீ உன் ஓய்வு நேரத்தைக் கழித்தாய்?"

"என் புத்தக சாம்ராஜ்யத்தில் நான் கரைந்து போவேன்."

"படிப்பதைப் பெரிய வேள்வியாகக் கருதவேண்டியதில்லை. எப்படிப்பட்ட புத்தகங்கள் வாசிக்கப்படுகின்றன என்பதில்தான் அது பயனுள்ளதா என்பது முடிவாகும். அதிலும் முக்கியம் அந்தப் படிப்பு வெறும் அறிவு குறித்ததா, அல்லது வாழ்வைச் செறிவாக்கவல்லதா என்பதில்தான் சூட்சுமம் இருக்கிறது. ஏனென்றால் பெரிய படிப்பாளிகளாக இங்கே வருபவர்கள் பலர் மிக மட்டமான குண நலன்களை உடையவர்களாகவும், அவர்கள் எழுதியதற்கும், வாழ்விற்கும் எந்த சம்பந்தமும் இல்லை என்பதை உடனடியாக உணர முடிகிறது."

"உங்கள் இனிய பொழுதுபோக்கு எது?"

"எங்கள் ஒவ்வொருவருடைய வாழ்க்கையைப் பற்றியும் ஆய்வு செய்து நாங்கள் மேலே இருப்பவர்களுக்குக் குறிப்பு வைக்கவேண்டும். அதுவே உங்கள் நாவலைப் போல சுவாரசியமாக இருக்கும்."

"ஆனால் அதில் பயனுள்ள பகுதி எதுவும் இருக்காது!"

"உண்மைதான். ஆனால் அபூர்வமாக மிகவும் உயர்ந்த வாழ்க்கைக் குறிப்புகள் எங்களுக்கு வாசிக்கக் கிடைக்கவே செய்கின்றன. அதற்காக நாங்கள் பல ஆண்டுகள் காத்திருப்பதுகூட உங்களுக்கு மகிழ்ச்சியாகவே இருக்கிறது."

"அவர்களுக்கு எதுமாதிரியான இடம்?"

"நிச்சயம். நீ அதை உணரத்தான் போகிறாய். ஆனால் நீ அதற்காகக் காத்திருக்க வேண்டும்."

எல்லாவற்றிற்கும் பூடகமான பதில்தானா?

16

யாரை வாழ்வில் சந்திக்கக் கூடாது என்று விரும்பினாரோ, அவனை எதிரே பார்க்க வேண்டியதாக நேர்ந்தபோது, அவருக்குத் தொண்டையை வெறுப்பு அடைத்தது.

'விருப்பு வெறுப்பிற்கு அப்பாற்பட்ட இடம். இதில் கூட ஒருவர் மீது வெறுப்பு வரவேண்டுமா' மனம் சிந்தித்தது.

பலருடைய தவறுகளை மன்னிக்க முடிந்த அவரால் உணர்ச்சியற்ற நிலையிலும் அவனை மறக்க முடியாமல் போனால். மறக்கும்போது தான் மன்னிப்பு நிகழும்.

'நம்மைக்கூட ஒருவன் தவறாக நினைக்க முடியுமா? களங்கம் கற்பிக்க முடியுமா?' என்ற ஒரே ஒரு திமிர் அவரிடம் ஒட்டிக் கொண்டிருந்தது. எல்லா அடையாளங்களையும் முற்றிலுமாக இழந்த அவரால் இழக்கமுடியாத பெருமையாக இருந்தது அது ஒன்றுதான்; 'நான் கனவிலும் யாருக்கும் கெட்டது செய்ததில்லை' என்பது.

அது ஒன்றே சொத்தாக, பதக்கமாக, புண்ணியமாகத் தொங்கிக் கொண்டிருந்தபோது அதையே ஒருவன் அடித்து நொறுக்கினான். 'எந்த உயர்ந்த விஷயமும் கேள்விக்குள்ளாக்கப்படலாம்' என்பதைக் கசப்பாக உணர அவன் படிப்பினையாக இருந்தான். அனைத்தையும் கேள்விக்குட்படுத்துவது, அஸ்திவாரத்தை இடித்து, கட்டட உறுதித் தன்மையைப் பரிசோதிப்பதைப் போல் ஆபத்தானது.

சென்னைக்கு வந்து இருவர் தங்கும் அறையில் ஒருவராகத் தங்கும் ஆடம்பரத்தை அனுபவிக்குமளவு அவருடைய பொருளாதாரம் இருந்தது. நல்ல படிப்பு. நிறைய மதிப்பெண்கள், மொழிகளில் சரளம், வரைவுகள் எழுதும் கலை போன்றவை அவரை நல்ல நிலையில் பொது நிறுவனம் ஒன்றில் பணிக்கு அமர்த்தியது. அவர் திருவல்லிக்கேணியில் மிகப்பெரிய அறை ஒன்றை வாடகைக்கு எடுத்துக்கொண்டு குடி பெயர்ந்தார். விடுதி வாழ்க்கை எப்போதும் நண்பர்களுடன் வாழும் வசதியை ஏற்படுத்திக் கொடுத்தது. அவருடைய பெரிய அறையில் தொடக்கத்தில் தூங்குவது கூட சிரமமாக இருந்தது.

அப்போது அலுவலகத்தில் கீழ்நிலைப் பணியாளராக ஒருவன் வந்து சேர்ந்தான். பெயர் சேகர். சட்டையெல்லாம் கசங்கி அருவருப்பான தோற்றம். மழிக்காத முள்முள்ளான தாடி, உடம்பில் கூட ஒரு நாற்றம். அவருடைய யூனிட்டில்தான். அவருக்குக் கீழ் பணிபுரிய வேண்டும். முதல் நாளே அவனைப் பார்த்ததும் அவன் மிகவும் ஏழ்மையான பின்னணியிலிருந்து வந்திருக்க வேண்டும் என்பது தெரிந்தது.

அவனைத் தனியாக அழைத்து "ஏம்பா! உனக்கு வேற சட்டை கூட இல்லையா? இப்படி வந்திருக்கே" என்றார்.

உடனே அழத் தொடங்கினான். "சார்! எனக்கு அப்பா, அம்மா யாருமே இல்லை. நான் சாப்பிட்டுக் கூட ரெண்டு நாளாச்சி" என்றான்.

"சரிப்பா அழாத. மத்தியானம் என் ரூமுக்கு வா" என்றார்.

தன் சாப்பாட்டில் பாதியை டிபன் பாக்ஸ் மூடியில் வைத்து "இந்தாப்பா சாப்பிடு" என்றார். அவர் குழம்பு ஊற்றும்போது "சார். எனக்குக் கத்திரிக்காய் பிடிக்காது சார்" என்றான். "சரிப்பா இந்தா ரசம்" என அவனைச் சாப்பிட வைத்தார். அவருடைய முக்கால்வாசி சாப்பாட்டை அவனே சாப்பிட்டான். விட்டிருந்தால் அவனே முழுசும் சாப்பிட்டிருப்பான். 'பாவம், பசிபோல இருக்கிறது' என நினைத்தார்.

அன்று மாலை 'அவனிடம் ஏம்பா எங்க தங்குவ?"

"தெரியலே சார்."

"என்னோட ரூமுக்கு வந்து தங்கறியா?"

"பரவாயில்லே சார். நான் ஆபீஸ் வாசலிலேயே தங்கிக்கறேன்."

"எப்படிப்பா தங்க முடியும். என் ரூமுக்கு வா. பெரிய ரூம். படுத்துக்கலாம்."

அவருக்கும் படிக்கும்போது தேநீர் வாங்கி வரவும், உதவவும் ஓர் ஆள் தேவை. அவனுக்கும் உதவிய மாதிரி இருக்கும். ஓர் ஏழைப் பையனுக்குத் தங்க இடம் கொடுத்த மாதிரியும் திருப்தி இருக்கும்.

அவன் அறைக்குள் வந்ததும் நெளிந்தான். "சார் வாசலிலேயே படுத்துக்கறேன்" என்றான். "வேணாம்பா! முன்னாடி ரூம்ல படுத்துக்க. அங்கயிருக்கிற பாத்ரூமில குளிச்சிக்க" என தன்னுடைய புதிய சட்டையை அவனுக்குத் தந்தார். அவன் குளிக்க சோப் கொடுத்தார். அவன் குளித்துவிட்டு வரும்போது, அந்தச் சட்டையைப் போட்டுக் கொண்டான். தன்னைவிட அவனுக்கு அந்தச் சட்டை நன்றாக இருப்பதைப் போல அவருக்குப் பட்டது.

“சேகர் இந்தா 100 ரூபாய். போய் சட்டை, பேண்ட் எடுத்துக்க. ஆபீசுக்கு அழுக்குமூட்டையா வரக்கூடாது” எனச் சொன்னார்கள். தயங்கினான். “நீ அப்புறம் சம்பளம் வந்தாக் குடுத்திடலாம்பா.”

அதற்குப்பிறகு அவன் வாங்கிவந்த உடைகளின் விலைக்கு இதுவரை தான் கூட வாங்கி உடுத்தியதில்லை என்பது அவன் மீது சற்று வருத்தத்தை வரவழைத்தது.

‘பரவாயில்லை ஏழைப்பையன்’ என மனத்தைத் தேற்றிக் கொண்டார்.

அவனுக்கு உணவு, தேநீர் எல்லாமே அவர் செலவுதான். சில நாட்களில் ஓர் பெரிய அதிகாரியின் அறையில் தாம் ஒண்டிக்கொள்ள வந்தோம் என்கிற உணர்வுகூட அவனுக்குப் போய்விட்டது. ஏதோ அதில் தானும் சமமாக வாடகை கொடுத்து வாழ்வதுபோல் நடந்துகொண்டான்.

அவரிடம் ஸ்டெனோவாக ஒரு பெண் வேலை செய்தாள். அவள் பெயர் ரேவதி. அவரிடம் சகஜமாகப் பேசுவாள்.

“சார்! சொல்றேன்னு தப்பா எடுத்துக்க மாட்டீங்களே...”

“சொல்லும்மா.”

“அந்த சேகருடைய பார்வையே சரியில்லை. அவனை நீங்க உங்க ரூமிலே தங்க வைக்கறது சரியில்லை. உங்க தகுதி என்ன? அவன் தகுதி என்ன?”

“என்னம்மா மனுஷனாப் பிறந்தவங்க எல்லாமே ஒன்றுதானம்மா”

“சார், அவன் நல்லவன்னு தோணலை.”

அவர் அவள் சொன்னதைப் பெரிதாக எடுத்துக்கொள்ளவில்லை.

ஒருமாதமாயிற்று; இரண்டு மாதமாயிற்று சம்பளம் எல்லாம் வாங்கினான். ஆனால் அவர் தொடக்கத்தில் கொடுத்த நூறு ரூபாய் பணத்தை அவன் திருப்பித் தரவில்லை. அவன் அதுபற்றி அவரிடம் பேசவும் இல்லை. சில சமயம் அவர் அவனிடம் “இங்க வந்தப்ப வாங்கின சட்டையோட சரியா! அதுக்கப்புறம் ஏன் வாங்கல?” என்று மறைமுகமாகக் கூட கூறிப்பார்த்தார். அவன் அதைப் பெரிதுபடுத்தவில்லை.

அவருக்கு அவன் “சார்! என்னால பணத்தைத் திருப்பிக் கொடுக்கக் கூட முடியல” என சொல்லியிருந்தால்கூட ஆறுதலாக இருந்திருக்கும். ஆனால் அதற்கான ஒப்புகையைக் கூடத்தராமல் அவன் இருந்தது கோபத்தை ஏற்படுத்தியது.

‘அவனா கேட்டான். நாமாகத்தானே கொடுத்தோம்’ எனச் சமாதானம் அடைந்தார்.

திடீரென அவருடைய சோப்பு காணாமல் போகும். அவன் அதைப் போட்டுக் குளித்துக்கொண்டிருப்பான். சில நேரங்களில் அவருடைய துண்டை எடுத்து உபயோகிப்பான். அவருக்கு எரிச்சல் வந்தாலும் பொறுமையாக இருந்தார். ஓராண்டு இப்படியே இலவசமாகவே அவனுடைய ஜாகை. அது அவனுக்கு இலவச விடுதி.

அறையின் சாவியைக் கூடப் பூட்டி அவனே வைத்திருப்பான். ஒரு நாள் நான்கு மணிக்கே “சார்! கொஞ்சம் தலைவலி, நான் ரூமுக்குப் போய் ஓய்வெடுத்துக் கொள்ளட்டுமா” என்றான்.

“என்னப்பா! டாக்டர்கிட்ட கூட்டிக்கிட்டுப் போகட்டுமா?”

“வேணாம் சார்! படுத்தா சரியாயிடும்” என்றான்.

அவன் சென்ற பிறகு அவருக்கும் இருப்புக் கொள்ளவில்லை. சின்ன வயதிலேயே அப்பாவைப் பறிகொடுத்தவன். இவனுக்கும் ஏதாவது பிரச்சினையிருக்குமோ. அரைமணி நேரத்தில் அவரும் அனுமதி போட்டுவிட்டுக் கிளம்பினார்.

அறைக்குச் சென்று கதவைத் தட்டினார். வெகுநேரம் கழித்துக் கதவு திறக்கப்பட்டது. உள்ளே நுழைந்தபோது, கதவுக்குப்பின் நின்றிருந்த ஒரு பெண் ஆடைகளைச் சரிசெய்து கொண்டு அவசர அவசரமாக வெளியே ஓடினாள். அவருக்குப் புரிந்து போனது. இலவச விடுதி விபச்சார விடுதியான கதை.

அன்று அவர் அவனிடம் பேசவில்லை.

மறுநாள் காலை பக்கத்திலிருந்த ரத்னா கபேவில் இருவரும் இட்லி சாம்பார் சாப்பிட்டார்கள். அவர் அதற்குப்பிறகு தயக்கத்துடன் அவனிடம் சொன்னார்.

“சேகர்! நீ வேறொரு இடம் பார்த்துக்கொள்.”

அவன் போனபிறகு அவருக்குப் பெரும் நிம்மதி ஏற்பட்டது. ஒட்டுண்ணியாக இருந்த ஒருவன் தன்னை விட்டுக்கழன்ற ஒரு சுகம். நல்லதனமாக அனுப்ப முடியவில்லையே என்ற வருத்தமும் ஏற்பட்டது. ‘என்ன செய்வது?’

“சார், இத்தனை நாளா என்னை உங்க அறையில தங்க இடம் கொடுத்துங்களே! நன்றி” என்றுகூட அவன் சொல்லவில்லை.

“நானே போகணும்னுதான் நெனைச்சேன். எனக்கு உங்க ரூமு சரிப்படாது” என்று திமிராகப் பதில் சொன்னான். அவருக்குத் தூக்கி வாரிப்போட்டது.

அலுவலகத்தில் அவனாகவே மேலதிகாரியிடம் முறையிட்டு வேறு யூனிட்டுக்கு மாற்றிக்கொண்டு போனான். இரண்டு நாள் கழித்து ரேவதி அவரிடம் வந்தாள்.

"சார், சொல்றதுக்கே நாக்குக் கூசறது."

"சொல்லுங்க."

"வேணாம் சார் கேட்டா வருத்தப்படுவீங்க."

"ஏம்மா! ஒண்ணு சொல்லணும். இல்லேன்னா விஷயத்தை ஆரம்பிக்காமலே இருக்கணும். இப்படிப் பாதி கிணறு தாண்டக் கூடாது."

"சார், அந்தப் பாவி சேகர் உங்களைப் பத்தி என்ன சொல்றான் தெரியுமா?"

"சொல்லும்மா"

"நீங்க யாரோ ஒரு பொண்ணோட தினமும் லூட்டி அடிக்கறீங்களாம். அது பொறுக்க முடியாமத்தான் அவன் உங்க ரூமை விட்டுட்டு வந்துட்டானாம். அவன் சம்பளம் முழுசையும் வாங்கிக் கிட்டுத்தான் அவனுக்கு ரூமும், சாப்பாடும் குடுத்தீங்களாம்..."

"போதும்மா, போதும்"

"............"

"இல்லேம்மா! அதை நம்பவும் சிலபேரு தயாரா இருப்பாங்க."

"சார், அவன் நல்லா இருக்க மாட்டான்"

'ஒழுக்கமில்லாம இருந்தாக்கூடப் பரவாயில்லே. நம்பிக்கைத் துரோகியா இருப்பது மாதிரி கொடுமை வேற எதுவுமில்லே.'

அன்றிரவு அவருக்கு மனம் கனத்தது. முந்தியடித்துக்கொண்டு மற்றவர்கள் மீது அழுக்கை வாரிப் பூசுபவன் என்று கூட அவருக்கு வருத்தமில்லை. 'இவனோட போய் இத்தனை நாட்கள் தங்கிவிட்டோமே' என்ற அருவருப்புதான் அதிகம்.

அவருக்கு இரண்டு இரவுகள் தூக்கம் வரவில்லை. அவன் படுத்திருந்த இடம், பழகிய இடம் அனைத்துமே அவருக்குப் பார்க்கப் பார்க்கத் தாங்க முடியாது துயரத்தை ஏற்படுத்தின. 'இந்தப் படுக்கையில் தான் அவன் உறவு கொண்டிருப்பானோ' என்கிற எண்ணம்கூட ஏற்பட்டது. மூன்றாவது நாள் போர்வை, படுக்கை விரிப்பு என அனைத்தையும் தூரக் கடாசிவிட்டுப் புதிதாக வாங்கினார்.

இரண்டு நாட்கள் விடுப்பு எடுத்து சொந்த ஊருக்குப் போய்விட்டு வந்தார். ஒருவாரம் ஓடியிருக்கும். அவருக்குப் பெயரிட்டுக் கடிதம் வந்திருந்தது. அதைப் பிரித்துப் பார்த்தார்.

“அன்புள்ள மேலாண் இயக்குநர் அவர்களுக்கு

நம் அலுவலகத்தில் பணிபுரியும் த்ரிவிக்ரமன் யோக்கியம் போல நடந்துகொண்டு ஊரை ஏமாற்றுகிறார். அவர் இவ்வலுவலகத்தில் சுருக்கெழுத்துத் தட்டச்சராகப் பணிபுரியும் ரேவதி என்கிற பெண் மணியுடன் அலுவலக நேரங்களில் கும்மாளமிடுகிறார். இவருடைய நடத்தை அலுவலகப் பணிகளுக்கு இடையூறாக இருக்கிறது. எனவே அவரைப் பணிநீக்கம் செய்யும்படி வேண்டுகிறோம்.”

ஏதோ அனோமதேய மொட்டை பெட்டிஷன். அவருக்கு அதை யார் எழுதியது என்பது தெரிந்துவிட்டது. இப்படிக்கூட கேவலமாக நடந்துகொள்ள முடியுமா? உடலில் ஒரு துளிகூட நன்றியிருக்காதா? மிகவும் நுண்ணிய மனம் படைத்த உள்ளம் என்பதால் சுருங்கிப்போனார். துரோகங்களின் அணிவகுப்புகளில் அசையாமல் இருப்பது தான் வாழ்க்கை என்பதை அவரால் அப்போது யூகிக்க முடியவில்லை.

மேலதிகாரிகளுக்கு அவருடைய நடத்தை பற்றி நன்றாகவே தெரியும். மேலும் இதுபோன்ற கடிதங்களை அவர்கள் புலன்விசாரணை எளிதில் செய்துவிடுவார்கள். இப்படியொரு கடிதம் வேறு யாருக்கும் அனுப்பப்படாமல் தனக்கு மட்டுமே அனுப்பப்பட்டிருக்கிறது என்பது அவரால் ஊர்ஜிதம் செய்யப்பட்டது. அந்தப் பெண் பார்த்தால் எப்படியெல்லாம் வேதனைப்படும் என்று மட்டும் வருத்தப்படுவார்.

சேகர் தன்னுடைய உண்மையான சொரூபத்தை மறைத்து வைத்திருந்தான். அலுவலகத்தில் நிரந்தரமான மறுநாள் முதற்கொண்டே அவன் போக்கு முற்றிலுமாக மாறியிருந்தது. தாமதமாக வருவது, பணிகளில் அலட்சியம் காட்டுவது, யாரிடமும் மரியாதை இல்லாமல் பேசுவது போன்ற செயல்களால் பலரும் அவன்மீது வெறுப்புக் கொண்டிருந்தனர். ‘அலுவலகத்திலேயே தங்குகிறேன்’ என்று அனுமதி வாங்கி இரவு நேரங்களில் குடிப்பதும், பல நண்பர்களோடு சேர்ந்து புகைப்பதும் அன்றாட நிகழ்வுகள் ஆகிவிட்டன. ஆனாலும் அவன் மோசமானவன்; அவதூறு பரப்புவான் என்று பலரும் அமைதியாக சகித்துக்கொண்டிருந்தனர். அது அவனுக்கு ‘என்னைக் கேட்க யாருமில்லை’ என்கிற மனப்பான்மையை ஏற்படுத்தியது.

ஒருநாள் அலுவலகத்திற்கு மேலதிகாரி ஒருவர் இரவு நேரம் சில ஆவணங்களைத் தேடுவதற்காக விஜயம் செய்திருக்கிறார். அப்போது இவன் பாட்டில்களோடு இருப்பதைப் பார்த்து கடுப்பாகிவிட்டார்.

அடுத்தநாளே அவனைத் தற்காலிகப் பணிநீக்கம் செய்ய ஆணை பிறப்பித்துவிட்டார். அவன் வெளியில் வீரனைப் போல நடித்தாலும்,

உள்ளுக்குள் மிகப்பெரிய கோழை. அவன் தற்காலிகப் பணி நீக்கத்தை எதிர்பார்க்கவில்லை. அவனுக்கு அலுவலகத்தை விட்டுத் தள்ளி வைக்கப்படுவது கிட்டத்தட்ட சாதி பிரஷ்டம் போல. அவனுடைய அத்தனை போக்குவரத்துக்களுக்கும் அந்த அலுவலகம் அவனுக்குத் தேவைப்பட்டது. மேலதிகாரி அவனை முழுமையான விசாரணைக்கு உட்படுத்தி எப்படியாவது பணிநீக்கம் செய்யவேண்டும் என விரும்பினார். இதை விசாரித்து அறிக்கை அனுப்ப நேர்மையான அதிகாரி ஒருவரை விசாரணை அதிகாரியாக நியமிக்க எண்ணிய அவர் அதற்குத் தன்னையே தேர்ந்தெடுப்பார் என த்ரிவிக்ரமன் எண்ணவில்லை.

அவர் மேலதிகாரியிடம் சென்றார்.

“சார்! இந்த விசாரணையை நான் நடத்தறது சரியா இருக்காது”

“ஏன்?”

“அவன் என் ரூமில ஓராண்டு தங்கினவன். நான் எப்படி அறிக்கையைத் தயார் செஞ்சாலும் அவன் அதைக் காழ்ப்புணர்வுன்னு பழி போடுவான்.”

“இனி அவன் சொல்றதை யார் பெரிசா எடுத்துக்கப் போறாங்க.”

“இருந்தாலும், எனக்கு மன உளைச்சல்.”

“உங்க மேல இருக்கற நம்பிக்கையிலதான் இதை ஒப்படைச்சேன். நீங்க பாரபட்சமற்ற அறிக்கையைத் தாங்க. இதுமாதிரி எம்ப்ளாயீஸை நம்ப ஆபீஸ் தாங்காது.”

அதற்கு மேல் பள்ளிக்குப் போக அடம்பிடிக்கும் குழந்தையைப் போல அங்கு நின்றுகொண்டிருக்க அவரால் முடியவில்லை. அவரிடம் ரேவதி வந்து சொன்னாள். “சார்! அந்தப் படுபாவியைக் கணக்குத் தீக்கற நேரம் சார். உங்களுக்கு எவ்வளவு கெட்டதைச் செஞ்சான். நீங்க அவனை இந்த விசாரணையில் போட்டுத் தாக்குங்க.”

விசாரணை தொடங்குவதற்கு முதல்நாள் கும்பலாக அலுவலக சங்கத்தைச் சார்ந்த நான்கைந்துபேர் அவருடைய அறையில் திமுதிமுவென நுழைந்தனர்.

“என்ன சார்! நீங்கதான் விசாரணை அதிகாரியாமே?”

“ஆமாம். அதற்கென்ன?”

“சார் பாவம். ஒரு ஏழ்மையான குடும்பத்துப் பையன் மேல இப்படி அநியாயமாகப் பழி சுமத்தறது நல்லதில்ல சார்.”

“எனக்கும் இந்தத் தற்காலிகப் பணிநீக்கத்திறகும் எந்த சம்மந்தமுமில்லை. நான் விசாரணை அதிகாரி. என்ன நடந்ததுன்னு விசாரிச்சி ரிப்போர்ட் அனுப்புறதுதான் என்னோட வேலை.”

“பாத்து பண்ணுங்க சார்.”

அவருக்கு அவர்கள் வந்த விதமும் பேசிய விதமும் புதுமையாக இருந்தது.

இதெல்லாம் இந்த அலுவலகத்தில் நடந்திராத சம்பவங்கள். ஒரு தனி மனிதன்; அதுவும் சாதாரண ஊழியன்; ஒரு நிறுவனத்தை எப்படியெல்லாம் சீரழிக்கமுடியும் என்பதற்கு அது உதாரணமாக இருந்தது. பணியில் சேரும்போது பவ்யமாக நடந்துகொண்டு பின்னர் விசுவரூபம் எடுக்கும் அவர்களைப் போன்ற விஷக்கிருமிகளை எப்படி எதிர்கொள்வது.

விசாரணை தொடங்கியது. அவன் அப்பாவி மாதிரி நின்று கொண்டு, எதிரே அமரக்கூட செய்யாமல் பதில்களை அளித்தான். அந்த முகத்தில் எப்படி அப்படியொரு பரிதாபத்தை வரவழைத்துக் கொள்ள முடிகிறது. அவருக்கு ஆச்சரியமாக இருந்தது.

அவன் கொடுத்த வாக்குமூலத்தைப் பதிவு செய்து, அதை மேலதிகாரியுடைய குறிப்புரைக்காக அனுப்பிவைத்தார். அவனுக்கு அப்படியொரு ராசி. அந்த நேரம் பார்த்து மேலதிகாரி வேறொரு இடத்திற்கு மாற்றல் ஆணை வரவே, கொஞ்சம் இளகிப்போனார். அவருடைய காலிலேயே சென்று விழுந்து, மன்னிப்புக் கேட்டு மேல் நடவடிக்கையைத் தொடராமல் சேகர் பார்த்துக்கொண்டான். அவரும் தனக்கு எந்தப் பாதிப்பும் வராமல் போனது என நிம்மதியடைந்தார். அவன் மறுபடியும் பணியில் சேர்ந்தபோது, அடிபட்ட பாம்பாக மாறியிருந்தான்.

நேரடியாக மோதுபவர்களை எதிர்கொள்வது எளிது. ஆனால் முதுகில் குத்துகிற முகம் காட்டாத எதிரிகளோடு சண்டை போடுவது அரிது. புலிகளை விட வைரஸ்களால்தான் அதிகம் பேர் மடிகிறார்கள்.

அவர் பணி தொடர்ந்தது. அப்படியொருவன் அந்த அலுவலகத்தில் இருப்பதையே அவர் மறந்துபோனார். அவரிடம் பணிபுரிந்த உதவியாளர் ஒருவர் திடீரென அலுவலகத்திலேயே தூக்குப் போட்டுக் கொண்டு இறந்துவிட்டார். ‘குடும்ப கஷ்டம்’, ‘மனைவி சரியில்லை’, ‘கடன் தொல்லை’ என ஒருவர் இறந்தால் கூறப்படும் அனைத்துக் காரணங்களும் காற்றில் பவனிவந்தன. காவல்துறை வந்து பிணப் பரிசோதனையெல்லாம் நடத்த ஆணையிட்டனர். பலரையும் விசாரித்தனர்.

இரண்டுநாள் கழித்து அவருடைய அறைக்கு ஒரு கான்ஸ்டபிள் வந்தார்.

"ஐயா உங்களை ஸ்டேஷனுக்கு வரச்சொன்னாரு."

"எதுக்கு?"

"தெரியலே சார். அவங்க கிட்டதான் கேக்கணும்."

இதுவரை அவர் காவல் நிலையத்திற்குச் சென்றதேயில்லை அங்கு சென்றவுடன் அவரைக் குற்றவாளி போல இரண்டுமணிநேரம் நிற்கவைத்தனர். அங்கு நின்றிருந்த மற்ற மனிதர்களைப் பார்க்கும்போது, அவருக்கு உடல் நமைச்சல் எடுத்தது. பேசாமல் வேலையை விட்டு விட்டு சொந்த ஊருக்குப் போய் விவசாயம் செய்யலாமா என்று தோன்றியது.

துணை ஆய்வாளர் வந்தார்.

"வாங்க! என்னங்க செத்துப்போனரே சீத்தாராமன், அவரை நீங்க கடுமையா வேலை வாங்கினீங்களாம், பயங்கரமா திட்டினீங்களாமே!"

"அப்படி எதுவுமே நடக்கலே."

"பின்ன எப்படி அப்படி நடந்ததா எங்களுக்கு ஒரு கடிதம் வந்திருக்கும்."

"என்னைப் பிடிக்காம யாரோ செஞ்சிருப்பாங்க."

"அவரு உங்க யூனிட்லதான் வேலை செஞ்சாரோ?"

"ஆமா."

"சம்பவம் நடந்த முதல்நாள் நீங்க திட்டினீங்களா?"

"இல்லையே."

"அவரு மேல புகார் ஏதாவது அனுப்பினீங்களா?"

"........"

"சார்! அவருக்கு பதவி உயர்வு வழங்கலாம்னு ரெண்டு வாரத்துக்கு முன்னாடிதான் குறிப்பு எழுதி அனுப்பினேன்."

"அப்படியா?"

"அந்தக் குறிப்பை வேணா அனுப்பட்டுமா"

"தேவையில்லை. நீங்க உங்க தரப்புல விளக்கத்தை எழுதிக் கொடுத்துட்டுப் போங்க."

அவருக்கு அந்த விளக்கம் எழுதும்போது, ஒவ்வொரு சொல்லும் தன் ஆயுளை ஓராண்டு குறைப்பதாக எண்ணினார்.

இதெல்லாம் தனக்கு எதற்கு, தான் எந்தப் பாவமும் செய்யாதபோது, இப்படி தண்டனை தேவையா?

அவர் அலுவலகத்திற்குக் கூடச் செல்லப் பிடிக்காமல் முடங்கி விட்டார். இரண்டு நாட்கள் பயங்கரக் காய்ச்சல், தலைவலி, வாந்தி மயக்கம்.

நல்லவேளை, செத்துப்போன புண்ணியவான் சீத்தாராமன் தன் சாவுக்கான காரணங்களை விளக்கி நீண்ட கடிதம் எழுதி அதன் நகலைப் பிரதிகள் எடுத்து அவன் மனைவி, தலைமை அலுவலகம், காவல்துறை கண்காணிப்பாளர் போன்ற பலருக்கும் அனுப்பியிருந்தான். அதில் அலுவலகக் காரணங்கள் எதுவும் இல்லை. எனவே வழக்கைத் தற்கொலை என முடிவு செய்து காவல்துறை மூடியது. அதுவரை அவர்கள் அடிக்கடி அலுவலகம் வர அந்தச் சூழலே கெட்டுப்போனது.

அதற்குப்பிறகு சேகரின் உண்மை சொரூபம் பலருடைய வெறுப்பை அதிகப்படுத்தியது. அலுவலக சங்கத்தை அவன் சொந்தக் காரணங் களுக்காகப் பயன்படுத்துபவன் என்கிற உண்மையும் பலருக்குப் புரிந்தது. ‘இறந்த சீத்தாராமன் குடும்பத்திற்குப் பண உதவி செய்ய வேண்டும்’ என அலுவலகம் முடிவு செய்தபோது, அனைவரும் தங்களால் முடிந்த பணத்தைக் காணிக்கையாக்கினர். அவரும் 5000 ரூபாய் தந்தார். அந்தக் காலகட்டத்தில் ஆயிரம் என்பது லட்சம் மாதிரி. தன்னுடைய முன்வைப்பு நிதியிலிருந்து எடுத்துக் கொடுத்தார். ஆனால் சேகர் ஒரு பைசா தரவில்லை. இதையெல்லாம் உற்றுக்கவனித்த அலுவலகம், அவன் அந்த இடத்தில் தொடர்ந்து பணியாற்றக்கூடாது எனப் போர்க்கொடி உயர்த்துமளவு போனது. எனவே ஒருநாள் காலை அவனை கன்னியாகுமரி கிளைக்கு மாற்றம் செய்து ஆணை பிறப்பிக்கப் பட்டது. அதற்குப் பிறகு அவனை அவர் சந்திக்கும் துர்பாக்கியம் நிகழவே இல்லை.

இப்போது அதே முகத்துடன் வஞ்சணையை முழுவதும் அப்பிக் கொண்டு, அழுக்கான உடைகளுடன் அவன் திரிந்துகொண்டிருந்தான். எங்கே அவன் தன்மீது மோதிவிடப் போகிறானோ என எல்லோரும் விலகிச் சென்றுகொண்டிருந்தனர். அவன் தன்னை பார்த்துவிடக் கூடாது என்பதில் கவனமாக இருந்தார். அங்கு அவ்வளவு அசிங்கமாக வேறு யாரும் இதுவரை அவர் கண்ணில் தென்படவில்லை.

அவர் நேரடியாக நிர்வாகியிடம் சென்றார்.

“உங்கள் நடைமுறை எனக்கு விநோதமாக இருக்கிறது”

“ஏன்?”

“நீங்கள் நன்றி கெட்டவர்களை எப்படி நடத்துகிறீர்கள்?”

“நல்லவர்கள் எல்லோரும் நல்ல கதியடைவார்கள். தீயவர்கள் தண்டிக்கப்படுவார்கள் என்று உங்களுக்குக் காலம் காலமாகச் சொல்லிக் கொடுக்கப்பட்டிருக்கும் ஆறுதலான செய்தியால் நீ பாதிக்கப்பட்டிருக்கிறாய்.”

"ஆம். அந்த நம்பிக்கைகூட இல்லாவிட்டால் பூலோகம் வாழத் தகுதியற்றதாக மாறிவிடும்."

"நம்பிக்கைகள் எல்லாமே ஒருவகையில் மூடநம்பிக்கைகளே!"

"அப்படியென்றால் நன்றி கெட்டவர்களுக்கு எந்த தண்டனையுமில்லையா?"

"எங்கள் நியாயங்களும், நீதிமுறைகளும் உனக்குப் புரிய வாய்ப்பில்லை."

"புரியாத அளவு கடுமையானவையா அவை!"

"ஏன் அப்படிக் கேட்கிறாய்"

"நாங்கள்தான் எங்கள் சட்டங்களை வைத்து வழக்கறிஞர்கள் வாழ்க்கை நடத்தும்படி அவற்றைத் தயாரித்து உருவாக்குகிறோம். நீங்களுமா அப்படி?"

"இல்லை. உன்னால் இப்போது அதை உணர முடியாது. இங்கு நாங்கள் விநியோகித்த உயர்ந்த உடைகூட அவரவர் இயல்புக்கேற்ற நிஜத்தையும், வடிவத்தையும் அடைவதைக்கூட உன்னால் உணர முடியவில்லையா?"

"அதனால் என்ன பயன்? பூலோகத்திலேயே அருவருப்பான வாழ்க்கையை வாழ்ந்து, அதைப் பற்றி சிறிதும் கவலைப்படாதவர்கள் இங்கு என்ன வருத்தப்படப்போகிறார்கள்?"

"உங்கள் உலகம் போல இங்கு வருத்தம் வெளிப்படையாக இருக்கவேண்டும் என எதிர்பார்ப்பது சரியல்ல. உங்கள் உலகத்தை எங்கள் உலகத்தின் மீது திணிக்காதே. உனக்குப் பிரத்யேகமாக அளிக்கப்பட்டிருக்கும் சுதந்திரத்தை நீயாகக் குறைத்துக் கொள்ளாதே."

அவர் தன்னுடைய கடைசி அஸ்திரத்தைப் பயன்படுத்துகிறார் என்பது புரிந்தது. ஒருவகையில் இவர்களும் மேலதிகாரி போலத்தான் நடந்துகொள்கிறார்கள் என்பது புரிந்தது.

அவரே தொடர்ந்தார். "ஒன்றைப் புரிந்துகொள். நன்றியல்லாதவர்கள் எல்லா இடத்திலும் மகிழ்ச்சியாகவே இருப்பார்கள். மலத்தைக்கூட மகிழ்ச்சியாக உண்ணும் மனநிலையில் இருப்பவனுக்கு எந்தத் தண்டனையை எங்களால் வழங்கமுடியும். எங்கள் கட்டமைப்பே அவர்களிடம் பொய்த்துப் போனது. எங்களிடமிருக்கும் நன்றி கெட்டவர்கள் அவர்களுடன் கைகோர்த்துக் கொள்கிறார்கள். அவர்களை ஒதுக்கிவைக்கத்தான் முடியும். சொர்க்கத்தையும் நரகமாக்கும் ஆற்றல் உள்ளவர்கள் அவர்கள்."

"அதுதான் முடிவா?"

"அவர்களுக்கான தண்டனையை அவர்களே கொடுத்துக் கொள்வார்கள்."

"எப்படி?"

"தங்களையே உலகத்தைக் காட்டிலும் அதிகமாக நேசிப்பவர்கள் தாம் நன்றியில்லாமல் நடந்துகொள்பவர்கள். அவர்கள் தங்களையே வெறுக்கும்படி செய்கிற மனமாற்றம்தான் அவர்களுக்கு நாங்கள் கொடுக்கும் தண்டனை. வெளியில் தெரியாத அந்த தண்டனை அவர்களை நிலைகுலைய வைத்துவிடும்."

அவருக்கு மிகவும் மகிழ்ச்சி. எங்கேனும் ஓரிடத்தில் தவறுகள் தண்டிக்கப்பட வேண்டாமா.

நிர்வாகி நினைத்துக்கொண்டார். 'இவனுக்கு வேறு எப்படிச் சொன்னாலும் புரியப் போவதில்லை.'

அவர் நிர்வாகியின் பதிலால் திருப்தியடைந்து திரும்பினார். அவர் அறைக்குள் சென்றதும் அயர்வு. அவன் செய்த நம்பிக்கைத் துரோக நிகழ்வுகள் ஒவ்வொன்றாக அவருடைய மனத்திலிருந்து அகன்று செல்வதாக உணரமுடிந்தது. எல்லாம் அகன்று மனம் லேசான உணர்வு. காற்றில் உடலும், உள்ளமும் மிதக்கிற மாதிரி இருந்தது. பல ஆண்டுகள் மனத்தை அழுத்திக்கொண்டிருந்த பாரம் இறக்கப்பட்ட நிம்மதிப் பெருமூச்சில் அப்படியே சாய்ந்தார்.

ஆனால் அவருக்கு உறக்கமே வரவில்லை. இது உறக்கமற்ற இடம். பெரும் உறக்கத்திற்குப் பிறகு சின்னச்சின்ன உறக்கங்கள் வருவதற்கான வாய்ப்பு இல்லை என்பது புரிந்தது. அவர் மனம் சிந்தனைகள் எதுவுமில்லாத நிலையை அடைய முடிந்தது. அப்போது காலமும், இடமும் மறைந்தன. அவரும் கரையும் உணர்வு மேலோங்கியது.

17

முற்றிலும் அறிமுகமாகாத இருவரை அவர் சந்திக்க நேர்ந்தது. அவர்களைப் பார்த்ததும் எந்த உணர்வும் இல்லாமல் சிந்தனைகளற்று அவர்கள் அருகில் அமர முடிந்தது. 'இப்படி எல்லாரிடமும் நடக்க முடிந்தால் எவ்வளவு சுகமாக இருக்க முடியும்.'

கோபமோ, வருத்தமோ, ஈர்ப்போ இல்லாதபோது பனியில் நனையாத நுனி இலைபோல வாழ்வு இயங்குமே என்று எண்ணினார்.

அடுத்த உலகத்தில் கூட முழுவதுமாக அந்த உணர்வுகளைத் தொலைக்க முடியாதபோது, பூலோகத்தில் இது சாத்தியமே இல்லை. அது மட்டுமல்ல 'எனக்கு' என்கிறபோதே நம்முடைய உணர்வுகள் முன்வந்து நின்றுவிடுகின்றனவே. அவை இல்லாவிட்டால் மனிதவாழ்வு சாத்தியமே இல்லையே.

அவர்கள் இருவரிடமும் என்ன பேசுவது?

"கடைசியாக சாகும்போது எப்படியிருந்தது?" அவராக முன் வைத்தார்.

வெகுநேரம் ஆழ்ந்த யோசனை. ஒருவர் சொன்னார்: "திடீரென இருண்ட அறைக்குள் இருக்கிற மாதிரி ஒரு உணர்வு தோணிச்சி. கண்கள் ரெண்டும் இழுத்தன. இமைகள் உடனே மூடுச்சி. திடீரென இமைகள் மீது ஏதும் கட்டுப்பாடு இல்லைன்னு உணர்ந்தேன். என் மூச்சு அப்டியே தடுமாறுச்சி. காத்தை உள்ளே இழுக்க முடியாம சிரமப்பட்டேன். என் உறுப்புகள் ஒண்ணொண்ணா செயல்படாம போவது போல உணர்வு ஏற்பட்டிச்சி. திடீரென உடம்பு மரத்துப்போறது போலத் தோணிச்சி. அதுக்குப்பிறகு எனக்கு நடந்த எதுவுமே நினைவுல இல்லே."

இன்னொருவரைக் கேட்டதும் அவர் சொன்னார்:

"என்னோட சாவு இயல்பான சாவு இல்லே; நான் வண்டியில போகும்போது, என்னோட வண்டி எதித்தாப்பல வந்த லாரி மேல மோதிச்சி. அடிபட்டப்ப, உடனே ஏற்பட்ட வலியைத் தவிர வேற எதுவுமே எனக்கு நினைவில்லை." எந்த வலியையும் உணர முடியாத மரணம்.

முதலாமவர் சொன்னார்: "எனக்குத் தெரிஞ்சி என் இதயம் நிக்கறத உணர முடிஞ்சது. மூளையில அடிபட்டவங்க வலியே இல்லாம இறந்து போறதாச் சொல்றாங்க. எல்லா வலியையும் உணரும் மூளை இறக்கும்போது, வலியே தெரியாமப் போயிடுமாம். அப்படிப்பட்ட ஒருத்தரை நான் நேத்து சந்திச்சேன்."

அவருக்கு அவர்கள் பேசிய செய்திகள் ஆறுதலைத் தந்தது. வலியில்லாமல் நிகழ்கிற மரணம்தானே மகத்தானது. அதற்குத்தானே பலரும் தொடர்ந்து போராடுகிறார்கள். தூக்கத்தில் சாவு கொண்டு போகாதோ என ஏங்குகிறார்கள்.

"எனக்கு ஏற்பபட்ட இருண்ட ராத்திரி அனுபவம் எல்லோருக்கும் கிடைக்குமான்னு எனக்குத் தெரியல. சிலருக்கு அவங்க உயிர் பறவையைப் போலப் பறந்து செல்லும்னு சொல்றாங்க. அது உண்மை யான்னு தெரியல" என்றார் ஒருவர்.

"இதெல்லாம் கட்டுக்கதை. பிறப்பு போன்ற ஓர் உயிரியல் நிகழ்வுக்கு நாம்ப கொடுக்கற ஒப்பற்ற அலங்காரம். எனக்கு இப்படி எதுவும் தெரியல. உயிரற்ற உடம்ப ஒரு காட்சியாப் பார்த்ததாக்கூட எனக்கு நினைவுல இல்லை."

அவர்கள் பேச்சு பலவிதமான மரணங்கள் பற்றித் தாவியது. அவரால் எதுவும் பேசமுடியவில்லை. வெறும் பார்வையாளராக மட்டுமே இருந்தார்.

"தற்கொலை செஞ்சுக்கறவங்க மரணங்கள் பற்றித் தாவியது. அவரால் எதுவும் பேசமுடியவில்லை. வெறும் பார்வையாளராக மட்டுமே இருந்தார்.

"தற்கொலை செஞ்சுக்கறவங்க மரணத்தை உத்து கவனிக்க முடியுமாம். அவங்க உடலோடு உறுப்புங்க ஒன்னொன்னா இயங்க மறுப்பதைப் பார்ப்பாங்களாமே!"

"அதுவும் முழுக்க சரியில்ல. தூக்கமாத்திரை மூலம் செத்துப் போறவங்க உறுப்புங்க கொஞ்சம் கொஞ்சம் இயக்கத்தை நிறுத்தறப்ப, அவங்க பிரக்ஞையில்லாம இறப்பாங்க. தண்ணீல மூழ்கி செத்துப் போகும்போது மூச்சுத்திணறி இறப்பதுதான் கொடுமையானதுன்னு எங்கேயோ படிச்சேன்."

"உங்க வார்த்தையை முழுசா என்னால ஏத்துக்க முடியலே. நெருப்பினால் கருகி சாகறதுதான் கொடுமை." அவர்கள் பல்வேறு விதமான தற்கொலைகளைப்பற்றி விசாரணை செய்து கொண்டிருந்தார்கள்.

'மரணத்தைக்கூட உற்றுநோக்கினால் அதிலிருந்து விடுபட முடியும்' என்பது உண்மையானால் அதற்கு ஏன் பலர் முயற்சி செய்யவில்லை. 'பிறப்பை உற்றுநோக்க முடிந்ததா' அவருக்குள் கேள்விகள்.

"சாகும்போது ஏதாவது யோசிச்சீங்களா? குடும்பம் பத்தி சிந்திச்சீங்களா?"

முதலாமவர், "நான் பொய் சொல்ல விரும்பலே. எனக்கு அப்போது யாரைப் பத்தியும் நினைப்பு வரலே. என் முழுக்கவனமும் என்மீதே இருந்திச்சி. 'இப்பகூட மூச்சு சரளமாகும். இன்னும் வாழலாம், என்கிற நப்பாசை எனக்குள்ள ஓடிக்கிட்டுதானிருந்திச்சி. எனக்கு என்னைச் சுற்றி இருந்தவங்க பத்தி யோசிக்கக்கூட முடியலே. அப்ப கடவுள், உலகம் எதுவுமே என் நினைவுக்கு வரல்லே. சொல்லப் போனா என்னை முழுசா எந்த கவனச்சிதறலும் இல்லாமல் நான் ஈடுபடுத்திக்கிட்ட ஒரே விஷயம் என் சாவுதான்."

அவர் தன்னுடைய சாவு பற்றி ஏதேனும் அனுபவத்தை அசைபோட முடியுமா என யோசித்தார். ஆனால் அவர்களைப் போல அவரால் முடியவில்லை. மரணமடைந்துவிட்ட பிறகு மரணம் பற்றி ஏன் இவ்வளவு தூரம் சிந்திக்கவேண்டும். ஒருவேளை நாம் இன்னும் மரணமடையவில்லையோ என அவருக்குத் தோன்றியது.

'அடச்சே! என்ன சிந்தனையிது' என்று தன்னைத்தானே தேற்றிக் கொள்கிறார். பிறப்பில் இருக்கிற ஒற்றுமை மரணத்தில் இல்லை. அது ஒவ்வொருவருக்கும் ஒவ்வொரு மாதிரி நிகழ்ந்தது என்பதை உணர்ந்துகொண்டார். 'இதில் யார் புண்ணியம் செய்தவர்கள்? எப்படிச் சொல்வது?'

18

அவர் தன் அறையிலிருந்து கிளம்பும்போதே உற்சாகமாக இருந்தார். மனம் முழுவதும் மகிழ்ச்சி. இரவு, பகல் என்ற வேறுபாடு இல்லாத இடங்களில் நான் என்பது கணக்கிடப்பட முடியாத ஒன்று. எனவே 'இன்று', 'நேற்று' என்பது செயல்பாட்டில் இல்லாத இடம்.

சிறிது தூரம் சென்றிருப்பார். நடப்பதுகூட பிரயத்தனங்கள் இன்றி நிகழும் இடம். சற்று தூரத்தில் அமைதியாக ஒரு பெண் அமர்ந்திருப்பதைப் பார்த்தார். பச்சை சேலை, பச்சை ரவிக்கை, பச்சை வளையல், பச்சை பொட்டு எனப் பச்சை நிறத்தில் சகலமுமாக. உடனே அவருக்கு சாயாவின் நினைவு வந்தது. அருகில் சென்று பார்த்தார். சாயா மாதிரியல்ல, சாயாவே தான்.

உடல் முழுவதும் மின்சாரம் பாய்ந்த உணர்வு. ஓடிச்சென்றார். வாரி அணைக்க முடியவில்லை. தொட்டுப் பார்க்கவோ கட்டிச் சாய்க்கவோ முடியாத நிலை.

அவரை அங்கு பார்த்ததும் சாயாவிற்குப் பூரிப்பு. எதிர்பாராமல் நிகழும்போது இனிய நிகழ்வு இரட்டிப்பாக மகிழ்ச்சியை ஏற்படுத்தி விடுகிறது.

இருவரும் சிறிதுநேரம் ஒருவரை ஒருவர் பார்த்தவண்ணம் அமர்ந்திருந்தார்கள். அவர்கள் பேசும் அவசியத்தையும் கடந்த புளகாங்கிதத்தில் இருந்தனர்.

அவர்தான் ஆரம்பித்தார். "சாயா, உன்னப் பார்த்ததில் எவ்வளவு சந்தோஷம் தெரியுமா? உன்னை அப்படியே கட்டிப்பிடிச்சி முத்தம் குடுக்கணும் போல் இருக்கு."

அவள் நாணி முகம் கவிழ்த்தாள்.
"என்ன யோசிக்கற?"
"கீழ் உலகத்தில் சொல்ல முடியாம போனதை இந்த மேல் உலகத்திலயாவது சொல்லத் தோணிச்சே! என நினைத்தேன்."
"உன் கையைக்கூட என்னால தொடமுடியலையே."
"ஆம்! நாம்ப இங்க உருவங்க இல்ல. வெறும் பிம்பங்க."

“ஆம்! இந்த உண்மையை இதுவரைக்கும் நான் உணராமலேயே இருந்திருக்கிறேனே!”

“நீங்க பல உண்மைகளையும், யூகங்களையும் உணராமலேயே இருந்துட்டீங்க.”

சாயா எதைக் குத்திக்காட்டுகிறாள் என்பது அவருக்குப் புரிந்தது.

“சாயா என்னை அவ்வளவு நேசிச்சயா?”

“இதைப் புரிஞ்சிகொள்ளவா இவ்வளவு காலம்?”

“எனக்கு லேசாப் புரிஞ்சது. ஆனால் ஒருவித பயம். கண்டிப்போட வளர்க்கப்பட்ட எனக்கு யாரிடமும் எதையும் கேட்டு வாங்கிப் பழக்கமில்ல. அதனாலதான் உங்கிட்ட கேட்டா நீ மறுத்துவிடுவியோன்னு தயங்கினேன்.”

“நான் சொல்லணும்னு எதிர்பார்த்தீங்களா?”

“ஆமா சாயா.”

“பைத்தியம். பெண் எங்கயாச்சும் முதலில் வாயைத் தொறந்து சொல்லுவாளா? அப்படிச் சொன்னா அவ பெண்ணே அல்ல. தெரியுமா?”

“.........?”

“நான்தான் ஜாடை மாடையா உங்களைப் பிடிச்சிருக்குன்னுட்டு தெளிவா வெளிப்படுத்தினேனே. உங்களுக்கு மாத்திரம் என் பிறந்த நாளுக்கு மிட்டாய்ப் பெட்டியை கொடுத்தேனே. உங்களுக்காக அடிக்கடி நீங்க விரும்பின பச்சை கலர் உடைகளை உடுத்தி வந்தேனே.”

“ஆமாம், அதெல்லாம் எனக்குப் புரிஞ்ச மாதிரி இருந்திச்சி.”

“உங்கள் முகத்தைப் பாக்கும்போது, என் கண்ணோட பாப்பா ஒவ்வொரு முறையும் விரியுமே அதைக்கூட நீங்க பாக்கலையா?”

“என் மேல எனக்கே ஒரு தாழ்வு மனப்பான்மை. உன்னைப் போல அழகான பெண் என்னை நேசிப்பான்னு நான்னு நெனைச்சிப் பாக்கலே.”

“என்னோட கண்ணுக்கு நீங்களும் அழகுதான். மத்த பெண்களிடம் வழியாம இருந்த உங்க கம்பீரம் எத்தனை அழகு. அதனாலதானே நீங்க என்னைக் கேலி செஞ்சதும், ஐஸ்கிரீமாய் உருகினேன்.”

“சாயா உன் கைகளை என் கைகள் மீது வைக்கமாட்டியா?”

“எனக்கும் உங்கள் மடியில சாஞ்சிக்கணும்னு ஆசைதான். ஆனால் முடியலே.”

“சாயா, உன்னோட கல்யாணம் ஏன் படிக்கும்போதே நிச்சயமாச்சி?”

“முதல் வருஷத்திலிருந்தே அஜீத் என்னோட பின்னால வந்துக்கிட்டிருந்தான். பொண்ணுங்களுக்கு எப்பவுமே உள்ளுணர்வு ஜாஸ்தி. அவனை முதல்முறை பாத்தப்பவே என்னோட உள்மனசு அவன் அயோக்கியன் அப்படீன்னு சொன்னிச்சி. அவனை நான் சட்டை கூட செய்யலே. என்னோட குடும்பத்தில மூணு பொண்ணுங்க. நான் மூத்தவ. அதனால திருமணம்ங்கறது கடமையா ஆயிடுச்சி. கொண்டாட்டமா இல்லை. என்னோட துரதிர்ஷ்டம் அஜீத்தும் என்னோட ஜாதி. அதனால அவனோட பெத்தவங்க என்னோட அப்பா, அம்மாகிட்ட ரகசியமாப் பேசி சம்மதம் வாங்கிட்டாங்க. அவன் ஒரே பையன். அவன் கேட்ட பொம்மையை வாங்கிக் குடுக்கற மாதிரி என்னை வாங்கிக் குடுத்துட்டாங்க. என் அப்பா அம்மா சொல்லை மீறி இருந்தா அவங்களுக்கு ஏதாவது ஆயிடும்னு எனக்குப் பயம். அவங்க தற்கொலையைத் தடுக்கறதுக்கு என்னோட தற்கொலைக்கு நான் ஒத்துக்கிட்டேன். அவ்வளவுதான்.”

“திருமணத்திற்குப் பிறகாவது சந்தோஷமா இருந்திருக்கலாமே!”

“நான் உங்களை மறந்துட்டுத்தான் என்னோட வாழ்வை ஒரு சுத்தமான கரும்பலகையாத் தொடங்கினேன். ஆனால் அவனோட இயல்பு சந்தேகப்படுவது, குரூரமாக நடந்துகொள்றது. அவன் பெற்றோர் ரொம்ப நல்லவங்க. அவங்க என்மேல மிகவும் அன்பா இருந்தாங்க. என் மாமனார் எங்கிட்ட பேசுறதுகூட அவனுக்கு எரிச்சலா இருக்கும். அவர்கிட்ட கூட கடுமையா நடந்துக்குவான். அவன் மனச்சிதைவு பல தருணங்களில் வெளிப்பட்டுச்சி. என் அழகான உடைகளைக் கூட சுட்டு அதை நான் அணியாதமாதிரி பாத்துக்குவான்.”

“என்ன காரணம்?”

“அவன் உருவம் எனக்குப் பொருந்தலேன்னு நினைச்சான். திருமணத்தன்றே ‘உன்னைப் போன்ற குரங்கு கையில் அழகான கிளி கிடைச்சிருக்கே’ன்னு அவன் நண்பர்கள் கேலி செஞ்சாங்க. அன்னையிலிருந்தே அவனுக்கு ஒரு பொறாமை.”

“அழகு எனத் தெரிஞ்சி, அதுக்கு ஆசைப்பட்டுத்தானே திருமணம் செஞ்சிக்கிட்டான்?”

“ஆமாம். ஆனா எதையுமே அடையுற வரை இருக்கற மகிழ்ச்சி அது கிடைச்ச பின்பு இருப்பதில்லே. நாங்க ரெண்டுபேரும் வெளிய

போறப்ப அவன் காதுபடவே ‘இவ்வளவு அழகான பெண்ணுக்கு எவ்வளவு மோசமான புருஷன்’ன்னு சிலர் பேசுறது விழுந்திச்சி. அப்போதிருந்தே அவனால் இருப்புக் கொள்ளமுடியவில்லை.”

“அப்புறம்..”

“நான் வேலைக்குப் போகக்கூடாதுன்ன தடையுத்தரவு போட்டான். என்னோட திறமைங்க வெளிப்படக்கூடாதுங்கிறதுல குறியா இருந்தான். அவன் அமுக்கி வச்ச உணர்ச்சிங்க வெறியா மாறிச்சி. என்னை அடிக்கவும், வதைக்கவும் செஞ்சான். ஒவ்வொரு பேச்சிலும் அவனுடைய குத்தல் தொடர்ந்திச்சி. என் இதயம் முழுசும் ரணமாச்சு. ராத்திரி முழுக்க, ஒரு நொடிகூட விடாம சண்டை போடுவான். என்னால அதுக்குமேல முடியாம போயிடுச்சி.”

“நீ அப்போதுமா பொறுத்துக்கிட்ட?”

“நடுத்தரக் குடும்பம் எப்போதும் கத்தி நுனி வாழ்க்கையைக் கெட்டியாகப் பிடிச்சிக்கிட்டிருக்கு. என்ன செய்யறது? நான் வாழாவெட்டியா வீட்டுக்கு வந்தால் என் தங்கைகளுக்குக் கல்யாணம் தடைபடுமேன்னு, வெட்டிப் போட்டாலும் சகிச்சிக்கிட்டேன். நல்லவேளை, அவங்களுக்குச் சீக்கிரமாக் கல்யாணம் நடந்துச்சி. நான் வெளிய வந்தேன். என் வீட்டிற்கு வந்தபிறகு மேலே படிக்கவும், சொந்தக்காலில் நிக்கவும் ஆசைப்பட்டேன்.”

“அப்பதான் எனக்குக் கடிதம் எழுதினயா?”

“ஆமாம். எனக்கு சாஞ்சிக்க ஒரு தோள் தேவை. உங்ககிட்ட ஒரு தோழியா இருக்கமுடியும். என் ரகசியங்க அடைகாக்கப்படும் முட்டையைப் போல மட்டுமல்லாமல், வயித்துக்குள்ள இருக்கற கருவாய்க் காப்பாற்றப்படும்னு நெனைச்சி லட்டர் எழுதினேன். அப்போ கூட இரண்டாந்தாரமா உங்களுக்கு வாழ்க்கைப்பட வேண்டும்னு நான் நெனைக்கலே. என்னைப் பொறுத்தவரை திருமணம் என்பது ஒரு டைம்தான். ஒருமுறை சரியாக அமையாட்டி, அது பின்னாடி சரியா அமைய வாய்ப்பே இல்லை.”

“அதெல்லாம் சரியில்லே. எத்தனையோ பேர் மணமுறிவுக்குப் பின் ம்ணப்பொருத்தத்துடன் சேர்ந்து சந்தோஷமா வாழறாங்க. ஆனா அது பத்தியெல்லாம் இப்போது பேசி என்ன? என்னை நீ ஆத்ம நண்பனாத் தேர்ந்தெடுத்த. ஆனா நானோ உன்னை உயிருக்குயிராய் நேசிக்கத்தான் நெனைச்சேன். நம்ப நட்பு தொடர்ந்திருந்தா நிச்சயம் நான் உன்னைத்தான் திருமணம் செஞ்சிருப்பேன்.”

“அப்படியா? அப்புறம்? அப்புறம் ஏன் தொடரவில்லை?”

“நான் ஹாஸ்டலை விட்டுக் காலி செஞ்சதும் அட்ரஸ் இல்லாம சென்னையில அலைஞ்சேன். அதுவரைக்கும் உனக்குக் கடிதம் எழுதாம ஒத்திவைச்சேன். அதுக்குப் பிறகு என் அறை, தங்கும் விடுதி முடிவானதும் உனக்கு ஒரு நீளமாக் கடிதம் எழுதினேன். ஆனால் அதுல ‘முகவரிதாரர் முகவரியில் இல்லை’ என்ற பதிலோட திரும்பிவந்துடுச்சி. நான் என்ன செய்யறதுன்னு புரியாம இருந்துட்டேன்.”

“நான் படிக்கறதுக்கு திருச்சி போனேன். என்னோட பெற்றோரும் என்னோட திருச்சிக்கு வந்துட்டாங்க. புது முகவரியை தபால்காரரிடம் கொடுத்துட்டுத்தான் திருச்சி வந்தோம். பிறகு எப்படி....? ஒருவேளை அன்னிக்கு வேறு யாராவது தபால் கொடுக்க வந்திருப்பாங்களோ?”

“இருக்கலாம். இப்ப இருக்கற மாதிரி அப்ப கூரியர் வசதி இல்லே.”

“நான் உங்க லெட்டர் வரும் வருமென காத்திருந்தது தான் மிச்சம். உங்க ஒவ்வொரு கடிதம் வரும்போதும் எனக்கு அவ்வளவு சந்தோஷமாக இருக்கும். அன்று நாள் முழுக்க மகிழ்ச்சியில துள்ளிக் குதிப்பேன். வெகுநாட்களுக்குப் பிறகு என் முகத்தில் இருக்கும் சந்தோஷத்தைப் பார்த்து என்னோட பெற்றோர் ‘எப்படியோ சாயா சந்தோஷப்பட்டால் சரி’ன்னு நினைப்பாங்க.”

“ஆமாம். எனக்கும் அப்படித்தான். உன்னோட கடிதாசை நூறு முறையாவது படிப்பேன். தலையணைக்கடியில அதை வச்சிக்கிட்டுப் படுப்பேன். என் வாழ்க்கையில தேவதையைப் போல வந்த உன்னை இழந்துவிட்டேனேன்னு ராத்திரி முழுதும் அழுவேன். அது தலையணையை முழுசா நனைக்கும்.”

“உண்மையாவா!”

“ஆமாம் சாயா. உன் உருவத்தை ஒரு புகைப்படம் போல எடுத்து என் மனசில பதிய வச்சிக்கிட்டேன். உன் மேல் உதடு பக்கம் இருக்கற மச்சம், உன் நீளப் புருவம், உன் சின்ன பாதங்கள், உன் சுண்டுவிரலில் இருக்கும் சின்னத் தழும்பு அத்தனையையும் நான் நேசிச்சவன். உன்னோட இழப்பிலிருந்து கடைசிவரை மீளமுடியவில்லை.”

“உங்கள் வாழ்க்கை எப்படி......?”

“என்னோட வாழ்க்கை ஒரு சோகக்கதை. இந்த நல்ல நேரத்தில் அதைப்பத்தி நான் சொல்லி நம் மகிழ்ச்சியை நீர்த்துப் போகச் செய்ய விரும்பலே. சரி, உன் திருச்சி வாழ்க்கை எப்படியிருந்திச்சி?”

“நிறைய படிச்சேன். பெறோரரோ வயசான காலத்தில அவங்களைக் கவனிக்க உதவியா காலேஜ்ல வேலை கிடைச்சது. சிறுகதைங்க எழுதினேன். ஆனா வெளியிடமுடியலே. நிறைய இளைஞர்கள் முன்னேற்றத்துக்காக அமைதியா சேவை செஞ்சேன். மறுபடி இன்னொரு கரத்தைப் பத்திக்க முடியவில்லை. கல்லூரி இறுதி நாளில எடுத்த நம் வகுப்புப் புகைப்படத்தை மட்டும் பத்திரமா வச்சிருப்பேன். அதை அடிக்கடி எடுத்து நம்ப இரண்டு பேரையும் பாத்து மகிழ்வேன். நீங்க எங்கிருந்தாலும் மகிழ்ச்சியா இருக்கவேணும்னு பிரார்த்தித்துக் கொள்வேன். உலகம் சிறியது, என்னிக்காவது ஒருநாள் உங்களை சந்திக்க முடியும் என நினைச்சேன். முடியாம போயிடுச்சி.”

“சாயா, எனக்கு அழணும் போலத் தோணுது.”

“அழவும், சிரிக்கவும் முடியாட்டி அதை விடப் பெரிய தண்டனை என்ன இருக்கமுடியும்?”

“கடைசி வரை திருச்சியிலேயே இருந்துட்டயா?”

“இல்லை. நடுவில நான்கு வருஷம் மும்பையில் ஒரு பெரிய நிறுவனத்தில் பணிபுரிஞ்சேன். சரி, என்னிடம் உங்களுக்கு என்ன பிடிச்சிருந்தது?”

“உன்னைப் பார்க்கும்போதெல்லாம் எனக்குத் தங்க குத்துவிளக்கு நினைவுக்கு வரும்.”

அவளுக்கு மகிழ்ச்சி.

“மும்பையிலிருந்து திரும்பி வந்த பிறகு எங்க இருந்தே?”

“இதென்ன வணக்கம் தமிழகம் மாதிரி கேள்வி கேட்கிறீங்க. என்னோட பெற்றோர் உயிருடன் இருக்கும்வரை பிரச்சினையில்லாமல் இருந்திச்சி. அதுக்குப் பிறகு தனிமை கொஞ்சம் சிரமப்படுத்திச்சி. உங்களைக் கண்டுபிடிச்சி நட்புடனாவது பழகலாம்னு நினைத்தேன். ஆனா அது கூட முடியாம போயிடுச்சி. ஏன்னா உங்க திருமண வாழ்க்கையில் நான் பெரிய இடைஞ்சலா இருக்கக் கூடாது என்பதில் எச்சரிக்கையா இருந்தேன்.”

“அஜீத் அதற்குப் பிறகு உன்னைப் பார்க்கவேயில்லையா?......”

சிரித்தாள்.

“பார்த்தானே.”

“எங்க”

“தினமும்.”

“புரியலயே!”

"அவன் தான் மகிழ்ச்சியாக இருப்பதைப் பார்த்து நான் பொறாமைப் படணும்னு திருச்சியில் நாங்க குடியிருந்த தெருவிலேயே இரண்டாவது பொண்டாட்டியோட குடித்தனம் நடத்தினான். நான் அவங்க சந்தோஷத்தைப் பார்த்துப் பொசுங்க வேண்டுமாம்."

"நீ ஏதாவது செஞ்சயா?"

"அவனை எங்கேயோ பார்த்தது போல இருக்கிறதுங்கிற எண்ணம் தான் அவனை அங்க முதல்ல பார்த்தப்ப ஏற்பட்டுச்சி. அறிமுகமில்லாத மனுசங்க பத்தி கவலைப்பட என்ன இருக்கு?"

"அவளோடாவது அவன் வாழ்ந்தானா?"

"இரண்டாவது திருமணம் செஞ்சிருக்கும்போது அதைத் தக்க வைத்துக்கொள்ளணும்னு அக்கறை ஆண்களுக்கு ஏற்பட்டுடும். அப்ப அவங்க பெட்டிப்பாம்பா இருப்பாங்க. அவன் வாழ்வு சிதைய வேண்டும்ணு நான் ஒருநாளும் விரும்பியதில்லை. அது சரி, நீங்க உங்க திருமணத்திற்குப் பிறகு என்னை நினைச்சீங்களா?"

"உன்னை நினைத்துக்கொண்டே இருந்ததுதான் நான் இல்லறத்துறவியாக இருந்ததற்குக் காரணம். அது சரி, என்னோட புத்தகங்கள், நான் அனுப்பின இசைக்கோவைகளை நீ உண்மையிலேயே ரசிச்சியா?"

ஆனால் அவர் மனத்திற்குள் நினைத்துக்கொண்டார். 'ஒருகட்டம் வரைதான் நான் உன்னை பூஜித்தேன். அதற்குப் பிறகு உன்னை நான் முழுசா மறந்துட்டேன். உன்னிடம் அதை எப்புடி சொல்ல முடியும்.'

"உண்மையைச் சொன்னா தொடக்கத்தில் அவை ஒண்ணும் புரியலே. ஆனால் போகப் போக அவற்றை நேசிக்க ஆரம்பிச்சிட்டேன். அதே தடத்தில் என் தேடுதலையும் தீவிரப்படுத்தினேன். அதனால் நிறைய கத்துக்கிட்டேன். இறுதிநாள் வரை உங்க நினைவு வரும் போதெல்லாம் அதோடு கழிப்பேன். உங்களோட பேசற உணர்வு எனக்கு ஏற்படும். சில நேரங்களில் அவற்றை விரிச்சி அவற்றின் மீது படுத்துக்குவேன். என் உயிராக நீ இருந்தாயடா கண்ணா."

"நாம் திருமணம் செஞ்சிருந்தா மகிழ்ச்சியாக வாழ்ந்திருப்போம் இல்லையா?"

"இதில் என்ன சந்தேகம். எதிர்பார்ப்பு இல்லாத திருமணங்கள் ஒவ்வொரு நாளும் ஒரு புதிய சுவாரசியத்தை ஏற்படுத்தும். உங்களுக்கு மகிழ்ச்சி தர்ற தொட்டனைத்தூறும் மணற்கேணியாக நிச்சயம் நானிருந்திருப்பேன்."

இருவரும் ஒருவரை ஒருவர் பார்த்துக்கொண்டார்கள்.

“எந்தப் பெண்ணோடும் நீங்க பேசமாட்டீங்க என்பதால் அவர்கள் எல்லோரும் உங்க மீது கோபப்படுவாங்க. நீங்களும் இவ்வளவு தூரம் எல்லோரிடமும் சிடுமூஞ்சியாக இருந்திருக்க வேணாம்.”

“வேணுமின்னு நான் செய்யலே. எனக்கென்னவோ என்னோட படிச்ச பல மாணவங்க பொண்ணுங்க பத்தி பேசுவதிலேயே முழுநேரம் செலவழிச்சாங்க. முதல்நாள் தன்னோட சிரிச்சிப் பேசிய பொண்ணுங் களைப் பத்தி அறையில் கொச்சையாகப் பேசறது அவங்க வழக்கம். அதைக் கூட உணராம இருந்ததால பொண்ணுங்களைப் பத்தியே எனக்கொரு அலர்ஜி. அவங்கள்ல சிலரும் என்மேல கோபத்தோட இருப்பதைப் பார்த்திருக்கேன். என் இயல்பை என்னால மாத்திக்கவே முடியாம போயிட்டது.”

“உங்க அறிவை அவங்க ரசிச்சாங்க. அதனால உங்க எண்ணங் களைப் பகிர்ந்துகொள்ளவேண்டும் என அவங்க விரும்பினாங்க. அவ்வளவுதான்.”

“நம்ப கல்லூரியில சில ஆண்களோட நெருக்கமாப் பழகி ஏமாத்தின பெண்களும் இருந்தாங்களே!”

“இங்கே வந்து அதெல்லாம் எதுக்கு?”

“..........”

“உங்களைப் பார்க்கவேண்டும். என் வாழ்வின் சாரத்தை முழுமையா கொட்டிவிட வேண்டும்னு நினைச்சேன். நீங்க இங்க இருப்பீங்கன்னு நான் எதிர்பார்க்கலே. நான் வந்து காலம் நிறைய ஆவுது. நீங்க இன்னும் சுகமா வாழ்ந்துகிட்டிருப்பீங்கன்னு நினைச்சேன். இப்போ உங்களோட பேசினது, பகிர்ந்தது எல்லாம் திருமண வாழ்வையே, உங்களோட வாழ்ந்த திருப்தியை எனக்குத் தந்திடுச்சி. இங்கயும் அதே நினைவோட நான் இருந்திடுவேன். இதுதான் மோட்சமா! அப்படின்னா அந்த மோட்சத்தை நான் அடைஞ்சிட்டேன். என் நெஞ்சத்தில் வச்சிருந்த அத்தனை உணர்வையும் இன்னிக்கி முழுசா நான் வெளிப்படுத்திட்டேன். என் ஜன்மம் சாபல்யமடைந்துவிட்டது.”

அவள் முகம் முழுவதும் கற்பூர ஆராதனை காட்டுவதுபோல் ஒளிர்ந்தது. “விருப்பமானவர்களோட ஒருநாள் வாழ்வது விருப்பமில்லாதவங்களோட முப்பது வருஷம் வாழறதைக் காட்டிலும் மேம்பட்டது” என்று மட்டும் சொன்னார்.

அவள் பிம்பம் அங்கிருந்து நகரத் தொடங்கியது. அவளுடைய நிறைவிலும் ஒரு வெறுமை தென்பட்டது. அவர் நினைத்தார் 'நானும் அந்தப் பெட்டியைத் திறந்து சில பதிவுகளைப் பாக்காம இருந்திருந்தா, உன்னை மாதிரியே இருந்திருப்பேன். உன்னோடயே இங்க இருக்கணும்னு எனக்கு ஒரு நிமிஷம் கூட தோணல. எனக்கு அந்த எண்ணம் ஏன் வரலேன்னு உன்கிட்ட சொல்லி என்னைப் புண்படுத்த நான் நெனைக்கலே. அவ்வளவுதான் நீ சாயா. பேருமாதிரி வெறும் நிழல். உன்னை என்னால நிஜமா ஏத்துக்க முடியலே. நீ பரிச்சயமான தோழி. அவ்ளோதான். உன்னைப் பார்க்கும்போது ஒரு சுகம் உண்டு. ஆனா அதைத் தாண்டி என் மனசு முழுசும் வியாபிச்சி இருக்கற ஆத்மா ஒண்ணு இருக்கு. அதுதான் எனக்கு மோட்சம் தரும்.....'

19

நிர்வாகியிடமிருந்து அழைப்பு.

"இனி நீ பழைய காதலியைச் சந்திக்க முடியாது."

"ஏன் இந்தத் தடை?"

"இது பூலோகமல்ல; உன் வசதிக்கேற்ப வாழ."

"நான் சந்திக்காமலே இருந்திருக்கலாமே?"

"முறையான பல செய்திகள் உங்கள் மன்றங்களிலேயே நடப்பதில்லை. நடக்க வேண்டியவை நடந்துதான் தீரவேண்டும் என்பது நிச்சயமானதல்ல."

"பிறகு ஏன் சந்திக்க வைத்தீர்கள்?"

"ஒரு வகையில் உனக்கே தெரியாமல் உனக்குள் ஒடுங்கியிருந்த ஏக்கங்களை இன்று உணர்ந்திருப்பாய். நீ தவறவிட்ட அந்த உணர்வு இன்று தீர்ந்தது. கிட்டத்தட்ட கனவு மாதிரி. இனி உனக்குள் அந்த ஏக்கம் துளிர்க்காது. இதுகூட உனக்கு மாத்திரம் கொடுக்கப்பட்ட சலுகை. உன்னிடம் சொல்லாமல் வாழ்வையே இழந்த பெண்ணின் தவிப்பும் இன்று நிறைவேறியது. அதோடு நிறுத்திக்கொள்."

"......"

"உனக்கான மகத்தான அணிந்துரை காத்திருக்கிறது. உன் அழுக்கை அப்புறப்படுத்திய பிறகு அதிலேயே அமிழ்வது முறையாகாது. இன்னொரு பூலோக வாழ்வு இங்கே சாத்தியமில்லை. உனக்குக் கொடுக்கப்படும் சலுகைகள் பறிக்கப்படும் அபாயமும் உண்டு."

"ஒரே ஒரு சின்ன வேண்டுகோள்."

"இன்னொருமுறை சந்திக்க வாய்ப்புத் தரமாட்டீங்களா?"

"தரவே மாட்டோம்."

"எத்தனை முறை பார்த்தாலும் அடங்காத ஆசை அது. கிட்டத்தட்ட சூதாட்டம் போல."

"அப்படியென்றால் முடியவே முடியாது."

"என்ன்தான் இயலும்" அவரது வருத்த முகத்தில் விருத்தக்கோடுகள் விழுந்தன.

“உனக்காக ஒரு சலுகை. காலநேர பேதமற்ற இந்த இடத்தில் அந்த நினைவு உன் மனத்தில் சாம்பிராணிக் காற்றுபோல கரைகிற வரை இருக்கும்.”

அவர் சாயாவை நினைத்துக்கொண்டார். பச்சைநிற அம்பாளைப் போல அவள் ஜொலித்த விதம், அவள் நாணம், தலை குவிந்த விதம், அவள் தன்னை உயிருக்குயிராய் நேசித்த விதம் அனைத்துமே மீண்டும் நிழலாடின.

ஒரு நூற்றாண்டு ஆசை அந்த ஒரே சந்திப்பில் நிறைவேறிய மாதிரி இருந்தது. போதும். அந்த ஒரு சந்திப்பு. என்னை எந்த எதிர்பார்ப்பும் இன்றி இதயத்தில் பத்திரப்படுத்திய சாயா தன் வாழ்க்கையையே அல்லவா, அதற்காகக் காவு கொடுத்துவிட்டாள்.

அவள் அழகுக்காகவா நான் அவளை நேசித்தேன்? அதைத் தாண்டிய ஒரு பண்பும், பாசமும், மென்மையும் அவளிடம் வெளிப்பட்டதே, அவளை விட அழகான பல பெண்கள் இருந்தாலும், கல்லூரியில் அவள் மீது மாத்திரமே இந்த மனம் மையம் கொண்டதே...

அவள் அன்று பேசிய ஒவ்வொரு சொல்லையும் நினைவுபடுத்திப் பார்த்தார். அந்தக் காற்றுப் பிரதேசத்தையே இனிப்பாக்குவதாக இருந்தது அந்த நினைவு. எந்த உலகத்திலும் நினைக்க நினைக்க இனிக்கச் செய்யும் உணர்வு காதலும், அன்பும்தான். ஆனால் அதைத்தாண்டிய இன்னொரு சந்திப்பு நிகழவேண்டும். அதுவே தன்னலமற்ற கருணைமயமான அன்பு. அதை நோக்கியே தான் காத்திருப்பதாக அவருக்குப் பட்டது.

மனிதனின் பரிணாம வளர்ச்சியில் அன்பின் நீட்சியே முக்கியப் பங்கு வகித்திருக்க வேண்டும். அதுவே தாய்மை, நட்பு, பாசம் என்கிற அனைத்தையும் தரம் பிரிக்கும் தன்மையைப் பெற்றத் தந்திருக்க வேண்டும். சிறிது சிறிதாக சாயாவின் பிம்பம் வெளியே ஓடுவது போலவும், விலகிச் செல்வது போலவும் தோன்றியது. அதற்குப் பிறகு அவர் காதலோ, அவரது சாயாவோ நினைவில் இல்லை. பூமியில் இருக்கும்போது ஒருமுறை அதே உணர்வு அவருக்கு ஏற்பட்டது. அவர் மனத்தைவிட்டு சாயா முற்றிலுமாக அகன்ற சம்பவம் உண்டு. மறுபடி ஏன் அவள் நினைவு வந்தது. ஒருவேளை அவரிடமிருந்து முழுவதுமே அவளை அகற்ற இந்தச் சந்திப்பு நிகழ்ந்திருக்குமோ? தெளிந்திருந்த குளமாக நிகழ்காலம் மாத்திரம் அவருடைய மனத்தில் பிரதிபலித்தது.

20

அவருக்கு மரித்துப்போன ஒரே ஒரு உறவை மட்டும் சந்தித்து விடுவோமா என்கிற பயம் இருந்தது. "மடியில் கிடக்கும் மகனை வயோதிகத் தோற்றத்தில்" பார்க்க விரும்பாத தாயாய் இருந்தது அவர் மனம். சில இல்லங்களில் தந்தையிடம் இருக்கும் தாயின் உள்ளம் அதிகத் தாய்மையுடன் இருக்கும். அப்படித்தான் சத்யகாமை அவர் வளர்த்தார்.

ஆண்டுகள் கடந்து பிறந்த குழந்தை. மகன் என்பதை விட அவனிடம் பேரன் என்கிற உணர்வு எஞ்சியிருந்தது. உடனடியாகப் பிறந்து விடுகிற குழந்தை மூலப் பொருளாக இல்லாமல், உபபொருளாக உபத்திரவமாகக் கருதப்படுவது உண்டு. தவமிருந்து, காத்திருந்து, ஏங்கி ஒவ்வொரு முறை மனைவியின் மாத விலக்குத் தள்ளிப் போகாதா என்று எதிர்பார்க்கும்போது ஏற்படும் கருவாக்கம், வானொலியில் நாம் விரும்பிய பாடல் எதிர்பாராத நேரத்தில் ஒலிபரப்பாவது போல மகிழ்ச்சியைத் தரும்.

அப்படி அந்தக் குழந்தை பிறந்தபோது அனைவரும் கொண்டாடினார்கள். வீடு முழுவதும் விளையாட்டுப் பொருட்கள் குவிந்தன. ஆனால் இந்திய விடுதலையைப் போலவே அந்த நிகழ்வையும் அவரோ, அவருடைய மனைவியோ முழுமையாகக் கொண்டாட முடியவில்லை. காரணம், குழந்தை மலத்துவாரம் இல்லாமல் பிறந்திருந்தது. லட்சத்தில் ஒரு குழந்தைக்குத்தான் இப்படி நிகழுமாம். 'எல்லா கெட்ட விஷயங்களும் நம் வீட்டிலேயே நடக்கின்றனவே! நாம் என்ன செய்ய முடியும்?'

மருத்துவர்கள் நம்பிக்கை கொடுத்தார்கள். "பயப்படாதீங்க! இப்ப மெடிசன் நிறைய வளந்தடுச்சி. ரெண்டு மூணு சர்ஜரி செஞ்சு சரியாக்கிவிடலாம்."

அந்தப் பிஞ்சுக் குழந்தைக்கு மூன்றாவது மாதத்திலேயே முதல் அறுவை சிகிச்சை நிகழ்ந்தது. வலியைப் புரிந்துகொள்ளவோ, சகித்துக் கொள்ளவோ முடியாத வயதில் அத்தகைய கொடுமை. 'அன்பினால் கொடூரமாக நடந்துகொள்ள வேண்டிய சூழ்நிலை.' அடுத்த அறுவை சிகிச்சை மூன்று வயதில். வகுப்புக்குக்கூட அழுக்கை உறிஞ்சும் பைகளோடு போகவேண்டும். சிறுநீர் கழிக்கும் போது சகமாணவர்கள் கிண்டல் அடிப்பார்கள் என்பதால், தனியே சென்று சிறுநீர் கழிக்க வேண்டும்.

சத்யகாம் அழுவான். பள்ளிக்குப் போகமாட்டேன் என்று அடம் பிடிப்பான். “எனக்கு வேணாம் படிப்பு வேணாம்” என்று கதறுவான். “கண்ணு படிச்சாதான் சொத்து. இன்னும் ரெண்டொரு வருஷத்துல சரியாயிடும். கவலைப்படாதே.” ஆறுதல் சொல்லுபவர்களும் அழுதார்கள்.

ஆசிரியர்களிடம் சென்று மன்றாட வேண்டிய நிலை. “அவனுக்குப் பெரிய பிரச்சினைங்க. அது உடல் ரீதியாகவும் அவனைப் பாதிச்சிருக்குங்க. தயவுசெஞ்சி நீங்க அவனை அன்பா நடத்துங்க. அவனுக்கு மனரீதியா பாதிக்காம இருக்க இந்த உதவியை நீங்க கட்டாயம் செய்யணும்.”

கொஞ்சம் வளர்ச்சியடைந்த மனநிலையுள்ள பள்ளி. “கவலைப் படாதீங்க. நாங்க பாத்துக்கறோம்.” அவனுக்குள்ள பிரச்சினையை அனுசரித்து நடந்துகொண்டார்கள். இயல்பாக அமைந்திருந்த அறிவு. எல்லாப் பாடத்திலும் முதல் மதிப்பெண். ஒருமுறை கேட்டால் போதும். புகைப்படம் போல மனத்தில் பதிந்துவிடும்.

உடன் படிக்கும் மாணவர்களும் நாளடைவில் பிரியமானார்கள். அவனுக்கிருக்கும் பிரச்சினை புரிய ஆரம்பித்தது. அவர்கள் சிநேகம் அவனுக்கு நம்பிக்கைக்குத் தோள் கொடுத்தது. வகுப்புக்கு மகிழ்ச்சியாகச் செல்லத் தொடங்கினான். மூன்றாம் வகுப்புப் படிக்கும்போது கடைசி அறுவை சிகிச்சை நல்லபடியாக முடிந்தது.

சத்யகாமை வளர்ப்பது மிகப்பெரிய போராட்டம். அவன் எட்டு வயதை எட்டுவதற்குள் எண்பது ஆண்டுகளைக் கடந்த அயற்சி பெற்றோருக்கு ஏற்பட்டது. ஒவ்வொரு நாளுமே ஒரு யுகம். செயற்கையான துவாரத்தின் வழியாகக் கழிவை வெளியேற்றச் செய்வது எவ்வளவு கடினம். ஒவ்வொரு நாளும் சிரத்தையுடன், மனம் கோணாமல் பணிவிடை செய்தனர். நிறைய பணம் செலவு.

அந்தக் குழந்தையைக் கொஞ்சும்போது, அது சுமக்கும் சிலுவையின் பாரமும் சேர்ந்து அமுக்கியது. வளர்க்க அவ்வளவு அக்கறை காட்டினர். முதல் முறை சாப்பிடத் தொடங்கும்போது சீரகச் சம்பாவைக் குழைத்து சமைத்து நெய்யிட்டு பருப்புடன் கலந்து பிசைந்து ஊட்டும் போது வீடே மணக்கும். குழந்தை சாப்பிடாமல் வைத்த மீதியை அம்மா மாத்திரமே உண்ண அனுமதி. மற்றவர்கள் உண்டால் ‘இவ்வளவு ருசியா’ என நினைத்தால், குழந்தைக்கு அஜீரணம் ஆகிவிடுமாம். கடைசிக்கவளத்தை ‘கடைசிக்கவளம், யானை பலம்’ எனச் சொல்லி ஊட்டுவார்கள். மிஞ்சி இருப்பதைத் தலையைச் சுற்றி எறிவார்கள். காகங்கள் சாப்பிடலாம். ஏனென்றால் அவை பொறாமைப்படுவதில்லை.

வீட்டுத் தோட்டத்தில் காய்க்கின்ற முதல் வெண்டைக்காய் கொண்டு, பழுக்கின்ற முதல் செவ்வாழை வரை அனைத்தும் அவனுக்குத்தான். அவன் அழுகையில் வீடே கறுப்புச் சட்டை போட்டுக் கொள்ளும். அவன் சிரிப்பில் உலகங்கள் எதிரொலிக்கும்.

வீடு முழுவதும் எத்தனைவிதமான பொம்மைகள், ஒரு பொம்மைக் கடை விரிக்குமளவு ஓட, குதிக்க, பறக்க என்று பல ரகங்களில். ஒரேமுறை உபயோகித்துவிட்டு அதன்மேல் விருப்பமில்லாமல் உடைத்து எறிந்துவிடுவான். அத்தனை வேலைகளுக்கு நடுவிலும் மகனோடு இரவு சிங்கம் - எலி, ஆமை - முயல் விளையாட்டுக்களை விளையாடுவார். அவர் முயல்போல் ஓடி படுத்துக் கொள்ளவேண்டும். தூங்குவதுபோல் நடிக்க வேண்டும். இந்த வயதில் இதெல்லாம் சாத்தியமா?

அவர் மனைவிகூட நினைத்துக்கொள்வாள். 'குழந்தையிடம் மாத்திரம் எவ்வளவு அன்பு காட்டறாரு.' உடம்பு சரியில்லை என்றால் இரவெல்லாம் விழித்துப் பார்த்துக்கொள்வார். அடுத்தநாள் அலுவலகத்தில் தூக்கம் தள்ளாடும். அதையும் மீறி அலைவார். எப்படியாவது அந்தக் குழந்தைக்குச் சரியாகிவிட வேண்டும்.

எத்தனை நாட்கள் மருத்துவமனை வாசலில் காத்திருப்பார். மனம் முழுவதும் மரண வேதனை. சில மருத்துவர்கள் அசிங்கப்படுத்துவார்கள். சரியான உணவு இல்லாததால் அடிக்கடி உடல்நிலை மோசமாகிவிடும். இரவு சில மருத்துவர்களின் கதவைத்தட்டி வகையாக வாங்கிக் கட்டிக்கொண்ட சம்பவங்களும் உண்டு. அவமானங்களை வழித்தெறிந்து விட்டு குழந்தையின் உடல்நலமே ஓரம்சத் திட்டமாக வாழ்ந்தார்.

எல்லாம் சரியான பிறகு வீடு முழுவதும் சந்தோஷம். இரண்டு ஆண்டுகளாகக் குழந்தையின் உடல்நலம் தேறும்போது முகத்தில் தேஜஸ் கூடியது. கண்களில் அப்படியொரு தீட்சண்யம். உடல் முழுவதும் செழுமை. பார்க்கப் பார்க்க அவருக்குக் கண்பட்டுவிடுமோ என்கிற அச்சம்.

நன்றாகப் போய்க்கொண்டிருந்தது. அலுவலகத்தின் நெருக்கடியான சூழலில் தன் குழந்தையிடம் பேசிய வாசகங்கள் நினைவுக்கு வரும். தனக்குள் சிரித்துக் கொள்வார்.

மூன்று வயது இருக்கும் பேசும் பருவத்தில்தான் குழந்தைகள் அவருக்கு மிகவும் பிடிக்கும். ஒவ்வொரு மழலைச் சொல்லும் அவருக்கு இனிப்பாக இருக்கும். பிஞ்சுச் சொற்கள் இலக்கணங்களையெல்லாம் தாண்டி வெளிவரும்போது அவற்றின் அழகு அபாரம். அந்த வயதில்

குழந்தையின் ஸ்பரிசம் அலாதி. மலர்களின் படுக்கையைப் போல் மென்மையாகவும், மிருதுவாகவும் இருக்கும். அவற்றுடன் படுத்துறங்கும் போது, உலகின் நெருக்கடிகள் மறைந்துபோகும்.

அவருக்குச் சத்யகாமைக் குளிப்பாட்டுவதில் அத்தனை குஷி. அந்தப் பிஞ்சுப் பாதங்களைத் தடவிக் கொடுக்கும்போது ஏற்படும் சுகம் அலாதியானது. அப்படிக் குளிப்பாட்டும்போது சத்யகாம் செய்யும் சேஷ்டைகள் ஏராளம். ஒருமுறை வெளியே வந்து "அம்மா! அப்பா என் கையிலிருந்த மச்சத்தையே தேய்ச்சி காணாமப் பண்ணிட்டாரு" என்றான். சின்ன வயதில் எத்தனைக் கற்பனைவளம். 'குழந்தைகள் மிகுந்த கற்பனையுடனும், ஆற்றலுடனும் தாம் பிறக்கிறார்கள். நாம்தான் அவர்களைக் குலைத்துவிடுகிறோம்' என நினைத்துக் கொண்டார்.

இயல்பாகவே சத்யகாமிடம் பெருந்தன்மையிருந்தது. வருகிறவர் களை உபசரிக்கும் மனமும், அன்பு பாராட்டும் விதமும் அந்த வயதில் சாத்தியமில்லை. விளையாட வருகிற குழந்தைகளுக்குத் திண்பண்டங் களைப் பிரித்துக்கொடுக்கும் பரந்த உள்ளம் இருந்தது.

சத்யகாமைப் பார்த்த உடன் அனைவருக்கும் பிடித்துவிடும். பெரியவர்களுடைய மனம்கோணாமல் நடந்துகொள்ளும் தன்மை.

"ஏதாவது சாப்பிட்டு விட்டுப் போங்க... ப்ளீஸ் நாளைக்குப் போங்க. இன்னிக்கு ராத்திரி இங்கயே தங்குங்க" அவன் நச்சரிப்பு உருகவைத்துவிடும். அவர்கள் பக்கத்தில் படுத்துக்கொண்டு விடியவிடிய கதை கேட்பான். உடல் உபத்திரவமெல்லாம் போனபிறகு சத்யகாமின் கோபம் முற்றிலும் மாறியிருந்தது. மாணவர்கள் மொய்க்கும் பலாச் சுளையாக ஆகியிருந்தான்.

அடிக்கடி அவன் சூல்கொண்ட தினத்தன்று அடைந்த மகிழ்ச்சியை அவர் நினைத்துக் கொள்வார். எட்டு ஆண்டுகள் குழந்தையில்லை என்றவுடன் மற்றவர்கள் பேசிய பேச்சுக்கள் கொஞ்ச நஞ்சமல்ல. அதுவும் உறவுக்காரர்கள் வீட்டில் நடத்திய விதம் மகாகேவலம்.

'குழந்தையில்லாதவள். கண்பட்டு விடும்' என்று பலர் மங்கல நிகழ்ச்சிகளுக்கு அழைப்பதற்குக் காட்டிய தயக்கம் வருத்தப்பட வைத்தது. குழந்தை பிறந்த செய்தி கூட தாமதமாகத்தான் வரும். சொந்தக்கார வட்டாரங்களில் மிகவும் இளக்காரம். அனைத்தையும் சகித்துக்கொண்டு மனம் மரத்துப் போனது.

'சூழந்தை சூல்கொண்டிருக்குமோ' என்கிற சந்தேகம் ஏற்படும்படி அவர் மனைவிக்குத் தள்ளிப்போனது. மருத்துவர் சாமுண்டி சங்கரியிடம் சென்று காட்டினார்கள். சிறுநீர்ப் பரிசோதனையை

முடிக்கவேண்டும். ஐ.ஏ.எஸ். தேர்வு முடிவுக்குக் காத்திருப்பது போலக் காத்திருந்தார்கள். அடிக்கடி பரிசோதனைக்கு வந்து பழக்கமான அந்த நர்ஸ் வரும்போதே கட்டை விரலை உயர்த்தி வெற்றி என்று ஜாடை காட்டினாள். அந்த நொடியில் அவர்கள் அடைந்த மகிழ்ச்சிக்கு அளவிருக்காது. குதியாட்டம் போட வேண்டும் எனத்தோன்றியது. அதுவரை வாழ்வில் இருந்த வெற்றிடம் பூர்த்தியான நிறைவு.

பிரச்சினை அத்துடன் முடியவில்லை. வெகுநாட்கள் கழித்து, முப்பது ஆண்டு முடிந்தபிறகு மனைவிக்கு முதல் கர்ப்பம் என்பதால் அது குறித்து நிறைய சிக்கல்கள் இருந்தன. சாப்பிட்ட உடனே வாந்தி வந்துவிடும். உடல் எடை எதிர்பார்த்த மாதிரி கூடவில்லை. கர்ப்பத்தின் போது திடீரென அவளுக்கு மஞ்சள் காமாலை வேறு. மருந்து கொடுத்தால், குழந்தை பாதிக்கப்படுமே என்ற பயம். மிகுந்த முன் ஜாக்கிரதையோடு வைத்தியம் செய்தார்கள். எடை கூடாமல் போயிற்று. ஒன்பது மாதங்கள் நிறைவடையும்போது ஏழு கிலோதான் கூடியது. மற்றவர்கள் 'சின்னக் குழந்தைதான் பிறக்கும். அதுவும் முன்கூட்டியே பிறந்து இங்க்யூபேட்டரில் வைக்க வேண்டிய நிலை ஏற்படும்' என்றெல்லாம் பயமுறுத்தினார்கள். எனவே இங்க்யூபேட்டர் உள்ள மருத்துவமனையாகப் பிரசவத்திற்குப் பார்க்கலாம் என்றெல்லாம் யோசித்தார்கள். அப்படியெல்லாம் எதுவும் ஆகவில்லை. ஆனால் குழந்தை பளபளப்பாகக் குறைந்த எடையுடன் பிறந்தது.

குழந்தையை வளர்ப்பதற்கு அவர்கள் பட்ட பிரயத்தனங்கள் ஏராளம். ஆயுளில் கொஞ்சத்தைத் தேய்த்துக்கொண்டு வளர்த்தார்கள். குழந்தை உருவானபோது மகிழ்ச்சியுடன் ஒரு சிற்றுண்டிச்சாலையில் அவர்கள் சாப்பிட்ட உணவு அளவிற்கு இதுவரை அவர்கள் ருசியாக சாப்பிட்டதேயில்லை.

சத்யகாமின் உடல்நிலை சீரானபோது வாழ்வு சகஜமாகியது. ஆண்டுக்கொரு முறை விடுமுறையில் கட்டாயம் விடுப்பு எடுத்துக் கொண்டு தூரப்பிரதேசத்திற்குக் குடும்பம் பிரயாணிக்கும். அவன் பட்ட பாட்டைப் பார்த்தபிறகு இருவருக்குமே 'இன்னொரு குழந்தை பிறக்க வேண்டும்' என்ற ஆசை ஏற்படவில்லை. அவனே போதும். அவனை அறிவாளியாகக் கொண்டுவந்தால் அதுவே மிகப்பெரிய தொண்டு.

அவருக்கு ஒரு குணம் இருந்தது. போகிற இடத்தில் பணத்தைத் தண்ணீராகச் செலவழிப்பார். குழந்தை என்ன ஆசைப்பட்டாலும் வாங்கிக்கொடுப்பார்.

"ஏங்க! இவ்வளவு செல்லம் குடுக்காதீங்க" என்று மனைவி சமயத்தில் சொல்வாள்.

“பணத்தைத் தண்ணீரா செலவழிக்காதீங்க. பின்னாடி கஷ்டம். ஓடற காவேரி ஓடிக்கிட்டே இருக்காது. வத்திட்டா என்ன பண்ணுவீங்க?”

“அபசகுனம் மாதிரி பேசாத. காவேரிப் படுகையில குழாய் போட்டு நிலத்தடி நீரை எடுத்துக் குடிப்போம். இப்ப கூட்டுக்குடிநீர் திட்டம் அப்படித்தான்” என்பார்.

ஒருமுறை அவர்கள் குன்னூரில் வக்கீல் நண்பர் ஒருவருடைய வீட்டில் தங்கியிருந்தார்கள். குன்னூரின் அழகு ஊட்டியைவிட செறிவானது. அதிக வணிகமயமாகாத பகுதி. மாலையில் மேகங்கள் நம்மை வருடிச் செல்லும். குளிர்ந்த தெளிந்த வானத்தைப் பார்க்கும் போது அழகு ஊஞ்சலிடும். அங்கு அவருடைய வீட்டிற்கு முன் அமர்ந்து சூடான மசால்வடையுடன் தேநீரைப் பருகுவது தனி மகிழ்ச்சி. சமயத்தில் ஊட்டிக்கே பெயர்போன வறுக்கிகளுடன் “இங்க மட்டும் எதைச் சாப்பிட்டாலும் ருசிக்கிறதே” என்பார்.

அதற்கு அவருடைய வக்கீல் நண்பர் “மலையில் நாம்ப வாழும்போது நெறயா விழிப்புணர்வோட இருக்கறோம். அதனால் சாப்பாடு ருசியா இருக்கு. ஆனா சமவெளியில எதை எதையோ நெனைச்சிக் கவலைப்பட்டுக்கிட்டே சாப்புடறோம். அதுதான் நாம்ப சாப்பாட்டை ரசிக்க முடியறது இல்லே” என்று வியாக்கியானம் தருவார்.

ஒருநாள் மாலை அவர் சின்னக் குழந்தைகளின் விளையாட்டு எப்படி விபரீதத்தில் முடிகிறது என்பதை விளக்கினார். அப்போது அங்கு சத்யகாமும் அந்த வக்கீலுடைய இரண்டு சிறு குழந்தைகளும் இருந்தனர்.

“பத்து வயதுகூட இருக்காதுங்க. அந்தப் பையன் விளையாட்டுத் தனமா மாருதி காருல கயித்தை மாட்டி அதைக் கழுத்துல சுருக்குப் போட்டு குதிச்சிருக்கான். உடனே கழுத்தெலும்பு முறிஞ்சி செத்துட்டான். இப்புடி ஒரு ஐடியா எப்புடிக் கெடச்சுதுன்னு மண்டையைப் பிச்சுக்கற நெலை.”

“எல்லாமே சினிமாவோட வேலைதாங்க. சினிமாவைப் பாத்துதான் விதவிதமான பசங்க சாகக் கத்துக்குது.”

“வாழக் கத்துக்குடுக்கறதுக்கு பதிலா தற்கொலை பண்ணிக்கத்தான் கத்துக் கொடுக்கறாங்க. நான் என் வாழ்க்கையில் பாத்த இந்தத் தீக்குளிக்கிற சம்பவம் கொஞ்சம் நஞ்சமில்லீங்க.”

அடுத்தநாள் மதியம் பெரியவர்கள் எல்லாம் அயர்ந்து தூங்கிக் கொண்டிருந்தார்கள். மூன்று குழந்தைகளும் மொட்டை மாடியில் விளையாடிக் கொண்டிருந்தனர். வக்கீலின் குழந்தைகளுக்கும் கிட்டத் தட்ட சத்யகாமின் வயதுதான். அருண், வருண் எனப் பொருத்தமாகப் பெயர் வைத்திருந்தார். அவர்கள் கண்ணாமூச்சி விளையாடினர்.

திடீரென அருண் “டேய், நேத்து எங்கப்பா ஒரு பையன் செத்துப்போன மாதிரி விளையாடிய விளையாட்டை பத்திச் சொன்னாரே, அதை விளையாடலாமா?” என்றான்.

வருண் “ஆமாம்பா! நாம் அந்த மாதிரி நடிப்போம். நம்ப அப்பா எப்பப் பார்த்தாலும் நம்மை அடிக்கிறாரே. அதைப் பாத்தாவது திருந்துவாரான்னு பாக்கலாம்.”

“வேணாண்டா... பஸ்ட் நான் செய்யறேன்” சத்யகாம் சொன்னான்.

முதல் மாடியிலிருந்த கிரில் கம்பியில் கயிறைக் கட்டிக்கொண்டு அதன் நுனியை சுருக்காக்கித் தன்னுடைய கழுத்தில் இறுக்கக் கட்டிக்கொண்டான்.

அடிக்கடி அங்கிருந்து போர்டிகோ மீது குதித்து விளையாடுவது வழக்கம். பரந்த அந்த போர்டிகோவில் கீழே விழும் எந்த அபாயமும் இல்லை. எனவே யாரும் அவ்வாறு செய்யும்போது பாதுகாப்பு குறித்துக் கவலைப்பட்டதில்லை.

சத்யகாம் கயிறைத் தன் கழுத்தில் மாட்டிக்கொண்டு குதித்தான். குதித்தவன் எழுந்திருக்கவேயில்லை.

அருண் “டேய் எந்திரிடா! அடுத்து நான் குதிக்கணும்.”

வருண் “போடா! நாந்தான் குதிப்பேன்.”

அவன் எழவே இல்லை. இருவரும் கீழே குதித்துப் பார்த்தபோது கழுத்தில் ரத்தம் கசிந்திருந்தது. பேச்சு மூச்சு இல்லை. இருவரும் ஓடிப்போய் அப்பாவை எழுப்பினார்கள்.

அதற்குள் எல்லாம் முடிந்துபோய் இருந்தது. அவரும், மனைவியும் தலைதலையாய் அடித்துக்கொண்டார்கள். காவியமாய் நீடிக்கும் என நினைத்த ஒரு வாழ்க்கை சிறுகதையைப் போல முடிந்தது. வாழ்வில் கொஞ்ச நஞ்சம் மிச்சமிருந்த மகிழ்ச்சியும் அன்றுடன் முடிந்துபோனது.

அவன் புகைப்படத்தைக்கூட அவர் வீட்டில் வைத்துக் கொள்ளவில்லை. மகன் இருந்ததையே மறந்துபோய் விடவேண்டும் என அவர் செய்த முயற்சிகள் அதிகம். அலுவலகம் செல்லும் வழியில்தான் சத்யகாம் படித்த பள்ளிக்கூடம் இருந்தது. அதைத் தவிர்க்கத்தான் அவர் சுற்றி வளைத்து அலுவலகம் செல்வார். அந்த வழியே தப்பித் தவறிக் கூடச் சென்று விடமாட்டார். அவன் விளையாடிய இடம், அவர் பள்ளியில் சேர்த்த இடம் என எதையும் பார்ப்பதைத் தவிர்ப்பார். அதன் பிறகு ஆண்டுக்கொரு முறை சுற்றுலா செல்வதையெல்லாம் அறவே நிறுத்தினார். ‘சத்யகாம் இல்லாமல் என்ன கொண்டாட்டம் வேண்டியிருக்கு?’

அவர் மனைவிக்கு அதற்குப்பிறகு வாழ்வே சூனியமானது. எந்தப்பொது நிகழ்ச்சிக்கும் அவள் சென்றதில்லை. கூட்டுப்புழுவாய் வீட்டிற்குள் சுருங்கிப்போனார்.

கடவுளே! நாங்க என்ன பாவம் செஞ்சோம். அதுக்குக் குழந்தையே இல்லாம இருந்திருக்கலாமே! இப்படிப் பத்துவருஷம் படாதபாடு படுத்திட்டு பறிச்சிக்கிட்டயே!"

உண்மைதான். குழந்தை பிறக்காமல் இருந்திருந்தால் அந்த வருத்தத்துடன் போயிருக்கும். ஆனால் இப்போது அதன் சுகத்தை உணர்ந்தபிறகு எடுத்துக்கொள்வதில் என்ன லாபம்? அன்று குன்றியவள்தான். அந்த வீடு இருண்ட இல்லம் போல் ஆனது. அந்த விட்டின் அனைத்து சந்தோஷங்களும் காணாமல் போயின. இரவு முணுக் முணுக் என எரியும் சிம்னி விளக்கில் தெரியும் ராணுவ எல்லைப்பகுதி கூடாரமாய் அது தோற்றமளித்தது.

அவரால் பூலோகத்தில் நடப்பவற்றையே கட்டுப்படுத்த முடியாதபோது, இங்கு நடப்பவற்றை என்ன செய்ய முடியும். "நடப்பது எங்கேயும் நடந்தேதான் தீரவேண்டும்" என எண்ணிக் கொண்டார். அவர் நடக்கும்போது, ஓர் அழகிய சிறுவன் எதிர்பட்டான். சுறுசுறுப்பாக, சுருள்முடியுடன், பரந்த அழகிய கண்களுடன், உற்றுப்பார்த்த உடன் அவருக்குத் தோன்றியது. இது அவன்தானோ!

அவனை அழைத்தார். "தம்பி! சத்யகாம்."

அவன் திரும்பிப் பார்க்கவில்லை.

நடையின் வேகத்தைக் கூட்டினார்.

"சத்யகாம்... சத்யகாம்."

திரும்பிப் பார்த்தான். ஆனால் நிற்காமல் மேலே சென்றான். விரைவாக நடந்து அவன் முன் நின்றார்.

"சத்யாகாம்! என்னைத் தெரிகிறதா?"

"சத்யாகாமா? யாரது?"

"நீதானப்பா"

"இதுவரை என்னை யாரும் அப்படி அழைக்கவில்லை."

"என்னையும், உன் அம்மாவையும் தவிர வேறு யாருக்கும் அந்தப் பெயரில் இங்கு உன்னைத் தெரியாதப்பா."

"நீங்கள் யார்."

"உன் அப்பா."

"அப்பா என்றால்...."

அவனுக்குப் புரியவில்லை. அவனுக்கு எப்படி விளங்க வைப்பது?

"உன்னைப் பெற்று வளர்த்தவர்கள்?"

"சரி விடுங்க! நான் போகணும்."

"எங்கப்பா...?"

"நான் விளையாடும் இடத்துக்கு...."

"கொஞ்சம் பக்கத்தில வாப்பா..."

வந்தான். அவனை வாரியெடுத்துக் கொஞ்சவேண்டும் போல் இருந்தது. ஆனால் பாதரசம் போல உருவம் விலகியது.

"எங்கேப்பா விளையாடுவே?"

"என்னை மாதிரி இருக்கற பசங்க எப்பவுமே விளையாடுவோம். ஜாலியா இருப்போம், குதிப்போம்."

"படிப்பீங்களா?"

"அதெல்லாம் கிடையாது. ஆனா எங்களுக்கு நெறயா விஷயம் தெரியும்."

"விளையாடறது அலுக்காதா?"

"புதுப்புது விளையாட்டு சொல்லித்தருவாங்க."

"நீ ஜெயிப்பாயா?"

"ஜெயிக்கிறது, தோக்கறது எல்லாம் எங்க விளையாட்டுல இல்லே. எல்லோருமே ஜெயிப்போம்."

"யாருக்குப் பரிசு?"

"பரிசெல்லாம் உங்க உலகத்திலேதான். பிரிக்கறதும், உசத்தறதும், தாழ்த்தறதும் உங்களோட சரி. இங்க எந்தப் பேதமும் இல்லை. சாதி, மதம், இனம் எதுவுமே இல்லை. முதல்ல எங்களுக்குப் பெயரே இல்லை."

"சந்தோஷமா இருக்கறயா?"

"ரொம்ப!"

"நீ இங்க வர்றதுக்கு முன்னாடி இருந்தியே அந்த உலகத்தை எப்பயாவது நினைச்சுப்பயா?"

"ஊஹூம். நான் நினைக்கறதே இல்லே. அது சுத்த நரகம். எப்பப் பாத்தாலும் பரீட்சை, போட்டி, பக்கத்து மாணவன் கிட்ட பேசினா தண்டனை. ஒரே கண்டிப்பு."

"உன்னோட அப்பா, அம்மா அன்பா இருந்தாங்களே"

"இருந்தாங்க. ஆனா அங்க அவங்க மட்டும்தான் அன்பா இருந்தாங்க. இங்க எல்லோருமே இருக்காங்க."

“அது சரி, பள்ளிக்கூடம் போகவே அப்ப பிடிக்காதா?”

“எப்புடிப் பிடிக்கும். எப்பப் பார்த்தாலும் கோபமா நடந்துக்கிட்ட ஸ்கூல். ‘அது வராது’, இது வராது’ன்னு சபிச்சிக்கிட்டே இருந்த வாத்தியாருங்க. எங்களை மனுஷங்க மாதிரி நடத்துனாங்களா? நாங்க சின்னக் குழந்தைங்கதான. அப்புறம் ஏன் இவ்வளவு ஆத்திரம். நாங்க என்ன குற்றவாளிங்களா? என்னிக்காவது அன்பா நடந்தாங்களா?”

“கண்ணு! உங்களோட எதிர்காலத்துக்காகத்தானப்பா அவங்க அப்படி நடந்துகிட்டாங்க.”

“நாத்தை மிதிச்சா அது நல்ல பயிரா வளருமா? சொல்லுங்க”

“சரி! இங்க எப்படிப் போகுது.”

“இங்க நல்லா இருக்கு. எங்க எல்லோருக்கும் எந்தப் போட்டியும் இல்லாம, வித்தியாசமே இல்லாம இருக்கோம். ஆடுவோம், பாடுவோம், விளையாடுவோம்... பெரிய பெரிய விஷயமெல்லாம் தெரியும். இப்ப சமீபத்தில விண்வெளியில நடந்த மாற்றம் கூட எங்களுக்குத் தெரியும். உங்க நோபல் பரிசு வாங்கற விஞ்ஞானியை விட எங்களுக்கு நிறைய தெரியும்.”

“கண்ணு! என்னைப் பிடிக்குமா?”

“தயவுசெஞ்சு எதையும் திணிக்காதீங்க. நீங்களே பாருங்க! நான் நீங்க கடைசியில பாத்த மாதிரியா இருக்கேன்.”

“நிச்சயமா இல்லப்பா” என்று சொல்லிவிட்டு உற்றுப் பார்த்தார்.

அவன் முகத்தில் தெய்வீக ஒளியும், கண்களில் அளவற்ற ஆனந்தப் பெருக்கும் இருந்தன. அந்தக் கண்களைச் சற்று உற்றுநோக்கினால் பிரபஞ்ச ரகசியம் முழுமையுமே தெரியும் என்பது போன்று இருந்தது. அந்தக் கண்களிலிருந்து வெளிவந்த ஒளி அவரைக் கூசச் செய்தது.

“ஏனப்பா! நான் வந்து நீங்க விளையாடறதைப் பாக்கலாமா?”

“முடியாதுங்க.”

“ஏன்?”

“அங்க பெரியவங்களுக்கு அனுமதி கிடையாது. அது குழந்தை களுக்கான தனிப்பகுதி.”

“நாங்க வரக்கூடாதா?”

“நீங்க வந்தா எங்க சந்தோஷமெல்லாம் போயிடும். நீங்க எங்க கிட்ட வேற்றுமையை ஏற்படுத்திடுவீங்க. அதனால உங்களை அங்க உள்ளே வரவிடமாட்டாங்க.”

“..................”

“சரி! நான் வரேன்.”

பிரிந்து செல்வதில் சிறிதும் வருத்தப்படாமல் அங்கிருந்து சத்யகாம் ஓட்டமாய் ஓடினான். உண்மைதான். அவன் இங்கே பூமியைக் காட்டிலும் மகிழ்ச்சியாக இருக்கிறான். அம்மை குத்துவதற்கு முன்பு சாமி முத்திரை குத்தும் அவலம் இங்கு இல்லை. அவன் காற்றைப்போல சுதந்திரமாகத்தான் இருக்கிறான். முன்னேற்றம் என்கிற பெயரில் அவன் மீது எதுவும் திணிக்கப்படாமல் அவன் சந்தோஷமாய் இருக்கிறான்.

அவர் நினைத்துக்கொண்டார், ‘நான் அளித்திருக்கக்கூடிய வாழ்வைக் காட்டிலும் சிறந்ததொரு வாழ்வைத்தான் அவன் வாழ்ந்து கொண்டிருக்கிறான். வயதே ஆகாமல் பாலகனாக ஓடி விளையாடி, எந்தக் களங்கமும் ஏறாமல் வாழ்வை ருசித்துக்கொண்டு சிரஞ்சீவியாக அவன் இருக்கிறான். அவனைப் பற்றிய எந்த வருத்தமும் தேவையில்லை. நானும் அவனுக்கு எந்த விதத்திலும் தேவையில்லை. எதுவுமே நிர்ப்பந்திக்காத உலகில் அவன். எல்லா நிர்ப்பந்தங்களின் பிழிவாகவும் நான். அவன் உலகில் பிரவேசிக்க எந்தத் தகுதியும் எனக்கு இல்லை. அவன் தன்னை என் மகன் என்று ஒப்புக் கொள்ளாதபோது, நான் எப்படி தந்தை என்று எண்ணிக்கொண்டிருக்க முடியும். இங்க அவன் வேறு; நான் வேறு. அவனுக்காக நான் வருத்தப்படுவதறகு எதுவும் இல்லை. என் கடமையை நான் சரியாக ஆற்றவில்லை என்கிற குற்ற உணர்வு தேவையில்லை. நான் ஆற்றியிருந்தால் கூட அவன் இவ்வளவு மகிழ்ச்சியடைந்திருக்க மாட்டான்.’

அடையாளம் தெரியாமல் போவதுதான் வாழ்க்கையில் சகஜம். பிடித்த பலரைப் பல ஆண்டுகளுக்குப் பிறகு புகைவண்டி நிலையத்திலோ, அந்நிய நகரிலோ, அங்காடித் தெருவிலோ சந்திக்க நேர்கிறபோது அவர்களை நாம் அடையாளம் கண்டு குறிப்பிட்டுச் சொல்வோம். ஆனால் அவர்கள் ‘எனக்கு நினைவில்லை’ எனச் சொல்லி அவர்களை இடைஞ்சல் செய்ததாகக் கருதிக்கொண்டு செல்வார்கள் அதைப் போலத்தானே இன்று சத்யகாமும் சென்று விட்டான்.

அவருக்கு ஆதங்கம் எதுவுமில்லை. மகன் மகிழ்ச்சியாக இருப்பது போதும் என எண்ணிக்கொண்டு திரும்பினார். அவருடைய மனத்தில் மகன் பற்றிய நினைவுகள் எல்லாம் கணினியில் பழைய கோப்புகள் நீங்குவதுபோல் நீங்கிக்கொண்டே சென்றன.

21

நிர்வாகியுடன் சந்திப்பு நிகழ்ந்தது. 'இவர் என்னை மட்டும்தான் சந்திக்கிறாரா? இல்லை எல்லோரையும் சந்திப்பாரா? எல்லோரையும் சந்திக்கிறாரென்றால் எப்படி இவ்வளவு நேரம் கிடைக்கும். ஆச்சரியம் தான். ஒருவேளை தேர்ந்தெடுத்த சிலரைத்தான் சந்திப்பாரோ?'

"என்ன உனக்கு சந்தேகம்?"

"இங்கு நடப்பது எல்லாமே புதிராகத் தானிருக்கிறது."

"இருக்கும்."

"ஏன்?"

"நீ எல்லா நிகழ்வுகளையும் உங்கள் உலகத்துடன் ஒப்பிட்டுப் பார்த்துக்கொண்டே இருக்கிறாய். அதனால்தான்."

"ஒப்பிடக்கூடாதா?"

"உங்கள் உலகத்திலேயே எப்போதும் ஒப்பிட்டுக் கொண்டே யிருப்பவர்கள் நரகத்திலேயே உழல்கிறார்கள் என்பது உனக்குத் தெரியாதா?"

"நான் யாரையும் ஒப்பிட்டதில்லை."

"அதனால்தான் நீ அங்கு அத்தனை இடர்ப்பாடுகளுக்கிடையேயும் மகிழ்ச்சியாக இருந்தாய்."

"இங்கே மட்டும ஏன் ஒப்பிடுகிறேன்?"

"உன் கடந்த காலத்தை இன்னும் முழுவதுமாக உன்னால் உதிர்க்க முடியவில்லை. அதனால்தான்."

"ஆமாம்."

"உங்கள் வாழ்வும், உலகமும் வேறு. இவ்வுலகத்தை அதன் நீட்சியாகவும், தவறவிட்டவற்றைச் சரிசெய்யும் இடமாகவும் பார்க்காதே."

"ம்......"

"அது மட்டுமல்ல. நீ பார்க்க நினைக்கும், சந்திக்க விரும்பும் அனைவரையும் சந்திக்க நாங்கள் அனுமதிக்கப் போவதில்லை."

"......"

"எங்களுக்குத் தெரியும், உனக்கு எது வேண்டும் என. எனவே பொறுமையாக எதையும் விழையாமல் அதன் போக்கில் இங்கு இருக்கக் கற்றுக்கொள்."

"எனக்கு ஒரே ஒரு கேள்வி. அது ஒட்டுமொத்த இருத்தல் குறித்தது."

"சரியான கேள்வியா?"

"மிகச் சரியான கேள்வி."

"சரியான கேள்வியாக இருக்கும் பட்சத்தில் பதிலும் அதிலேயே இருக்கும் என்பதை அறியாயா?"

"........"

"சரி, இதுதான் உனது இறுதி கேள்வியாக இருக்கட்டும்."

"உங்களுக்கு மரணமில்லையா?"

"செத்துப் போனவைதாம் மரணமற்று இருக்கமுடியும்."

"அப்படியென்றால்....."

"மரிப்பது நியதி. எங்களுக்கும் இன்னொரு உலகம் உண்டு. மரணத்திற்குப் பின் என்ன என்று கேட்டுக்கொண்டு இருக்கிறாயே! பிறப்புக்கு முன் என்ன என்று எப்போதாவது சிந்தித்துப் பார்த்திருக்கிறாயா?"

"இல்லை."

"பழையவற்றை உதறி எறிவதும் ஒருவிதப் பயிற்சி. இங்கு உனக்குத் தெரியாமல் அளிக்கப்படும் பயிற்சிகள் ஏராளம். உண்மையான மரணம் எது தெரியுமா?"

"எது?"

"ஒரே இடத்தில் நீடிக்க வேண்டும் என்கிற எண்ணமே மரணத்தின் முதல் அறிகுறி. அது எந்த இடமாக இருந்தாலும், இருக்க வேண்டும் என ஆசைப்படுகிற இடத்திலிருந்தும் நிகழும் சின்ன இடமாறுதல் கூட நமக்குள் ஏற்படுத்தும் வெற்றிடமும் மரணமே! நம்மைச் சுற்றியுள்ளவர்களை விட்டு விலகும் தூரம் அனைத்தும் மரணம். மரணம் என்பது ஒரே ஒரு நிகழ்வு அல்ல; பல சின்ன நிகழ்வுகளின் ஒட்டுமொத்த தொகுப்பு."

"உணர்கிறேன்."

"அதிகம் யோசிக்காதே! உன் யோசனைகள் எதுவும் உன்னை மகிழ்ச்சியாக வைத்திருக்க உதவப்போவது இல்லை. அவற்றின் முக்கிய நோக்கமே உனக்கு வசதிகளோடு அசதிகளையும் அளித்து விட்டுப் போவதுதான். யோசிக்க யோசிக்க நீ கனவுகளில் சஞ்சரித்து நினைவு

களைக் கழற்றிவிடுகிறாய். உன் முன்னேற்றத்தால் நீ வலிகளைக் குறைப்பதோடு நிறுத்திக்கொள்ளவில்லை. வலிகளை உண்டாக்கவும் கற்றுக்கொண்டாய். நீ தவிர்த்த வலிகளைக் காட்டிலும், தருவித்த வலிகளின் அடர்த்தி அதிகம்."

"..........."

"எனவே செல். இனியாவது யோசிக்காது இரு. இந்த உலகையும் தவறவிட்டுவிடாதே! இதையும் தவறவிட்டுவிட்டால் நீ அப்புறம் பிடித்துக்கொள்ள ஏதுவாக எதுவுமில்லாமல் அவதிப்பட ஆரம்பித்து விடுவாய்."

அவர் திரும்பி வந்தார். 'இனி கேள்விகள் கேட்பது வேண்டாம். என்னுடைய கேள்விகள் எல்லாம் எனக்குள்ளேயே அமுங்கி, கரைந்து காணாமல் போய் விடட்டும். நான் கேள்விகளற்றவனாய் இருக்கத் தொடங்குவேன். இப்போதிருந்தே.....'

22

ஒரே இடம்தான்.
சிலர் முகம் ஒளிர்கிறது;
சிலர் முகம் இருண்டிருக்கிறது;

அவருக்குக் கேள்வி தோன்றவில்லை. ஆனால் அவருக்குள்ளேயே சிந்தனைகள் விரிந்தன. எதையுமே இனிப்பாக நினைக்கிறவர்களையும், எல்லாவற்றையும் குற்றம் காண்பவர்களையும் கண்டிருக்கிறார். அந்தப் பூலோகத்தில் குற்றம் காண்கிற காமாலைக் கண்ணர்கள் மதிக்கப் பட்டார்கள். அவர்கள் மீது இருந்த பயமே அவர்கள் முதலீடாக இருந்தது. அப்படிப்பட்டவர்கள் தங்களைப் பற்றி ஏதேனும் ஒரு பாராட்டுரை வழங்கமாட்டார்களா என ஆவலுடன் நாக்கைத் தொங்கப் போட்டுக்கொண்டு காத்திருப்பார்கள்.

அலுவலகம் வரும்போது கூட அதை ஏதோ நரகம் என நினைத்துக் கொண்டு வருகிற பலரை அவர் பார்த்திருக்கிறார். அப்படிப் பட்டவர்கள் எப்படித் தங்கள் பணியை நேசிக்க முடியும். இது எங்கு தொடங்குகிறது. தான் கல்லூரியில் படிக்கும்போதே, அதைச் சபித்துக் கொண்டு படித்த பலரைப் பார்த்திருக்கிறார். எல்லாவற்றையும் நேசித்து செய்யும் மனநிலையை அவர் வளர்த்துக்கொண்டார்.

மாலையில் வகுப்பு முடிந்ததும் வயல்வெளிகளுக்குச் சென்று தாவரங்களைச் சேகரித்து, அவற்றைப் புத்தகப் பக்கங்களிடையே மயிலிறகைப் போலப் பாதுகாக்கும்போது அதை நேசித்துச் செய்தவர். அவர் தன்னுடைய குளியலைக்கூட அபிஷேகமாகச் செய்தவர்.

அவருடைய இறுதிக்காலத்தில்கூட அவருக்கு வாழ்வின் மீது கோபம் ஏற்பட்டதேயில்லை. அவர் வாய் நிறைய வாழ்க்கைக்கு நன்றி சொல்லிக்கொண்டிருந்தார். அவருடைய பணியைக் கூட ஒரு படைப் பாக்கமாகச் செய்தார். அவர் அந்த இடத்தில் ஒன்றைக் கவனித்தார். 'இங்கு யாரும் ஓவியம் வரையவோ, காவியம் தீட்டவோ,சிற்பம் செதுக்கவோ முடியவில்லையே. இது படைப்பாக்கத்திற்கான இடமில்லை.'

அவருக்குத் தோன்றியது.

'நம் படைப்புகள் பிணைத்ததைவிட சிதைத்தது அதிகமில்லையா? இணைத்ததைக் காட்டிலும் பிரித்தது அதிகமில்லையா' கல்லூரியில் மாவட்ட ரீதியாகப் பிரிந்த தினமும் அடித்துக் கொண்ட மாணவர்கள், பணிக்குச் சென்றதும் தங்கள் சிறுமைத்தன்மையை எண்ணி வெட்கப்பட்டதில்லையா?

அவருக்கு நினைவு வந்தது.

அவருடைய கல்லூரியில் பல பிரிவுகள். மாவட்ட ரீதியாக, சாதி ரீதியாக. ஒரு பிரிவினர் இன்னொரு பிரிவினரைப் பார்க்கும் போது நாய்களைப் போல உறுமிக்கொள்வார்கள். எந்த ராஜ்யத்திற்கோ பங்காளிச் சண்டையைப் போல அவர்கள் விரோதம் இருக்கும். அவர்களில் சில பணக்கார ஜாதிகள் எதிரிகளை ஆள்வைத்து அடித்து நொறுக்குவதும் உண்டு. அந்தச் சண்டைகளிலிருந்து அவர் விலகியே இருப்பார். திரையரங்கில் வாரம் ஒருமுறை நடக்கும் திரைக்காட்சியில் பாட்டின் நடுவே மாவட்டப் பெயர் வந்தால் அந்த மாவட்ட மாணவர்கள் வெறி பிடித்த மாதிரி கத்துவார்கள். மாவட்டப் பற்றினால் அல்ல, மற்றவர்களை வெறுப்பேற்ற.

"சேலத்து மாம்பழமே" என்ற வரி வந்தவுடன் சேலம், தருமபுரி, தென்னாற்காடு மாவட்ட மாணவர்கள் எழுந்து குதியாட்டம் போடுவார்கள். அடுத்த வரி 'திண்டுக்கல் பலாப்பழமே' என்று வரும். உடனே தெற்கத்திய மாவட்ட மாணவர்கள் இரண்டு மடங்கு குதிப்பார்கள். இந்த மாவட்டங்கள் எல்லாம் தமிழகத்தின் பகுதிகள் தாம் என்பதையே மறந்துவிட்டு அவர்கள் கத்துவார்கள். அடுத்த வரி 'தமிழகத்து தனிமலரே' என வரும். ஒருவரும் கைதட்ட மாட்டார்கள்.

இப்படி கீரியும், பாம்புமாக இருந்த மாணவர்கள் சிலர் பத்துப் பதினைந்து மாதங்கள் பணி தேடி, பிறகு எங்கேயாவது பணியில் அமர்வார்கள். அப்போது பணப்பற்றாக்குறையின் காரணமாக ஒரே அறையில் எதிரும் புதிருமாக இருந்தவர்கள் தங்க நேரிடும். அப்போது அவர்களிடம் நிலவிய அத்தனை பகைமையும் விலகிவிடும். அதுதான் யதார்த்தம்.

அதைப் போன்ற ஒரு காட்சியை அவர் அங்கு காண நேர்ந்தது. இரு பகைமை உணர்வுகொண்ட மதத்தலைவர்கள் அருகருகே அமர்ந்துகொண்டு பேசிக்கொண்டிருப்பதைப் பார்த்தார். அவரால்

தன்னுடைய ஆர்வத்தைக் கட்டுப்படுத்த முடியவில்லை. அவர்கள் பேசுவதைக் கவனிக்க ஆரம்பித்தார். அவரைச் சிறிதும் பொருட் படுத்தாமல் அவர்கள் பேசிக்கொண்டிருந்தனர்.

ஒருவர் வழியும் தாடியுடன், மற்றொருவர் மழித்த மொட்டையுடன்.

"நாம் இருவரும் இப்படி உக்காந்திருப்போம்னு யாராவது அங்க நெனைச்சிருப்பாங்களா?"

"ஆமாம்! கனவுகூட கண்டிருக்க மாட்டாங்க."

"அங்க அது மார்க்கம்."

"இங்க இது தர்மம்."

"நம்ப மார்க்கமா அப்படிச் சொன்னது?"

"நிச்சயமா இல்லை. நம்ப பொழப்பு நடக்கணுமே!"

"அது சரி, உன்னோட வேதப்புத்தகத்தை முழுசாப் படிச்சிருக்கியா?"

"எங்க படிக்கறது. நமக்குத்தான் சண்டைபோடவே நேரம் சரியா இருந்ததே!"

"உண்மைதான்"

"நீயாவது படிச்சியா?"

"எங்க படிக்கறது. படிச்சிருந்தா உருப்படியாகியிருப்போமே."

"எனக்குச் சின்ன வயசிலேயே உங்க ஆளுங்க எதிரின்னு சொன்னாங்க. உங்களைக் கொன்னாதான் எங்களுக்குச் சொர்க்கம்னாங்க. அது மட்டும்தான் நான் கத்துக்கிட்ட வேதம்."

"நீங்க நாங்க செய்யற எல்லாத்தையும் தலைகீழாச் செய்வீங்கன்னு சொன்னாங்க. நாங்க கும்புடறதை நீங்க சாப்புடுவீங்கன்னாங்க. இதை சிந்திச்சி நீங்க வேற, நாங்க வேறன்னு மட்டுமில்ல. எங்களுக்கு விரோதமானவங்கன்னு நினைக்க ஆரம்பிச்சோம்."

"நம்ப முட்டாள்தனத்தை வச்சி அவங்க பொழைச்சாங்க. நாம்ப அடிச்சிக்கிட்டு செத்தோம்."

"நாம எந்தப் பேரு சரின்னு தானே சண்டை போட்டோம்"

"உண்மைதான். எதுக்காக சண்டை போடறோம்னு தெரியாமலேயே சண்டை போட்டோம். யாருக்காச் சண்டை போட்டோம்னு தெரியாம சண்டை போட்டோம்."

"முகம் தெரியாதவங்க மேல குண்டு போட்டோம்."

"இப்ப அதெல்லாம் பைத்தியக்காரத்தனமாத் தெரியலே?"

"ஆமாம். நாம செஞ்சதை நெனைச்சா அவமானமா இருக்கு."

"இதே மாதிரி நட்போட அங்கேயும் இருந்திருந்தா எவ்வளவு மகிழ்ச்சியா இருந்திருக்கும்."

"ஆமாம். என்ன செய்யறது?"

அவர்கள் இருவரும் ஒருவரையொருவர் நெருங்கி ஒன்றாக நடந்துபோவதைப் பார்த்தார். அவருக்குள் பல நினைவுகள் விரிந்தன. ஒரே நொடியில் உயிரைக் காவுகொடுத்துவிட்டு ஒன்றிப் போயிருக்கும் அவர்கள் நம்பிக்கையை ஏற்படுத்தினார்கள்.

23

நட்பு வட்டாரத்தின் அழகை நினைத்துக் கொண்டார். அவருக்கு எப்போதுமே இனிய நண்பர்கள் வாய்த்திருந்தார்கள். அவருடைய அறையில் எப்போதுமே பெரிய கூட்டம் இருக்கும். அவர் ஊரிலிருந்து விடுமுறை முடிந்து வரும்போது அம்மா செய்த கடலையுருண்டையையும், முறுக்கு டின்னையும் எடுத்துவருவார். எல்லோருக்கும் பகிர்ந்து அளிப்பார். காசு விஷயத்தில் ஒருமுறைகூட கஞ்சத்தனமாக இருந்ததில்லை. யாரையும் தன்னுடைய விரோதியாகக் கருதிக் கொண்டதில்லை.

அவருடைய நண்பன் ஒருவன் - பெயர் சுதீர். அன்புடன் கேட்டான்.

"உன்னை மட்டும் எல்லோருக்கும் பிடித்திருக்கே ஏன்?"

"நான் யாரோடயும் போட்டி போடறதுல்ல. மார்க்குகளைத் துரத்தறதுமில்லை."

"நீ உனக்கிருக்கிற புத்திசாலித்தனத்துக்குக் கொஞ்சம் ஆழமாப் படிச்சா ஈசியா முதல் ரேங்க் வாங்கலாமே. பல்கலைக்கழகப் பதக்கமெல்லாம் கிடைக்குமே."

"புத்திசாலித்தனத்திலேயே மிகப்பெரிய புத்திசாலித்தனம் முதல் ரேங்க் வாங்காம இருக்கறதுதான்."

"ஏன் அப்படிச் சொல்றே?"

"மார்க்கை வாயில கவ்விக்கிட்டு இந்தக் கல்லூரி வாழ்க்கையை இழந்துடணுமா என்ன?"

"அப்படீன்னா?"

"படிப்புங்கறது நம்ப சந்தோஷத்துக்காக. அதைப் பெரிய பாரமாக்க வேண்டாம்."

அதே நேரத்தில் அவர் ஓய்வு நேரங்களில் நூலகத்தில்தான் இருப்பார். நிறைய புத்தகங்களை வாசிப்பார். பல கருத்தரங்குகளில் கலந்துகொண்டு கருத்துக்களை முன்வைப்பார். சில நேரங்களில் பேராசிரியர்களுக்கே புதிய கருத்துகளைச் சொல்வார். அவர் அதையெல்லாம் மதிப்பெண்களுக்காகப் பயன்படுத்த மாட்டார்.

எப்போதும் அமர்வதும் கடைசி இருக்கையில்தான். சாவகாசமாக இருந்துகொண்டு பாடத்திற்கும் தனக்கும் எந்தத் தொடர்பும் இல்லாமல் இருப்பதைப் போன்ற அவருடைய தோரணையைப் பார்த்து பேராசிரியர்கள் பாடத்தைப் பாதியில் நிறுத்தி விட்டு, "புரிகிறதா?" என்று கேட்பார்கள்.

"புரியுது" என்பார்.

"என்ன நடத்தினேன். கொஞ்சம் சொல்லுங்க பாக்கலாம்."

தொடக்கத்திலிருந்து ஒருவரி விடாமல் சொல்லுவார். அவர்கள் அதற்குமேல் அவர் பக்கம் திரும்ப மாட்டார்கள். அவரைப் பொறுத்த வரை பாடம், புத்தகம் எல்லாம் வழிகாட்டிதாமேயொழிய முடிவு அல்ல.

அவர் யாரோடும் போட்டி போட விரும்பாததால் அவரிடம் பகைமை கொள்ள யாரும் விரும்பியதில்லை. ஆனால் அவர் மீதும் பொறாமையுடன் ஒருவன் இருந்தான்.

"இவன் என்ன பெரிய அறிவாளியா? இவனை விடப் பெரிய புத்திசாலிகள் இல்லையா" என்பான். அப்படியெல்லாம் சொல்லி விட்ட அடுத்தநாளே கருத்தரங்கத்திற்குத் தகவல்கள் கேட்டு வருவான். பேனாவை இரவல் வாங்கி, "தொலைந்துவிட்டது" என்பான். 'உன்னோட ரெக்கார்டு நோட்டு குடு' என்பான். திருப்பித் தரமாட்டான். அவன் பெயர் நாகராஜ். இதெல்லாம் அவருக்குத் தெரியும். ஆனால் பொருட்படுத்த மாட்டார்.

விடுதி வாழ்க்கையில் நட்பு வட்டாரம் எவ்வளவு மேன்மையானது என உணர்ந்தார். பலருக்குப் பணம் கட்டுவார். சிலருக்குப் படிப்பில் சிக்கல்களைத் தீர்ப்பார். ஆனால் அது குறித்த எந்தப் பெருமையும் அவருக்கு இருந்ததில்லை. சுதீர் மட்டும் அவருடைய உயிர் நண்பனாக இருந்தான்.

ஒருமுறை மதுரை கல்லூயிலிருந்து வந்த ஒரு மாணவன் இவர் மீது தவறுதலாகக் கையை உயர்த்திவிட்டான். அவர் அதைப் பெரிது படுத்தவில்லை. ஆனால் சிறிது நேரத்திற்கெல்லாம், சுதீர் ஒரு படையையே திரட்டிக்கொண்டு வந்துவிட்டான். எல்லோர் கைகளிலும் ஹாக்கி ஸ்டிக், சைக்கிள் செயின் என்று.

"சொல்லு! யார் உன் மேல கை வச்சாங்க! பிச்சி எடுத்துடுறேன்."

"சுதீர், தெரியாம நடந்துடுச்சி விட்டுடு."

"அதெப்படி உன் மேல கை வைக்கலாம்?"

அவன் கோபம் அத்தனை உண்மையானது. அவனைச் சமாதானப் படுத்தி அனுப்புவதற்குள் போதும் போதும் என்றாகிவிட்டது. பாரத தர்ஷனுக்காக அவர்கள் புதுதில்லி சென்றிருந்தார்கள்.

அவர்கள் கல்லூரி விடுதியொன்றில் தங்கியிருந்தார்கள்.

அப்போது திடீரெனக் கலவரம். தீவிரவாதிகள் கும்பல் ஒன்று அவர்கள் விடுதியை நோக்கிக் கண்மூடித்தனமாகச் சுட்டது. அப்போது சுதீர் "விக்ரம்! நீ வராதே! உள்ளே போ உள்ள போ! என்று கத்திக் கொண்டு தன்னை முன்னிறுத்தி விக்ரம் மீது எந்தக் குண்டும் படாமல் காப்பாற்றினான்.

"முஜே மாரோ" என அரைகுறை ஹிந்தியில் பேசியதைக் கேட்டதும், வந்த தீவிரவாதிகள் "ஹரே! யே சப் மதராஸி" என்ற திரும்பிச் சென்றுவிட்டனர்.

அந்தச் சம்பவம் பல மாணவர்களைப் பாதித்தது. சிலர் மனநிலை பிறழ்ந்தது போன்ற உணர்வுடன் இருந்தனர். அன்றுதான் அவர் சுதீரின் அன்பைப் புரிந்துகொண்டார்.

"சுதீர்! நான் உனக்கு என்ன செஞ்சேன்? ஏன் என்மேல் இத்தனை அன்பு!"

"............"

"உன்னோட உசிரையே தரத் துணிஞ்சயே."

"என்னோட உசிரைவிட நீ மேலானவன். இந்த உடம்புல ஓடற ரத்தம் உன்னோடது - நான் அடிபட்டு படுத்திருந்தப்ப உன்னோட ரத்தத்தைக் கொடுத்தே. பணத்தைக் கொடுத்தே. சாப்பாடு போட்டே. இதெல்லாம் மறக்க முடியுமா? உண்மையான நண்பனுக்காக உசிரைக் கொடுக்கறது எவ்ளோ பெருந்தன்மையானது."

அவன் தோளில் அப்படியே சாய்ந்து கொண்டார். பரிசுத்தமான அந்த நண்பனைப் பிரிகிற ஒரு காரணத்திற்காகத்தான் பிரிவு உபசார விழாவில் தனியாக ஒரு மூலையில் சென்று குரலெடுத்து அழுதார்.

"விக்ரம்! என்னால மேல படிக்க முடியல. நான் வேலைக்குப் போயே ஆகணும். என் குடும்பத்தைக் காப்பாத்த துபாய் மாதிரி எங்கயாவது போய்த்தான் ஆகணும். வேற வழியில்ல. நீ நல்லாப்படி. பெரிய பதவிக்கு வர்ற ஆற்றல் உங்கிட்ட இருக்கும். அதை வீண் பண்ணிடாதே."

அவன் வெளிநாடுகளில் சென்று பணிபுரிந்தபோது கூட சில ஆண்டுகள் தொடர்பில் இருந்தான். ஆனால் முகவரிகள் மாறியதில் சுதீர் நழுவிப்போனான். ஆனால் நட்பு என்று வரும்போது அவன்

மட்டுமே நினைவுக்கு வருவான். சமயத்தில் பாடத்தில் சந்தேகம் கேட்டு வருவான். ஒருமுறை சொன்னால் புரியாதது. இரண்டாவது முறை தலையில் குட்டாத குறையாக அழுத்திச் சொல்லிக் கொடுத்ததும் எல்லாம் புரியும்.

"விக்ரம்! நீ மென்மையாச் சொன்னா எனக்குப் புரியாது. என்னைத் திட்டிச் சொல்லிக் குடுக்கற பாரு, அப்பதான் எல்லாம் புரியுது. என்ன பண்றது" என்பான்.

நட்பை மீறிய நேசம் அது. அவருக்குப் பல இரவுகள் சுதீர் பற்றிய நினைவு வரும். அவன் முகவரியைத் தேடி பேப்பரில் ஒரு விளம்பரம் கொடுக்கலாமா என்று கூடத்தோன்றும். ஆனால் விட்டுவிடுவார். 'அந்த நட்பு இன்று எப்படி இருக்குமோ' என்கிற பயமும் இருக்கும்.

தன்னைக் கடந்து போன ஆள் சுதீரைப் போலவே இருப்பதாகத் தோன்றியது.

"சுதீர்..... சுதீர்!"

திரும்பிப் ப்ார்த்தவன், நின்றான்.

"அட நீயா!"

அவனால் பேச முடியவில்லை. அத்தனை ஆண்டுகளுக்கு முன்பு பார்த்த அதே நேசம் விழிகளில் தென்பட்டது. ஓடி வந்து அணைக்க முயன்றான். முடியவில்லை.

"அதற்குள் செத்துப் போயிட்டயா பாவி."

"வயசாகுதில்ல."

"நான் பக்கத்துல இருந்திருந்தா உன்னைச் சாக விட்டிருக்க மாட்டேன்டா."

"சுதீர், எல்லோரும் செத்துதான ஆகணும்."

"ஆனா உன்னை மாதிரி இருக்கறவங்க ரொம்ப நாள் இருக்கணும்பா."

"உன்னோட வார்த்தையைக் கேட்டா அழணும்போல இருக்குதுப்பா. ஆனா முடியலே."

"எனக்கும்தாம்பா. இங்க அழ முடியாதுப்பா."

"உன்னால மட்டும் கொஞ்சம் கூட மாறாம எப்படிப்பா இருக்க முடியுது?"

"மாறணும்பா. மாறினாதான் வாழ முடியும். மாறாதது எல்லாம் அழிஞ்சிபோச்சி. மாறுனது மாத்திரம் நிலைச்சிருக்குது."

"என்னப்பா சொல்றே?"

"மாற மாட்டேன்னு சொல்லி அநியாயத்தைக் கேட்டதாலே, நான் சீக்கிரமே இங்க வந்திட்டேன்பா"

அவரால் பேசமுடியவில்லை. சுதீர் சின்ன வயசிலேயே மரணத்தைத் தழுவியிருக்காவிட்டால், நிச்சயம் தன்னைத் தேடிக் கண்டுபிடித்திருப்பான்னு தோன்றியது.

"ஆமா விக்ரம். நான் வேலை செஞ்ச இடத்துல, நடந்த அநியாயத்தைக் கண்டு பொறுக்காம குரல் கொடுத்தேன். காலேஜ்லயே அப்படிக் குரல் குடுத்தவன் நான். அந்த மாதிரி போராட்டத்துல ஈடுபட்டதால, என்னைக் குறிபார்த்து ஒரு கும்பல் போட்டுத் தள்ளிடுச்சி. அதனால் அற்பு ஆயுசுல இங்கு வந்திட்டேன்."

"நல்லது செய்யறவங்களுக்கு நல்ல காலம் வரும்கறது எல்லாம் உண்மையில்லயா?"

"உண்மைதான். நல்லது செய்யறவங்க அங்கயிருந்து இன்னும் கஷ்டப்படக்கூடாதுங்கற கரிசனத்தாலயோ என்னவோ?"

"உன்னைப் பாக்கும்போது அவ்வளவு சந்தோஷமாயிருக்கு சுதீர்."

"ஆமா! காலேஜ்ல சேர்ந்ததுல இருந்து உன் பக்கத்துலேயே இருந்தேன்பா. அந்த நாட்களை மறக்க முடியுமா! எனக்கு ஒரு ஆசையிருந்திச்சி. உனக்கொரு குழந்தை பிறந்ததும், என் குழந்தையோட நிச்சயதார்த்தம் பண்ணிக்கிட்டு சின்ன வயசிலேயே நாம்ப ரெண்டு பேரும் சம்பந்தியாகணும்னு. அவ்வளவு தூரம் மனசுல உம்மேல் பிரியம் வவ்சிருந்தேன்."

"அதை நீ சொல்லணுமா சுதீர்! எனக்காக உயிரையே தரத்துணிந்தவனாச்சே. நீ என்னோட உசிருப்பா."

அழக்கூட முடியவில்லை.

"என்னுடைய குடும்பம் என்னாச்சி. என் தங்கச்சிக்கெல்லாம் கல்யாணமாச்சா? ஒண்ணும் தெரியல. என்னோட அப்பா, அம்மா என்னையே நம்பியிருந்தாங்க. உன்னை மாதிரி ஓரளவு வசதியான குடும்பம் இல்ல. ரொம்பக் கஷ்டப்பட்டுப் படிக்க வச்சாங்க. நான் கொஞ்சம் சமரசம் செஞ்சிப் போயிருக்கலாமோன்னு தோணுது. இப்ப எது தோணி என்ன பிரயோஜனம்? நான் மட்டும் சத்தம் போட்டேன். என்னோட இருந்தவங்க எல்லோரும் குடும்பம் முக்கியம்னு அமைதியா இருந்தாங்க...." அதற்கு மேல் சுதீரால் பேச முடியவில்லை.

"அதெல்லாம் இருக்கட்டும். நீ எப்படி வாழ்ந்தே. உன் குடும்பம் எல்லாம் நல்லா வாழ்ந்தாங்களா?"

“இது வாழ்றதைப் பத்திப் பேசற இடமில்லடா. நீ எப்படி செத்தேன்னு கேட்கணும். நல்லபடியா செத்தவன்தான் நல்லபடியா வாழ்ந்தவன். சாகும்போது திருப்தியா செத்தேன் சுதீர். காலேஜ்ல படிக்கும்போது என்னென்னமோ சாதிக்கணும்னு ஆசைப்பட்டேன். சமூகத்தையே மாத்தணும்னு நாம பூங்காவுல உக்காந்து பேசுவோமே ஞாபகமிருக்கா? அதெல்லாம் முடியாம போச்சு. யாருக்கு உதவணும்னு நெனைச்சமோ அவங்களே அதுக்குத் தயாராயில்லை. என்ன செய்யறது. ஆனா கடைசிவரைக்கும் உண்மையா இருந்தோம். அது போதும்.”

“உன்னிடம் ஏதேதோ பேசணும்னு தோணுது. முடியலே......” சுதீர் திணறினான்.

“நாம் வாழ்ந்த வாழ்க்கை காவியம் மாதிரி. அந்த மூணு வருஷ வாழ்க்கைத்தான் இன்னிக்கு என்னோட மனசுல நிக்குது. நாம அடிக்கடி தாவரவியல் பூங்காவுக்குப் போவோமே, அங்க உக்காந்து பூவையெல்லாம் எண்ணுவோமே, ஞாபகம் இருக்கா?”

“இருக்கு விக்ரம். சைக்கிளை எடுத்துக்கிட்டுப் போயி, வரிசையில் போட்டு சினிமாவுக்கு முதல் நாளே டிக்கெட் வாங்குவோமே.”

“ஆமாம் சுதீர். அதெல்லாம் கனவு மாதிரி இருக்கு. எவ்வளவு சந்தோஷமாயிருக்கு. இன்னிக்குக் காலேஜ் பசங்ககிட்ட அந்த அளவுக்கு சந்தோஷம் இருக்குமாங்கறது சந்தேகம்தான். ஏன்னா இவங்க எப்பப் பாத்தாலும் படிப்பைப் பத்தியே யோசிக்கறாங்க. இயந்திரம் மாதிரி நடந்துக்கறாங்க. இயற்கையை ரசிக்கவோ, பூக்களைப் புரிஞ்சிக்கவோ இவங்களுக்கு நேரமில்லே. எப்பப் பார்த்தாலும் இன்டர்நெட். காமத்தைக்கூட உடலுல இருந்து வெளியில் தள்ளி மனசுக்குக் கொண்டுவந்து கஷ்டப்படுறாங்க. இன்னிக்குப் பல கல்லூரியில் சரித்திரம், பூகோளம், இலக்கியம் எதுவுமே சொல்லித் தரதில்லை தெரியுமா?”

“அப்படியா? இலக்கியம் தெரியாம எப்படி ஒருத்தன் முழுமையா வாழ முடியும்? ஆச்சரியமா இருக்கும். நாம கம்பன், இளங்கோ, ஷேக்ஸ்ப்ரியர், கீட்ஸ் அப்படீன்னு கேண்டீன்ல உக்காந்து விவாதிப்போமே ஞாபகமிருக்கா? அதை விட்டுட்டு எப்பப் பார்த்தாலும் எதிர்காலத்தைப் பத்தியே யோசிச்சிக்கிட்டு இருந்தா முடியுமா....”

“நீ வாழ்ந்த காலத்தில இல்லாத வசதிகள் இப்ப வந்திருச்சி. கைபேசின்னு ஒண்ணு. சகலநேரமும் அதையே வைச்சிக்கிட்டுப் பேசி பொழுதைக் கழிக்கிறாங்க. நாம நம்ப பூங்காவுல மூணு கிளையோட இருந்த பனைமரத்தைப் பாத்துப் பாத்து அதிசயப்படுவோமே ஞாபகமிருக்கா? இப்ப எதைப் பாத்தும் இளைய தலைமுறை

ஆச்சரியப்படறது இல்ல. ஏன்னா எல்லாத்தையும் இணையத்துல பாத்துடுறாங்க. அவங்களுக்கு எதிலேயும் சுவாரசியம் இல்லே."

"ரகசியம் இல்லாதபோது, சுவாரசியம் இருக்குமோ?"

"சுதீர், எனக்கு ஞாபகமிருக்கு. நீ மேடையில் எவ்வளவு அழகாப் பேசுவே? உரத்த குரலிலே நீ பேசும்போது ரொம்ப சந்தோஷமாயிருக்கும். ஒரு தடவை முத்தமிழ் விழாவுல பெரிய பெரிய பேச்சாளர்கள் வந்திருந்தாங்க. அவங்க எல்லோரும் பேசி முடிச்சதும், நீ தான் நன்றியுரை சொன்னே. அவங்க பேச்சையெல்லாம் தூக்கி சாப்புடற மாதிரி உன்னோட நன்றியுரை இருந்துச்சு. அவங்களே 'நன்றியுரை சொன்ன மாணவர் எங்களைவிட நன்றாகப் பேசினார்' அப்படீன்னு சொன்னாங்களே! அப்ப 'என் நண்பன் எவ்வளவு கெட்டிக்காரன்னு' மனசெல்லாம் பூரிச்சது."

"எனக்கு உற்சாகம் கொடுத்த ஒரே ஆள் நீ. எவ்வளவோ முறை உன்கிட்ட நான் கெஞ்சினேன். 'நீயும் பேசு. உனக்குத் தெரிஞ்ச விஷயங் களைக் கொட்டு'ன்னு. ஆனா நீதான் முடியாதுன்னு ஒரேயடியா மறுத்திட்ட. எனக்குப் பேசறதுக்கு எவ்வளவு புத்தகம் வாங்கிக் கொடுத்திருப்பே."

"பேசறது அவ்வளவு சாதாரண காரியம் இல்லே சுதீர். அதுக்கு ஒரு தனித்திறமை வேணும். அது உன்கிட்ட இருந்தது. நீ மாத்திரம் அதை விருத்தி பண்ணியிருந்தா தமிழ்நாட்டுல பெரிய பேச்சாளரா வந்திருக்கலாம். இன்னிக்கு விஷயமே இல்லாம பாட்டுப் பாடறது எல்லாம் பெரிய பேச்சா இருக்கு."

"நாம ரெண்டு பேரும் ஒரு ஐந்து நாள் பேசாம இருந்தோமே நினைவிருக்கா?"

"இருக்கு சுதீர். உனக்கு ஒரு பொஸஸிவ்னெஸ். நான் வேற யாருகிட்டயும் நெருங்கிப் பழகக்கூடாதுன்னு. ஒருமுறை உன்னைவிட வேற ஒருத்தர்கிட்ட ரொம்ப நெருங்கிப் பேசினேன்னு கோபம். அதனால அஞ்சிநாள் பேசாம இருந்தே. நானும் வீராப்பு காட்டினேன். ஆனா மனசு முழுக்கத் தவிப்பு. சரியா சாப்பிடாம கூட இருந்தேன். அப்புறம் நம்ம சீனியர் அருண் பொறுத்துப் பொறுத்துப் பாத்துட்டு சமாதானம் பண்ணி வச்சாரு. அன்னிக்கு நீ குழந்தை மாதிரி தேம்பித் தேம்பி அழுதியே!"

அவருக்குத் தொண்டை அடைத்தது.

சுதீருக்கு வெட்கம். தலையைக் குனிந்து கொண்டான்.

“சுதீர்! நான் ஒரு பெரிய தப்புப் பண்ணிட்டேன். நாம ரெண்டு பேருடைய நட்பைப் பத்தியும் எழுதி ஒரு புத்தகம் வெளியிட்டிருக்கணும். ஏன்னா இப்படிக்கூட நண்பர்கள் இருந்தாங்களான்னு உலகமே ஆச்சரியப்படும். நட்புன்னா இதுதாண்டான்னு தெரிஞ்சுக்குவாங்க.”

“என்னை நீ நெனைச்சுப்பயா?”

“சாகும்போதுகூட நெனைச்சேன். எனக்குத் துரோகம் நடக்கும் போதெல்லாம் தட்டிக்கேட்க நீயில்லையேன்னு ஏங்கியிருக்கேன். உன் தோளில சாஞ்சிக்க முடியலேன்னு வருத்தப்பட்டிருக்கேன். உன்னை மறக்கவேயில்லேடா நண்பா!”

கட்டிக்கொண்டு வாழ்நாள் முழுவதும் அழ மறந்த அத்தனை அழுகையையும் ஒன்றாக அழுது தீர்க்கவேண்டும் எனத்தோன்றியது. ஆனால் முடியவில்லை. இறக்கி வைக்க முடியாத பாரம். மனம் கனத்தது.

“விக்ரம்! உன் அறிவுக்குத் தகுந்த அங்கீகாரத்தை உலகம் குடுத்துச்சா?”

“சுதீர், உலகத்தில் திறமைக்கான மரியாதை போய் ரொம்ப நாளாச்சி. எல்லாத்துக்கும் ஆளைப் புடிக்கணும். செயலுக்குச் செலவழிக்கற நேரத்தைவிட விருதுக்குச் செலவழிக்கற நேரம் அதிகம். ஏமாத்தணும். அயோக்கியத்தனம் பண்ணனும். மானத்தை விட்டுட்டு எல்லா இடத்திலேயும் போய் நிக்கணும். தவறிப்போய் திறமைக்கு அங்கீகாரம் கிடைச்சாக் கூட ‘ஓ! இவரும் யாரையோ பிடிச்சிருப்பாரோ’ அப்படீன்னு சந்தேகப்படற நிலைமை. நான் எதுக்கும் ஆசைப்படலே. அதனால் சந்தோஷமா இருந்தேன். யாரோடயும் போட்டி போட்டு ஓடலே. என்னால முடிஞ்ச வேகத்துல போனேன். வேகம் முக்கியம்னு வழியில் தென்பட்ட பறவைகளையும், பட்டாம்பூச்சியையும் பாக்காம ஒருநாளும் போனதில்ல. என்னோட மகிழ்ச்சியை என்னிக்கும் தியாகம் பண்ணலே. என்னை நிரூபிக்கவும் நினைக்கலே.”

“விக்ரம்! எப்படி வந்திருக்கவேண்டிய ஆளு நீ.”

“என்ன பண்றது சுதீர். நமக்கான வாய்ப்புகள் அவ்ளோதான். நீயோ நானோ பின்புலமில்லாதவங்க. அதனால என்ன? நடந்து போனதைப் பத்திப் பேசி என்ன பிரயோஜனம். நான் பாக்கணும்னு ஆசைப்பட்டவங்க நாலு பேருதான். இன்னும் ஒன்று பாக்கி. மீதி மூணு பேரையும் பாத்திட்டேன். பாக்கவே கூடாதுன்னு நெனைச்ச சில பேரையும் பாத்துட்டேன்.”

"நாம ரெண்டு பேரும் அடிக்கடி சந்திக்க முடியாதா?"

"முடியாது சுதீர். நாம உருவங்கள் இல்லை. பிம்பங்கள். ஒருமுறைக்கு மேல இன்னொரு தடவை சந்திக்க முடியாது. இது காலேஜ் வாழ்க்கையோட நீட்சி இல்லை."

அதற்குப் பிறகு இருவரும் அமர்ந்துகொண்டேயிருந்தார்கள் ஒருவரை ஒருவர் பார்த்துக்கொண்டே, மௌனமாக. நேரம் நகராமல் நின்றது போல இருந்தது, அந்தக் காலமற்ற வெளியில்.

24

அவர் கல்லூரியில் மன இயல் வகுப்பு நடத்தும் ஆசிரியர்.

கட்டை பிரம்மச்சாரி. அவருடைய பெயர் பால்ராஜ். மாணவர்களில் பிரச்சினைகளுக்குள்ளாகும் சிலரை அழைத்து அவர்களுக்குக் கவுன்சிலிங் கொடுப்பார். மனம் பற்றியும், ஆழ்மனம் பற்றியும் அவர் பேசுவதைக் கேட்டுக்கொண்டேயிருக்கலாம். அவரும் சுவாரசியமான பேர்வழி.

த்ரிவிக்ரமனுக்குக் கனவுகள் பற்றிப் படிக்கப் பிடிக்கும். சில புத்தகங்களை எடுத்துக்கொண்டு வந்து வாசிப்பார். ஒருநாள் படித்துக் கொண்டிருக்கும்போது பலத்த சந்தேகம். ஒரு கெட்ட குணம். சந்தேகம் வந்தால் அதைத் தீர்த்துக்கொள்ளும்வரை தூக்கம் வராது. அவருடைய வீடு கல்லூரி வளாகத்திற்குள் இருந்தது. எட்டுமணி இருக்கும். லுங்கியை உதறி கால்சட்டையை மாட்டிக்கொண்டு சைக்கிளை எடுத்தார். முதல்முறையாக வெறும் கையோடு ஒரு இடத்திற்கு எப்படிப் போவது? வழியில் ஆப்பிள் அரை கிலோ வாங்கிக்கொண்டு விரைந்தார்.

பால்ராஜ் வீட்டுக் கதவைத் தட்டினார்.

‘எஸ் கம் இன்’ என்ற பதில் வந்தது.

கதவைத் திறந்தால் மங்கலான வெளிச்சத்தில் வேட்டி மட்டும் கட்டிக்கொண்டு மேலே உடை ஏதும் அணியாமல் பால்ராஜ் அமர்ந்திருந்தார். அருகில் மூன்று பெரிய நாய்கள் அமர்ந்திருந்தன.

அவருடைய வீடு காலி செய்கிற வீடு போல கந்தரகோலமாக இருந்தது.

முன்னால் ஒரு பாட்டிலும், கண்ணாடிக் குவளையில் இளம் பழுப்பு நிறத்தில் திரவமும் இருந்தன. அவர் அதுகுறித்து எந்த உணர்வையும் காட்டவில்லை.

“யாரு?” என்றார்.

“விக்ரம்.”

“ஓ! வாப்பா! வா வா! என்ன இந்த நேரத்தில்?” உறிஞ்சிக்கொண்டே கேட்டார்.

“கனவுகளைப் பத்திப் படிச்சேன். சந்தேகம் வந்தது சார்.”

"என்ன சந்தேகம்?"

"நம்ம நிறைவேறாத ஆசை கனவா வரும்னு படிச்சேன். எந்த வயசில வேணுமின்னா அது வருமா?"

"வரும்."

"சின்ன வயசுல நமக்கே தெரியாம புதைச்சு வச்ச ஆடை கூட வருமா?"

"வரும். ஏன்னா ஆழ்மனசு அவ்வளவு ஸ்ட்ராங்..."

அதுவரை அவன் நின்று கொண்டிருந்தான். நாய்கள் அவனைச் சுற்றி சுற்றி வந்தன. ஒரு டால்மேஷியன், ஒரு ஜெர்மன்ஷெப்பர்டு, ஒரு லேப்ரடார். அவருடைய கட்டை விரலுக்குப் பக்கத்திலிருந்த விரலை மோப்பம் பிடித்தன.

த்ரிவிக்ரமனுக்கு நாய்மீது பயம். சின்ன வயதில் நான்கைந்து நாய்கள் புரட்டி எடுத்துவிட்டன. அன்றிலிருந்து நாய் என்றால் நடுக்கம்.

அவர் நெளிவதைப் பார்த்து பால்ராஜ் "டேய்! கீப் கொயட்., பீட்டர், சீஸர், ராஜா காம் டவுன்" என்று அதட்டினார். அவை பணிந்தன.

"டேய்! அவரு கெஸ்ட். ஒன்றும் பண்ணாதீங்க. பயப்படாத விக்ரம். தே ஆர் டொசைல்" என்றார். அவர் அமர்ந்த உடன் சீசர் என்கிற டால்மேஷியன் விக்ரமின் செருப்புகளை எடுத்துக்கொண்டு வந்து அதன்மேல் படுத்துக்கொண்டது.

பால்ராஜ் சாவகாசமாகச் சொன்னார். "பயப்படாதப்பா. ஒண்ணும் செய்யாது. நான் தனியா இருக்கேன். நீ சீக்கிரம் போகக் கூடாதாம். ரொம்ப நேரம் பேசிக்கிட்டிருக்கணுமாம். அதனால்தான் உன்னோட செருப்பை எடுத்து ஒளிச்சி வச்சிருக்கு" என்றார்.

அந்த அறையின் விசாலம் அவருடைய தனிமையை அதிகப் படுத்திக் காட்டியது.

"என்னப்பா விஸ்கி சாப்பிடுறியா?"

"எனக்குப் பழக்கமில்லே."

"பழகிக்கப்பா. இதெல்லாம் அவசியம். சரி சரி எங்க விட்டேன்."

"ஆழ்மனத்தில் விட்டீங்க சார்"

"ஆமாம். ஆழ்மனம் ரொம்ப பலம். அஞ்சி வயசுல ஐஸ்க்ரீம் சாப்பிட ஆசைப்பட்டிருப்பே. அது அம்பது வயசுல கனவா வரும்."

"சாகற நேரத்தில்கூட கனவா வருமா?"

"வரும். நிறைவேறாத ஆசைங்க, பாக்கமுடியாம போன மனுசங்க கனவா வருவாங்க. அவங்களோட பேசற மாதிரி, பழகற மாதிரியெல்லாம் கனவு வரும். அதுக்கு நெறய சாத்தியம் இருக்கும்."

அப்போது யாரோ கதவைத் தட்டினார்கள்.

த்ரிவிக்ரமன் கதவைத் திறந்தார்.

"புரஃபொஸர் இல்லையா?"

"இருக்காரு."

"அவரு இரண்டாம் வருஷத்துக்குக் கவுன்சிலர்தான?"

"ஆமாம்."

"அந்த சைக்காலஜி வகுப்புல ஜெயராமன்னு ஒரு மாணவன் தூக்குப் போட்டுக்கொண்டான். அவர்கிட்ட சொல்லணும்."

த்ரிவிக்ரமனுக்கு தூக்கிவாரிப் போட்டது.

"சார், நம்ப ஜெயராமன் தூக்குப் போட்டுக்கிட்டானாம்."

"யாரு செகண்ட் இயர் சைக்காலஜியா?"

"ஆமாம் சார்."

"சரி நான் வந்துடுறேன். நீ முன்னாடி போப்பா."

ஜெயராமன் லுங்கியை இணைத்து மின்விசிறியில் தூக்கு மாட்டிக் கொண்டு இறந்திருந்தான். கீழே ஒரு ஸ்டூல் சாய்ந்து கிடந்தது. மாணவர்கள் இறக்கி முகத்தில் தண்ணீரெல்லாம் தெளித்துப் பார்த்தார்கள். எல்லாம் முடிந்து போயிருந்தது. பக்கவாட்டுச் சுவரில் "காதல் தோல்வி... மரணத்தைத் தேர்ந்தெடுத்தேன். வாழ்வை உதறுகிறேன். ஜெயராமன்" என்று கரியால் எழுதப்பட்டிருந்தது. ஜெயராமன் பெற்றோருக்குத் தகவல் தரப்பட்டது. கல்லூரி நிர்வாகம் எவ்வளவு முயற்சி செய்தும் பிணப் பரிசோதனை செய்யாமல் உடலை ஒப்படைக்க முடியவில்லை.

பெரிய பெரிய வாசனை ஊதுவத்திகள் ஏற்றப்பட்டன. வேனில் கட்டுகளுடன் கூடிய உடல். அப்போது குளிர் சாதனப் பாதுகாப்புப் பெட்டி புழக்கத்தில் இல்லை. த்ரிவிக்ரமன் உடன் சென்றார். வழி முழுவதும் பெற்றோர் அழுத சோகம் மனத்தைச் சக்கையாய்ப் பிழிந்தது.

ஜெயராமன் கல்பனா என்கிற பெண்ணை நேசித்தான். அப்படியொரு காதல் பைத்தியம். அவன் நடந்து போகும்போது அவள் தலையிலிருந்து உதிரும் பூக்களையெல்லாம் எடுத்து பத்திரமாக ஒரு பெட்டியில் சேகரிப்பான். ஒரு எண்பது பக்க நோட்டில் 'ஸ்ரீராமஜெயம்' மாதிரி 'கல்பனா கல்பனா' என எழுதுவான்.

கல்லூரி விழாக்களில் அவள் கவனத்தை ஈர்க்கப் பாடுவான். ஆனால் அதையெல்லாம் அவள் ஒருநாளும் சட்டை செய்யவில்லை. ஒருமுறை காதல் கடிதம் ஒன்றை நேரடியாக நீட்டினான். அவள் அதைக் கிழித்து அவன் முகத்திலேயே வீசினாள்.

அப்படியொன்றும் கல்பனா சாயா போல அழகு இல்லை. ஆனால் அவளிடம் ஒரு கவர்ச்சி இருந்தது. அந்த வயதில் எல்லாப் பெண்களிடமும் ஒரு வனப்பு உடலில் வளர்வது உண்டு. அவளிடம் சில பேராசிரியர்களே வழிவது உண்டு. திருமணமாகாத சில உதவிப் பேராசிரியர்கள் போய், திருமணத்தை முன்மொழிந்து நிராகரிக்கப் பட்டார்கள்.

ஜெயராமன் தளராமல் முயற்சி செய்தான். ஒரு கட்டத்தில் அவள் வேறொரு மாணவனை நேசிப்பதாகப் புரளி கிளம்பியது. அவன் பெயர் சௌந்தர். அந்த வதந்தியைக் கிளப்பியவனே சௌந்தர் தான். அதைக் கேள்விப்பட்டதும் ஜெயராமன் நொந்து போனான். தாடி வளர்த்தான். வகுப்புகளுக்கு வருவதை நிறுத்திக்கொண்டான். சிகரெட்டிலிருக்கும் புகையிலைத் துகளை தட்டித் தட்டி உதிர்த்து விட்டு, கஞ்சாத்தூளை உறிஞ்சி உள்ளே ஏற்றுவான். பிறகு பற்ற வைத்துக் கண்களை மூடி உள்ளிழுப்பான். அவன் இருந்த உலகமே வேறு. அவன் படிப்பதாக எண்ணிப் பெற்றோர் பணம் அனுப்பிக் கொண்டிருந்தார்கள். அவன் காதல் தோல்விப் பாடல்களாக கிராமஃபோன் தட்டில் போட்டுக் கேட்டுக்கொண்டிருப்பான். வசதியான குடும்பம். பணத்துக்குப் பஞ்சமில்லை. சிலநாள் சாப்பாட்டு நேரம் மாத்திரம் மெஸ்ஸுக்கும் வருவான். மற்ற நேரங்களில் காலையில் 12 மணிக்கு எழுந்திருப்பான். சாப்பாடு அவன் அறைக்குப் போகும். யாருடனும் பேசுவதில்லை. எப்போதாவது இரவு ஒன்பது மணிக்கு வாசலில் சிகரெட்டுடன் நடந்துகொண்டிருப்பான்.

அப்போது அந்த ஊரில் பழைய அரங்கில் தேவதாஸ் படம் திரையிட்டார்கள். அப்போது அந்த மாதிரி தியேட்டர்களில் நாலு இடைவேளை. ஒரே ஒரு மிஷின்தான் இருக்கும். அந்தப் படத்தை அது ஓடிய அத்தனை நாட்களும் பார்த்தான். ஜெயராமன் செத்துப்போனது பின்னால் நிகழ்ந்தது. அவன் நடைப்பிணமாக ஆகிப் பல நாட்கள் ஆகிவிட்டன. அவன் மரணம் கல்பனாவிடம் எந்தச் சலனத்தையும் ஏற்படுத்தவில்லை.

அவர் அங்கே ஜெயராமனைப் பார்த்தபோது அவன் மரணம் குறித்த அத்தனை சம்பவங்களும் நினைவுக்கு வந்தன.

"ஜெயராமன்! ஜெயராமன்" அவர் அழைத்ததும் திரும்பிப் பார்த்தான்.

"என்னைத் தெரியவில்லையா?" த்ரிவிக்ரமன். உன்னோட காலேஜ் மேட்."

"ஓ! ரொம்பவே மாறிட்ட!"

"அப்படியா?"

"ஆமா அடையாளமே தெரியல. நான் ரொம்ப முன்னாடியே வந்துட்டேன் இல்லையா?"

"உன்னைப் பாத்தது சந்தோஷம்பா."

"அது சரி. உங்ககிட்ட ஒண்ணு கேக்கணும்."

"என்ன?"

"நான் செத்ததும், கல்பனா என்ன செஞ்சா?"

"உண்மையைச் சொல்லட்டுமா?"

"சொல்லு. எனக்குப் பொய் வேணாம்."

"அவ கொஞ்சம்கூட அலட்டிக்கல."

"அவ என்னைக் காதலிக்கலேன்னு தெரிஞ்சுதான் நான் தூக்குப் போட்டுக்கிட்டேன் அப்படின்னு அவளுக்குத் தெரியுமா?"

"நல்லா தெரியும்."

"அப்புறம் என்ன செஞ்சா?"

"ஒண்ணும் செய்யலே. அவ தன்னோட படிப்பைத் தொடர்ந்தா. நிறைய மெடல் வாங்கினா."

"என்னோட சாவு அவளுக்குச் சின்னக் குற்ற உணர்வைக்கூட ஏற்படுத்தலயா?"

"இல்லை"

"........."

"எப்படி ஏற்படுத்தும்? அவள் உன்னை ஏமாத்தலேயே!"

"........."

"நீயா முட்டாத்தனமா செத்ததுக்கு அவளா பொறுப்பு? உங்க அப்பா அம்மா உன்னோட பொணத்தைப் பாத்து எப்படிக் கதறுனாங்கன்னு தெரியுமா? அவங்கள நெனைச்சுப் பாத்திருந்தா இப்படி செஞ்சிருப்பியா?"

"நீ எனக்கு அட்வைஸ் பண்றயா?"

"ஏம்பா அட்வைஸ் பண்ற இடமாப்பா இது. இங்கு யாராலயும் எதுவும் செய்ய முடியாதுன்னு எனக்குத் தெரியாதா?"

"பின்ன......"

"நடந்ததை உனக்கு ரிப்போர்ட் பண்றேன்."

"அவ இல்லாம என்னால் ஒரு நிமிஷம் கூட வாழமுடியாதுன்னு தோணிச்சே."

"அவளைப் பாக்கறதுக்கு முன்னாடி அவள் இல்லாமதான வாழ்ந்தே."

"காதல் அறிவுக்கு அப்பாற்பட்டது. அது உன்னை மாதிரி ஜட ஜன்மங்களுக்குப் புரியாது."

"எனக்கும் அந்த அனுபவம் உண்டு. உலகத்தில் அந்த அனுபவம் இல்லாதவங்களே இருக்க முடியாது. ஆனா சிலபேரு உன்ன மாதிரி சொல்றாங்க. பலபேரு சொல்றதில்லே அவ்ளோதான்."

"விக்ரம். ஒரு உண்மையைச் சொல்றேன். யாருகிட்டேயும் சொல்ல மாட்டியே?"

"இங்க யாரு இருக்காங்க சொல்றதுக்கு."

"நான் தூக்கில கழுத்தை மாட்டினவுடனே இது இறுக்க ஆரம்பிச்சது. அதுக்குள்ள நான் ஸ்டூல தள்ளிட்டேன். அப்ப வலி தெரிய ஆரம்பிச்சது. 'ஐயோ, தப்புப் பண்ணிட்டமே'ன்னு தோணிச்சி. ஆனா கத்த முடியலே. அப்ப மட்டும் யாராவது காப்பாத்தியிருந்தா அதுக்குப் பிறகு என்னோட வாழ்வே மாறியிருக்கும்."

"உண்மைதான் ஜெயராமன்."

"என்ன சொல்றே?"

"நாம இல்லேன்னா இந்த உலகத்தில் ஒண்ணுமே குடி முழுகிப் போயிடாது. எல்லாம் அது போக்குல நடந்துகிட்டுத்தான் இருக்கும். மரணத்தோட வலி எனக்குத் தெரியும். மகனோட பிணத்தைச் சுமக்கும் போது ஏற்படற வலியும் எனக்குத் தெரியும். அதுக்கு மேல என்ன சொல்றது. உன்னோட இழப்பு உன்னோட பெத்தவங்களுக்குத்தான். அவங்களோட முடிவும் இரண்டு மூணு வருஷத்தில் நடந்தது. அவங்களை இங்க பாத்தியா?"

"பாக்கலே. உன்னைத் தவிர வேற யாரும் தெரிஞ்சவங்க என்னோட கண்ணுல படலே."

"அப்படியா?"

"அவங்களை நான் பாக்கவே வேணாம். அவங்க மூஞ்சில நான் எப்படி முழிப்பேன். அவங்களைப் பார்த்து 'என்னை மன்னிச்சிடுங்க'ன்னு எப்படிக் கேட்பேன். நான் போறேன். என்னை இனிமேல் பாக்காத... பழசை ஞாபகப்படுத்தாதே..."

அவன் அங்கிருந்து விலகி வேகமாகச் சென்றான்.

25

த்ரிவிக்ரமன் பள்ளிக்கூடப் படிப்பை முடித்தது ஒரே பள்ளியில் தான். அப்போது 11ஆம் வகுப்பு வரை உண்டு. அதற்குப் பிறகு இன்டர்மீடியட். அவன் தந்தைக்கு மாற்றல் இல்லாத உத்தியோகம்.

இரண்டு மூன்று வீடு தள்ளி ஒரு பாட்டி. தாத்தா உயிரோடு இல்லை. வளர்ப்பு மகளோடு வாசம். வாரிசு இல்லை. குள்ள உருவம். பிடிவாதம் அதிகம்.

அவன் அப்பா அடிக்கடி சொல்லுவார் "குள்ளமா இருக்கறவங் களுக்குப் பிடிவாதம் அதிகம். அதனால் அவங்க வளரக்கூட மறுக்கறாங்க." ஆனா அவன் அப்பாவே கொஞ்சம் குள்ளம்தான். பாட்டிக்குத் தாத்தா வழியில் நிறைய சொத்து. ஒரு கட்டத்தில் நிறைய சொத்து பராமரிப்பின்றி பறிபோகவும் செய்தது. பாட்டி உலக மகா கஞ்சம். கல்யாணத்தின்போது வாங்கிய ஒரு ஜோடி செருப்பைக் கடைசி வரை மாற்றவேயில்லை. ஒருவருக்கு ஒரு பைசா கொடுக்காது. மகளே எல்லா செலவையும் பார்த்துக்கொண்டதால், ரூபாயின் மதிப்பு தெரியாது. நூறு ரூபாய் பெரிய தொகை என நினைக்கும். அது சின்னப் பெண்ணாய் இருக்கும்போது நூறு ரூபாய்க்கு நான்கு பவுன் தங்கம் வாங்கலாமாம்.

அறுபது வயது வரை அது மாத்திரம் நஞ்சன்கூடு என்கிற ஊரில் தனியாக சமைத்து சாப்பிட்டுக்கொண்டு வாழ்ந்ததாம். தாத்தா இதனுடைய கஞ்சத்தனம் தாங்கமுடியாமல் சின்ன வயதிலேயே போய்ச் சேர்ந்துவிட்டார். வளர்ப்பு மகள் குடும்பம் போனால் மூன்று வேளையும் மோருஞ்சாதமாம். விருந்தினர்கள் என்பதால் விசேஷமாக தாளித்த மோராம். ஒரு பொருளைப் பாட்டி வீணாக்காது. தோட்டத்தில் விழுகிற பாதாம் இலைகளைப் பறித்து அதில்தான் சாப்பாடு. இத்தனைக்கும் பெரிய வாழைத் தோட்டமே வயலில் இருந்தது. இலையை அறுத்தால் காய்கள் குறையுமாம். சோப்பு சின்ன துண்டாக ஆனால் அதைக்கூட பெரிய சோப்பில் ஒட்ட வைத்துப் பயன்படுத்தும் பொருளாதாரப் பார்வை. பத்து லட்சத்திற்கும் மேலாக வங்கியில் பணம். ஆனால் வருகிற வட்டியைக்கூட மறுபடியும் முதலீடு செய்யும். ஆனால் பற்பசையை ஒரு துளி விடாமல் உபயோகப்படுத்தி விட்டுத்தான் தூக்கி எறியும்.

வெ.இறையன்பு

ஒருமுறை பேரன் அடிபட்டுச் சாகக் கிடக்கிறான். ஆபரேஷனுக்கு அவசரமாகப் பணம் தேவை. மண்டையில் அடி. நேரடியாகப் பணம் கேட்க எல்லோருக்கும் பயம். சுற்றி வளைத்துப் பணம் கேட்டதற்கு "அதெல்லாம் தர முடியாது. எனக்குன்னு எதிர்காலம் இல்லையா. எனக்குப் பணம் தேவைப்பட்டா யார் தருவாங்க?" என்று பதில் வந்தது. அப்போது பாட்டிக்கு வயது 93.

பத்து பதினைந்து புதுப்புடவைகள் அப்படியே பிரிக்கப்படாமல் இருந்தன. பாட்டியின் கட்டில் மீது யாராவது உட்கார்ந்தால் கூட பாட்டிக்குப் பொறுக்காது. இரண்டு காதும் கேட்காது. ஆனால் அவர்கள் குடும்பம் சினிமாவுக்குக் கிளம்பினால், அதுவும் போகும். எந்த வசனமோ, பாட்டோ புரியாவிட்டாலும் 'நீங்கள் மட்டும் என்ன அனுபவிப்பது' என்கிற மாதிரி இருக்கும்.

பாட்டிக்கு பக்தி அதிகம். பகவத்கீதை படித்துக்கொண்டே இருக்கும். கோயில், குளம் என எப்போதும் குடியிருக்கும். கோயிலில் தான் பாதி வாசம். 'கிழவி உயிரோட சொர்க்கம் போலான்னு ஆசைப்படறா...' என்பார்கள் சிலர். மற்றவர்கள் 'உடம்போட போகணும்னு ஆசை' என்று கேலி செய்வார்கள்.

பாட்டிக்கு உடம்பு கெட்டி. சாகும்வரை எந்த மருந்தும் சாப்பிட்டதில்லை. அதிகபட்சமாப் போனா காலுக்கு டர்பன்டைன். கழுத்துல யூகலிப்டஸ் ஆயில். டாக்டர் கிட்ட போனதேயில்லை. அந்த மாத்திரையெல்லாம் சாப்பிட்டா எதிர்ப்பு சக்தி குறைஞ்சிடுமாம்.

சுத்தமா காது கேட்காமப் போயிடுச்சி. கடைசிக் காலத்தில யாராவது அடிச்சிப் போட்டுட்டு பணத்தை எடுத்துக்கிட்டுப் போயிட்டா என்ன பண்றதுன்னு தனியா இருக்கும்போது பூட்டிட்டுப் போயிடுவாங்க. திரும்பி வந்து அழைப்பு மணியை அடித்தால் காதில் விழாது. எனவே அதன் கவனத்தை ஈர்ப்பதற்கு புது யுத்தியைக் கையாண்டார்கள். வாசலில் இருக்கும் விளக்கைப் போட்டுப்போட்டு அணைப்பார்கள். அந்த சமிக்ஞையைப் புரிந்துகொண்டு வந்து கதவைத் திறக்கும். காது எவ்வளவு மந்தமோ, கண் அந்த அளவு கூர்மை.

அவர்கள் வீட்டில் ஒரு சின்ன ஸ்லேட் இருக்கும். அதில் எழுதிக் காட்டினால்தான் புரியும். மழை பெய்தால், தண்ணீரைப் பிடித்து எல்லோரும் கிணற்றில் ஊற்ற வேண்டும். கிணறு நிரம்புமாம்.

பாட்டி 97 வயதில் பொட்டென்று போய்விட்டது. முதல்நாள் வரை நெற்று மாதிரி இருந்தது. யாரும் எதிர்பார்க்கவில்லை. இறந்தபோது பீரோவில் 20 குளியல் சோப்பு, 20 துணி சோப்புகள் இருந்தன. நிறைய சில்லறை.

த்ரிவிக்ரமன் தூரத்தில் ஊன்றிய குச்சியுடன் காந்தலக்ஷ்மிப் பாட்டியைப் பார்த்ததும் அத்தனை பழைய சம்பவங்களும் நினைவுக்கு வந்தன.

“பாட்டி பாட்டி” என்று அழைத்தார்.

பாட்டி சாகும்போது அவருக்குப் பத்து வயது இருக்கும். ஆனால் வெகுநாட்கள் பாட்டியின் கஞ்சத்தனம் கர்ணவழிக் கதைகளாக நிலவி வந்தன.

பாட்டி திரும்பிப் பார்த்தது.

“பாட்டி, என்ன அடையாளம் தெரியலையா? நான்தான் விக்ரமன்.”

“யாருப்பா நீ?”

“உன்னைச் சில நாள் மூலை கற்பக விநாயகர் கோயிலுக்குக் கூட்டிக்கிட்டுப் போவேனே.”

“ஆமாம்பா! உனக்கு இவ்வளவு வயசாயிடுச்சாப்பா?”

“ஆமாம் பாட்டி. உன்னளவு வாழ முடியாட்டியும் ஓரளவு வாழ்ந்துட்டேன் பாட்டி.”

“வாழ்ந்து என்னப்பா பிரயோஜனம். ஒன்னுத்தையும் அனுபவிக்காம சேத்து வச்சி செத்துப் போயிட்டேன்.”

“ஆமாம் பாட்டி. நீ கொஞ்சம் தாராளமா இருந்திருக்கலாம்”

“ருசியா சாப்புடலே. நல்லா உடுத்தல. சில நேரங்கள்ல காத்தாடி கூட போடாம தூங்குவேன், கரண்ட் மிச்சமாகுன்னு. இப்புடி எல்லாம் முட்டாள்தனமா வாழ்ந்துட்டேன்.”

“இப்ப அதுக்காக வருத்தப்பட்டு என்ன பண்ண முடியும்?”

“கஞ்சத்தனமா இருந்து சாகறத விட ஊதாரியா இருந்து சாவறது எவ்வளவோ பரவாயில்லப்பா!”

பாட்டிக்கு இப்போது காது நன்றாகக் கேட்பது அதிசயமாக இருந்தது.

“பாட்டி இப்போ காது நல்லா கேட்குது போல.”

“ஆமாம்பா. நான் நெறய பேருக்கு உதவி பண்ணியிருக்கலாம்னு நெனைச்சப்பவே எனக்குக் காது கேட்க ஆரம்பிச்சிருச்சி. ஆனா என்னோட பேசதான் யாருமில்லே. என்னைத் தெரிஞ்சவங்க கூட முகத்தைத் திருப்பிக்கிட்டு போயிட்டாங்க. அவங்களுக்கு எந்த உபகாரமும் செய்யலை. அவங்க எப்படிப் பேசுவாங்க. நீ மாத்திரம்

தான் பேசினே. என்னோட பேரனுடைய ஆபரேஷனுக்குக் கூட நான் பணம் குடுக்கலை. இப்ப அந்தப் பணத்தைத் தூக்கிக்கிட்டா வந்துட்டேன். எல்லாமே மடத்தனம்பா..."

பாட்டிக்கு வருத்தம் தாங்க முடியவில்லை.

"நான் போறேன்பா. இன்னும் பேசினா என்னால தாங்க முடியாதுப்பா. என்னை மன்னிச்சிடு."

பாட்டியின் பிம்பம் நகர்ந்தது. மனிதன் பணத்தின் மீது வைத்திருக்கும் ஆசை பற்றிய மாயை பாட்டியின் மூலமாக வெளிப்பட்டதாகவே விக்ரமன் கருதிக்கொண்டார்.

26

இதுவரை அவ்வுலகத்தில் சந்தித்த மனிதர்கள் குறித்தும், அவர்கள் கடந்தகாலம் குறித்தும் யோசித்தார். 'பூலோக வாழ்வை எவ்வளவு எளிதாக வீணடித்து விடுகிறோம்' என்கிற சிந்தனை மட்டும் தூக்கலாக இருந்தது. இங்கு மட்டுமல்ல; அங்குகூட சிலரை இன்னொரு முறை சந்திக்க முடியாது என்கிற உண்மை தெரியாமலேயே வாழ்ந்து முடித்துவிடுகிறோமே.

அப்போது அங்கே தரையில் சம்மணமிட்டு விழிகளை மூடியபடி ஓர் உருவம். வழிய வழிய அவர் தாடி. பின்னணியில் விளக்குகள் எரிவதுபோல ஒளிர்ந்துகொண்டிருந்தார்.

இதுவரை அவர் சந்தித்திராத ஓர் உருவம்.

ஆவலுடன் அருகில் சென்றார். அந்த உருவத்தில் சாந்தமும், தெய்வீகமும் கலந்திருந்தன. பார்த்தபோதே இவர் 'உயர்ந்த மனிதர்' என்பது ஊர்ஜிதமானது.

முகம் முழுவதும் தேஜஸ்.

அவருடைய தவத்தைக் கலைக்க வேண்டும் என்று தோன்றாததால், அமைதியாக அவரையே பார்த்த வண்ணம் அவரைப் பார்ப்பதே சுகமாக இருந்தது. அவர் அருகில் அமர்ந்து கொண்டார். அந்த இடத்திலேயே இருக்கவேண்டும் எனத் தோன்றியது. அந்த இடம் முழுவதும் ஆனந்த அதிர்வுகள். நேரம் நின்றுபோன உணர்வு.

அவர் எப்போது கண் விழித்தார் என்று தெரியவில்லை.

மென்மையாகக் கருணையுடன் பார்த்தார்.

அவரிடம் சகஜமாகப் பேச முடியவில்லை. மொழி நடையே எழுதுவது போல மாறிப்போனது.

"ஐயா! உங்களைச் சந்தித்ததில் பரமசுகம்."

"அப்படியா? மகிழ்ச்சி."

"உங்கள் முகம் முழுவதும் ஒளிர்கிறதே எப்படி?"

"நான் ஏக்கங்களில்லாமல் வாழ்ந்திருக்கலாம்."

"நீங்கள் புத்தரா?"

"உணர்ந்தவர்கள் எல்லோருமே புத்தர்களே."

"உணர்வது என்றால்... ... ..."

"இப்படி வாழ்ந்திருக்கலாமே, அப்படி வாழ்ந்திருக்கலாமே என்று தோன்றாதபடி வாழ்வது."

"நீங்கள் ஆன்மிகவாதியா?"

"நாம் எல்லோருமே."

"நீங்கள் சந்நியாசியா?"

"வாழ்வை ஏற்றுக்கொண்ட சந்நியாசி."

"புரியவில்லை!"

"சாகவேமாட்டோம் என்பதுபோல வாழாதவர்கள் சந்நியாசிதானே!"

"உங்கள் மரணம் எப்படி நிகழ்ந்தது?"

"சுவாசிக்க மறந்ததால் அல்ல, மறுத்ததால்."

"அப்படியென்றால் அது தற்கொலையில்லையா?"

"இல்லை; அது உடலை விட்டு நீங்குதல்."

"நீங்கள் சொல்வது மாதிரி எத்தனை பேரால் வாழமுடியும்?"

"பலரால் முடியும், சிலர் மட்டுமே செய்கிறார்கள்."

"உண்மையாகவா ஐயா?"

"என்னை ஐயா என்று அழைக்காதீர்கள். இங்கு அனைவரும் சமம். நீங்கள் கூட அப்படி வாழ்ந்தவர்தானே."

"அப்படியா?"

"உங்கள் முகம் ஒளிர்வது உங்களுக்குத் தெரியவில்லையா?"

"நான் நிறைய தவறுகளைச் செய்திருக்கிறேன்."

"இருத்தலால் மன்னிக்க முடியாத குற்றத்தை யாரும் செய்யவே முடியாது. தெரியுமா?"

"ஆறுதலாக இருக்கிறது."

"செய்கிற தவறுகளை உணர்கிறபோதே அவை அகன்றுவிடுகின்றன."

"உங்களுக்கு மரணம் எப்படியிருந்தது?"

"பாரம் குறைவது போல, விடுதலை கிடைப்பது போல, கூண்டை விட்டுப்பறவை பறப்பதைப்போல, மொட்டு விரிவதுபோல, சருகி உதிர்வது போல, உதயம் நிகழ்வது போல... ... ... இப்படிப் பல வகையில் ஒரு மாபெரும் வெளியேறுதலாக."

"எனக்கும் அப்படித்தானிருந்தது."

"அதனால்தான் நீங்களும் ஒரு ஞானி என்கிறேன்."

"மரணத்தை நீங்கள் நேசித்தீர்களா?"

"ஆம். எனக்கு வாழ்ந்தது பூரண திருப்தியாக இருந்தது."

"நானும் மரணத்தை வரவேற்றேன். என் ஆத்மாவைத் தாங்க முடியாமல் உடல் தள்ளாடியது."

"முதல் முறையே நீங்கள் மரணத்தை ஏற்றுக்கொண்டவராக, பச்சாதாபப்படாதவராக இருந்திருக்க வேண்டும்."

"உண்மைதான்."

"அது மட்டுமல்ல, உங்கள் விழிகளில் எதற்காகவும் பேராசைப்பட்டு துரத்திக்கொண்டிருந்திருக்க மாட்டீர்கள் அப்படித்தானே"

"என்னிடம் தேவைக்கு மீறி இருப்பதாகவே நான் நினைத்தேன். எனக்கு எல்லாம் எப்போதும் தாராளமாகக் கிடைத்தது. வாழ்வின் மீது எனக்கு எந்த வருத்தமும் இல்லை."

"அது உங்களைப் பார்த்தாலே தெரிகிறது."

" ...... "

"இத்தனை காலம் என்னை யாரும் சந்திக்க விரும்பியதில்லை. நீங்கள்தான் ஈர்க்கப்பட்டு என்னிடம் வந்திருக்கிறீர்கள்."

"ஏன் யாரும் வரவில்லை?"

"உடற்குறை உள்ளவன் மருத்துவப் பரிசோதனையைத் தவிர்ப்பது போலத்தான்."

"நீங்கள் ஞானமடைந்தபோது என்ன உணர்ந்தீர்கள்?"

"அளவற்ற மகிழ்ச்சி."

"விளக்கமாகச் சொல்லுங்கள்."

"உடலின் ஒவ்வொரு திசுவிலும் உச்சக்கட்டம் நிகழ்வதுபோல, இருபத்திநான்கு மணி நேரமும் உச்சக்கட்ட மகிழ்ச்சி மனத்தில் பரவுவது போல."

"ஏன் மனிதர்கள் அந்தப் பரவச நிலையை அடைய விரும்புவதில்லை?"

"மண்ணில் விழுந்த அழுகிய பழங்களை முயற்சி இல்லாமல் ருசிக்கப் பழகியவர்கள், விண்ணில் பழுத்த கனிகளை விரும்புவதில்லை."

"அனைவருக்குமே அது சாத்தியமா?"

"சாப்பாடுபோல சாத்தியம்தான்."

"உங்கள் வாழ்வில் இளமைப் பருவம் எப்படியிருந்தது?"
"அதிகக் குறும்புகள் இருந்தன. இயல்பாக இருந்தேன்."
"படிப்பு?"
"மதிப்பெண்களைத் தேடி மன்றாடவில்லை."
'விளையாட்டு?'
"மைதானமே அதிகம் மையம் கொண்ட இடம்."
"உணவு?"
"கிடைப்பது எல்லாம் பிரசாதம்; நீர் எல்லாம் தீர்த்தம்."
"நட்பு?"
"எப்போதும் நண்பர்களோடு இருப்பேன்; ஆனால் அவர்களுள்ளும் தனித்திருப்பேன். நீங்கள் அப்படித்தானே இருந்திருப்பீர்கள்."
"ஆமாம். உங்கள் பதில்களும் என் வாழ்க்கை முறையும் ஒத்துப் போகின்றன."
"நீங்களும் ஞானிதானே?"
"அது சரி, உங்கள் குடும்பம்?"
"திருட்டுத்தனமாய் உறவுகொள்ள விரும்பாததால் திருமணம் நிகழ்ந்தது."
"மனைவி என்பவள்?"
"மற்றொரு தோழி; உணர்வும், உடலும் பகிரும் ஆழி."
"உறவு என்பது?"
"சிற்றின்பத் தூண்டிலில் பேரின்பம் பிடிக்கும் நெறிமுறை."
"கோபப்படுவீர்களா?"
"தேவைப்படும்போது மழைக்குக் குடையாக"
"நகைச்சுவை உணர்வு?"
"எப்போது சிரித்துக்கொண்டே, எல்லாவற்றிலும் இருக்கும் நகைச்சுவை உணர்வை ரசித்துக்கொண்டே."
"கவலைகள் வரும்போது?"
"அதனினும் பெரிய கவலையைத் தாண்டிய நினைவுகள் மனத்தைத் திடப்படுத்தும்."
"பொறாமை என்பது?"
"முடியாதவனின் கடைசி ஆயுதம்."
"உடல் பற்றி?"

"நேசிக்க வேண்டியது, ஆனால் அதுவே உயிர் அல்ல."

"பணத்தை எப்படிப் பார்த்தீர்கள்?"

"விலக விலக நெருங்கி வருகிற வித்தியாசமான நிழல்."

"என்றாவது சாவே பரவாயில்லை என நினைத்ததுண்டா?"

"சாகும்போது மட்டுமே"

"மரணம்... ... ..."

"வரவேண்டிய வயதில் வந்ததால் வரவேற்றேன். வரவேண்டிய விதத்தில் வந்ததால் கரம்கோர்த்தேன்."

"சொத்து சேர்த்தீர்களா?"

"நான் கொடுத்தவையெல்லாம் சொத்தாகியது, தந்தவையெல்லாம் தத்தாகியது கொடுக்கிறோம் என்கிற எண்ணமுமின்றி கொடுக்க முடிந்தால் மகிழ்ச்சி இருந்தது."

"குழந்தைகள் பற்றி?"

"அவற்றிற்கு எனக்குக் கிடைக்காதவற்றைக் கிடைக்கச் செய்தேன்; என்னால் முடியாதவற்றைத் திணிக்கச் செய்யாமல்."

"படிப்பீர்களா?"

"படித்தேன் அறிவைப் பறைசாற்ற அல்ல, தடுமாறி விழாமல் தடுப்பதற்காக. வாழ்வைத் தொடர்புப்படுத்திப் பார்க்க."

"இங்கு வந்தபிறகு என்ன தோன்றியது?"

"பூவுலகில் நாம் வாழ்ந்த வாழ்வு சரியென்று தோன்றியது."

"எனக்கும் அப்படியே தோன்றியது."

"நீங்களும் நானும் வேறல்ல... ... ..."

திடீரென ஞானியின் பிம்பம் தன் உடலுக்குள் புகுந்து கொள்வது போலத் தோன்றியது. அவரைக் காணவில்லை. திடீரென தன் உடலில் பரவசம் அங்குலம் அங்குலமாகப் படர்கிற உணர்வு ஏற்பட்டது. குதிகாலிலிருந்து உச்சந்தலை வரை பரவசம். உடலெல்லாம் மின்னுவது போல மாற்றம். விழிகள் குளிர்வது போன்று இருந்தது. உடலே காற்றில் தவழ்வது மாதிரி இருந்தது.

'இதுவரை தனக்குத்தானே பேசிக்கொண்டிருந்தோமோ?' என்று சந்தேகம் ஏற்பட்டது. சொற்களால் விவரிக்க முடியாத உன்னதநிலை அப்போது விளைந்தது. நினைந்து நினைந்து இன்புறுவது போன்று அந்தப் பரவச உணர்வு நின்றது. வெகுநேரம் அந்த உணர்வின்

சுழற்சியில் முழுவதுமாகத் தன்னை ஒப்படைத்தார். வெகுநேரமானது இயல்பு நிலைக்கு வர. நிர்வாகி அப்போது எதிரே நின்றிருந்தார்.

"நீ வெகுநாட்கள் எதிர்பார்த்த ஏக்கம் தீரப்போகிறது."

"… … … … …?"

"நீ சந்திக்க வேண்டிய நபரைச் சந்திக்கப் போகிறாய்."

"எப்போது…?"

"விரைவில்…"

"ஏன் இப்போது?"

"இப்போதுதான் அதற்குப் பக்குவப்பட்டிருக்கிறாய்."

அவருக்குச் சிந்தனைகள் சுழன்றன.

27

அவர் எதிரே வந்து நின்றிருந்த உருவத்தைப் பார்த்ததும் நிர்வாகி சொன்னது சரிதான் எனப்பட்டது. தான் சந்திக்க இதுவரை ஏங்கிய அந்த ஒரே ஓர் உயிர் எதிரே நிர்மலமாக, எந்த சலனமுமின்றி தான் மன்னிப்புக் கேட்க வேண்டிய உயிர் நேர் எதிரே. காலில் விழுந்து கதறவேண்டும் என எண்ணிய அந்தக் கடந்த காலம் முன்னேயே...

"கங்கா நீயா?"

"ஆமாங்க, எப்படியிருக்கீங்க." அதுக்குள்ள இங்க வந்துட்டீங்களா?"

"நீ எப்பயோ வந்திட்டியேம்மா, என்னைத் தவிக்கவிட்டுட்டு."

"நீங்க ஒத்தையில் கஷ்டப்படுவீங்கன்னுதான் உயிரை அவ்வளவு நாள் கெட்டியாப் புடுச்சிட்டு இருந்தேன்."

"எப்படிமா இருக்கே?"

"இது இருக்கற இடமில்லீங்க. இல்லாம போற இடந்தானுங்க."

"கங்கா, நீ தெய்வீகப் பெண்மணிம்மா."

"அப்படியெல்லாம் சொல்லாதீங்க, நீங்க பழைய மாதிரியே என்னை நடத்துங்க."

"நெறையத் தப்புப் பண்ணிட்டேம்மா."

"அதெல்லாம் ஒன்னுமில்லை. உங்க இயல்பு அது."

"ஐயையோ அப்படியில்லேம்மா. பின்னாடி நெனைச்சி நெனைச்சி உருகியிருக்கேன்மா."

கங்காவை அவர் பெண்பார்க்கச் சென்றபோது வேண்டா வெறுப்பாகச் சென்றார். கண்டிப்பு நிறைந்த தந்தை. அவர் சர்வாதிகாரத்தில் வீட்டில் ராணுவ ஆட்சி. அவர் சொன்னதைச் செய்ய வேண்டும். பதில் பேச முடியாது.

த்ரிவிக்ரமன் பணியில் நிலைபெற்றதும் திருமணம் செய்து பார்க்கவேண்டும் என ஆசைப்பட்டார். பரசுராமன் வெளிநாட்டில் பணி தேடிக்கொண்டு அங்கேயே இருந்துவிட்டார். பணியில் சேர்ந்தவர் அங்கேயே ஒரு பெண்ணைத் திருமணம் செய்துகொண்டு இந்தியாவிற்கே திரும்பவில்லை. அவர் மீது ஆளுமை செலுத்த முடியாததற்கும் சேர்த்து, விக்ரமன் மீது அவர் அதிகாரம் செலுத்துவார். ஒருவகையில் அது வயோதிகத்திற்கே உள்ள பதற்றமும், பாதுகாப்பின்மையும்.

"சட்டையை போட்டுக்கிட்டுக் கெளம்பு."

"எதுக்குப்பா?"

"பொண்ணு பாக்கப் போறோம்."

"வேணாம்பா."

"என்ன வேணாம்?"

"கல்யாணம்."

"ஏன்?"

"இப்ப வேண்டாம்னு தோணுது."

"காலாகாலத்தில் கல்யாணம் பண்ணிக்கணும். வயசாகறதுக்குள்ளே அப்பதான் கடமைகளை முடிக்கமுடியும். இப்ப நான் ரிட்டையர் ஆகறதுக்குள்ள உங்களுக்குச் செய்ய வேண்டியதையெல்லாம் செஞ்சி முடிச்சிடுவேன். ஆனா என்னோட படிச்ச சிலபேரு கல்யாணம் பண்ண நாளாச்சி. இப்ப சிலர் ஒரு கைக்குழந்தையோடு கஷ்டப்படறாங்க."

"அப்ப, தயவுசெஞ்சு சொன்னாக் கேளுங்கப்பா. இன்னும் கொஞ்சம் நாளாகட்டும்."

"நான் சொன்னா நீ கேட்டுத்தான் ஆகனும். வேலைக்குப் போன உடனே எதுத்துப் பேசற அளவு துணிச்சல் வந்திடுச்சா?"

"எதித்துப் பேசலப்பா. என்னோட விருப்பத்தைச் சொல்றேன். கொஞ்சம் புரிஞ்சிக்கங்க."

"நீதான் புரிஞ்சிக்கணும். உங்க அண்ணனைத் தண்ணி தெளிச்சி விட்ட மாதிரி உன்னையும் தண்ணி தெளிச்சி விட்டுடட்டுமா? நீயாவது என்னோட விருப்பப்படி நடப்பேன்னு நெனைச்சேன்."

த்ரிவிக்ரமனுக்குத் திருமணம் செய்து கொள்ளும் எண்ணமே ஏற்படவில்லை. அவருக்கு சாயாவின் நினைவே இன்னும் அகலவில்லை. எப்படியாவது சாயாவைத் தேடிக் கண்டுபிடித்துவிட முடியும். சாயாவுடன்தான் வாழ முடியும். 'அவள் தானே எதுவுமற்ற நிலையில் என்னை எனக்காகவே நேசித்தவள்' என நினைத்தார். 'ஓரளவு வசதிகளைத் திரட்டிய பிறகு திருமணம் வைத்துக் கொள்ளலாம்' என்று எண்ணினார்.

அவர் சாயாவின் கடிதங்கள் எல்லாவற்றையும் பத்திரப்படுத்தி வைத்திருந்தார். தினமும் அவற்றை ஒருமுறையாவது எடுத்துப் படித்து விட்டுத்தான் தூங்க ஆரம்பிப்பார். அவர் கனவுகளில் சாயா தான் வலம் வந்தாள். 'மானசீகமாக சாயாவுடன் வாழ்ந்துகொண்டிருக்கும்போது, இன்னொரு பெண்ணை எப்படித் திருமணம் செய்ய முடியும்?

என்னையே எண்ணிக் கொண்டிருக்கும் அவளுக்கு யார் ஆறுதல். அவள் எனக்காக இன்னும் காத்திருக்கிறாளே. அவள் திருமணம் பொய்த்ததுகூட எனக்காகத்தானே! இதையெல்லாம் இவர்களிடம் எப்படி சொல்வது.'

அம்மா பொறுமையின் வடிவம். "விக்ரம் உள்ள வாப்பா" என அழைத்தார்.

"கண்ணு! உங்கப்பாவைப் பத்தி உனக்குத் தெரியும். உனக்கு எதுவுமே செய்யலேன்னு அவரு தவிக்கிறாரு. அவருக்கு உன்னை மணக்கோலத்தில் பார்க்கணும்னு ஆசை. உங்க அண்ணன் பரசுராமன் தான் கல்லைத் தூக்கிப்போட்டுட்டான்னு மனசு உடைஞ்சி போயிருக்காரு. உங்களை எல்லாம் படிக்க வைக்க ரொம்பக் கஷ்டப்பட்டவரு. நீங்க வசதியா இருக்கணும், உங்க படிப்புக்குத் தாராளமா பணம் தரணும்னு உயிரைக் கொடுத்து வேலைபாத்தவரு. நீ அவரு பேச்சைக் கேட்கலேன்னா மனசு உடைஞ்சிவாருப்பா."

"அம்மா, எல்லாத்தையும் கேட்கறேன். இதைமட்டும் என் போக்கில் விட்டுடுங்க."

"இதுதானப்பா முக்கியம். என்னோட சின்னப்பையன் நான் கிழிச்ச கோட்டைத் தாண்ட மாட்டான் அப்டீன்னு எல்லோர்கிட்டேயும் வாய் நிறைய சொல்லிக்கிட்டிருப்பாரு. போய் பொண்ணைப் பாத்திட்டு வாப்பா. புடிக்கலேன்னா புடிக்கலேன்னு சொன்னா முடிஞ்சிருச்சி. அதுக்கு ஏன் பயப்படறே. நானும் கூட வர்றேன்."

மனதில் திட்டிக்கொண்டே ஒரு காரியத்தைத் தொடங்கினால் அது உருப்படியானமாதிரிதான். அவனுக்குப் பிடிக்காத ஒரு சட்டையை எடுத்து மாட்டிக்கொண்டான். கன்னாபின்னாவென்று சட்டையும், பேண்டும்.

"ஏய்! என்னப்பா இப்படி வர்றே! போய் நல்ல சட்டையா போட்டுக்கிட்டுவா. முகத்தைக் கழுவி, தலையை சீவி பாக்க லட்சணமா வர மாட்டாயா!" அப்பாவின் அதட்டல்.

அம்மாவுக்கு இன்னும் அவர் சின்ன பையன்.

"தலைமுடி எண்ணெய் கண்டு எத்தனை நாளாச்சோ. பாலைவனம் மாதிரி இருக்கு." தலையில் எண்ணெயைத் தடவி வாரிவிட்டாள்.

மூவரும் பெண் வீட்டில்போய் இறங்கினார்கள்.

"வாங்க வாங்க! எதிர்பார்த்துக்கிட்டே இருந்தோம்." ஒரு நடுத்தர வயதுப் பெண்மணி வந்து கதவைத் திறந்தாள்.

'ஓகோ, ஏற்கனவே எல்லா ஏற்பாட்டையும் நமக்குத் தெரியாம முன்கூட்டியே செஞ்சுட்டாங்க போல' என விக்ரமன் நினைத்துக் கொண்டார்.

உள்ளே அழைத்துச் சென்று அமர வைத்தார் அந்தப் பெண்மணி. அவர் முகத்தை அப்போது தான் கவனித்தார். முன்பக்கம் வழுக்கை. வழுக்கை என்பது ஆண்களுக்குத் தொடர்புடைய மரபியல்கூறு. பெண்கள் அந்த மரபணுவைத் தாங்கி வருவார்கள். அது அவர்கள் மகன்களின் தலையில் வெளிப்படும். கோடியில் ஒரு பெண்ணுக்குத் தான் இப்படி வழுக்கை ஏற்படும். 'இந்த அம்மாவுக்கு இப்படி வழுக்கையிருக்கிறதே. பொண்ணுக்கு ஒருவேளை சொட்டை இருக்குமோ' என அவர் நினைத்தார். அவருக்கு உடலே கூசியது.

உள்ளிருந்து சற்று கனமான உருவத்துடன் கதர் சட்டை வேட்டியுடன் குங்குமப்பொட்டு சகிதம் ஒருவர் வந்தார். "வாங்க வாங்க. கங்காவைப் பொண்ணு பாக்க வர்றாங்கன்னு வீட்டில் அம்மா சொன்னிச்சி. அதுதான் கடையில இருந்து ஓடியாந்தேன்." அவர் மனைவிக்கும் சேர்த்து முடிவைத்திருந்தார்.

'அம்மான்னு சொல்லாதேய்யா. அந்த அம்மாவுக்கு இருக்கிற வழுக்கைக்கு அய்யான்னு சொல்லு' என்று த்ரிவிக்ரமன் நினைத்துக் கொண்டார்.

'இந்த ரெண்டுபேர் காம்பினேஷன்ல பொண்ணு எந்த லட்சணத்துல இருக்குதோ.' அப்போது வந்த அம்மா இரண்டு டம்ளர்களில் தண்ணீரைக் கொண்டுவந்து வைத்தது.

"பொண்ணைக் கூப்பிடட்டுங்களா?" என்றது. அந்த வீட்டில் அந்த அம்மாதான் எல்லாம் போல இருக்கிறது என நினைத்துக் கொண்டார் விக்ரமன்.

"கூப்புடுங்க அதுக்குத்தானே வந்திருக்கோம்" என்றார் அப்பா அவசர அவசரமாக.

அந்த அம்மாவும், அவரும் நின்றுகொண்டேயிருந்தார்கள். அந்த அறையும் சிறிய அறைதான்.

"நீங்க உட்காருங்கம்மா" என்றார் அப்பா

"இருக்கட்டுங்க" என்றனர் இருவரும்.

"கங்கா காபி கொண்டு வாம்மா" என்றார் அவர்.

உள்ளிருந்து வெளியே சிறிது சிறிதாக அதிகரிக்கும் கொலுசுச் சத்தம் சிறுவயதில் அவர் படித்த 'டாப்ளர் விளைவை' ஞாபகப் படுத்தியது.

ஒரு வெள்ளித்தட்டில் மூன்று குவளைகள் காபியுடன் அவள் வந்தாள். முகம் மாநிறம். கன்னத்தில் சின்ன மச்சம். சுமாரான முகம். அவ்வளவு உயரம் இல்லை. மிகவும் பணிவாகத் தெரிந்தாள்.

“பேரென்னம்மா?” என்றாள் அம்மா.

உடனே அப்பா “அதுதான் ‘கங்கா’னு பத்து தடவ கூப்பிட்டாங்களே. நீ சும்மா இருக்கமாட்டியா” என்று அவர்கள் முன்பே எரிந்து விழுந்தார் அப்பா. அந்தப் பெண் ‘கங்கா’ என்றால், சம்பிரதாயத்திற்காக.

‘குரல்கூட சுமார்தான். சாயா எங்கே! இந்தப்பெண் எங்கே. அவளாக இருந்தால் இந்த அறைக்கே வெளிச்சம் வந்திருக்குமே.’

அவரால் சாயாவோடு ஒப்பிடாமல் இருக்கமுடியவில்லை.

காபி சுவையாக இருந்தது. அதுவரை அவர்கள் அப்படியொரு சுவையான காபியை சாப்பிட்டதில்லை. மனத்தைக் குழைத்து, அக்கறையோடும், அன்போடும் தயாரித்திருந்தால் மட்டுமே அப்படியொரு காபி சாத்தியம்.

“காபி ரொம்ப நல்லாயிருக்கு” என்றார் அப்பா. அவருக்கு நாக்கு ரொம்ப நீளம். அவ்வளவு சீக்கிரம் சாப்பாட்டில் அவரைத் திருப்திப்படுத்த முடியாது. அதுமட்டுமல்ல, அவர் ஓட்டல்களிலேயே சாப்பிட்டு வளர்ந்தவர். அரிசி எந்த வயலில் விளைந்தது என்று சொல்லுமளவு நோட்டக்காரர்.

அப்போது ஜன்னலில் ஒரு காகம் வந்து அமர்ந்தது.

“என்ன வந்துட்டயா” என்று அந்த வழுக்கைத்தலையம்மா கேட்டது. கங்கா உள்ளே சென்று ஒரு பிஸ்கட்டைக் கொண்டுவந்து அன்புடன் நீட்டினாள். அதை ஆசையாகக் கொத்திக்கொண்டு அந்தக் காகம் பறந்து சென்றது.

“ஆச்சரியமா இருக்கே.”

“அஞ்சி வருசமா இந்த மாதிரி வரும். கங்கா பிஸ்கட்டோ, ரொட்டியோ குடுத்தா வாங்கிக்கிட்டுப் பறக்கும். கங்காகிட்ட மட்டும்தான் வாங்கும். கரெக்டா சாயந்தரம் நாலரைமணி சுமாருக்கு வரும்” என்று அந்த அம்மா பெருமிதத்துடன் சொன்னாள்.

மறுபடியும் அது வந்து அமர்ந்தது.

“என்ன, இன்னிக்குப் பசி அதிகமா...”

இன்னொரு பிஸ்கட்டுடன் பறந்தது.

அப்பா இதுபோன்ற மனிதநேயச் செயல்களில் நெகிழ்ந்து போவார். தெருவில் போகிற கேட்பாரற்ற நாய்களுக்கு சாப்பாடு போடுவார். எனவே அவருக்கு அந்த இடம் மிகவும் பிடித்துவிட்டது.

"உட்காரும்மா" என்று கங்காவைப் பார்த்துச் சொன்னார்.

"இருக்கட்டுங்க" என்று அந்தப்பெண் நின்றுகொண்டே இருந்தாள். அந்தப் பணிவு வேறு அப்பாவுக்கு ஆத்மதிருப்தி.

"உங்க அட்ரஸ் குடுங்க" என்றார் அந்தப் பெண்ணின் அப்பா.

ஒரு காகிதத்தை எடுத்து, எதன்மீது வைத்து எழுதுவது என அப்பா தடுமாறிக்கொண்டிருந்தபோது, அந்தப் பெண் உள்ளே ஓடிப்போய் ஒரு அட்டையை எடுத்துக்கொண்டு வந்து கொடுத்தாள்.

அப்பாவிற்கு அந்தப் பெண்ணின் எளிமையும், சகஜமான குணமும் பிடித்திருந்தது. அங்கேயே அப்பா அவரிடம் "என்னப்பா பொண்ணைப் புடிச்சிருக்கா?" என்றார். த்ரிவிக்ரமனுக்கு தர்மசங்கடமாய் போய் விட்டது. நெளிந்தார்.

"சொல்லுப்பா, இங்கேயே முடிவு பண்ணலாம்."

விக்ரமன் நெளிவதைப் பார்த்து அந்தப் பெண் கண்சாடை காட்டியது. அம்மாவும், கங்காவும் உள்ளே போனார்கள். சிறிது நேரத்தில் அந்த அம்மா மாத்திரம் வெளியே வந்தது.

"தம்பி யோசிச்சி சொல்லட்டுங்க அய்யா, அவசரப்படுத்தாதீங்க" என்றது.

அநேகமாக கங்கா உள்ளே அழைத்துச் சென்று சொன்ன அறிவுரையாக இருக்கும் என விக்ரமன் நினைத்துக்கொண்டார்.

'அப்பாடா பெரிய நிம்மதி' எனப் பெருமூச்சு விட்டுக்கொண்டு, அந்த இடத்தை விட்டு எழுந்தார்கள். வேகமாக வெளியில் வந்தது விக்ரமன் தான். இதுவரை தன்னை அடைத்து வைத்ததுபோல உணர்வு.

வழியில் அப்பாதான் பேசிக்கெண்டே வந்தார். அம்மா தலையாட்டிக்கொண்டிருந்தாள். வேறுவழி. அப்பாவுக்கு, தன் குரலைக் கேட்பதில் அவ்வளவு மகிழ்ச்சி.

"நல்ல குடும்பம். அவ்வளவு மரியாதை. ஒரே ஒரு பொண்ணாம். எவ்வளவு பணிவு பாத்தியா" என்றார்.

"ஆமாங்க."

"நான் எழுதுறதுக்கு ஓடிப்போய் உடனே அட்டை கொண்டு வந்து குடுத்துச்சி பாத்தியா."

'என்னோட ஆபீஸ்ல என்னோட ப்யூன் கூடத்தான் அட்டை கொண்டுவந்து குடுக்கிறான். அதுக்காக அவனைக் கல்யாணம் பண்ணிக்க முடியுமா' என விக்ரமன் நினைத்துக்கொண்டார்.

"நாம்ப எவ்வளவோ சொல்லியும், அந்த மூணுபேரும் உட்காரவேயில்லை பாத்தீங்களா?" அம்மா அப்பாவிற்கு பாயிண்ட் எடுத்துக் கொடுத்து, சந்தில் சிந்து பாடினாள்.

'ஆமாமா, இப்ப உக்காரமாட்டாங்க. பின்னாடி தலையிலயே உக்காருவாங்க' என விக்ரமன் யோசித்தார்.

"அந்தக் காக்காகிட்ட எவ்வளவு அன்பா நடந்துக்கறாங்க."

'காக்காயை வைச்சு காக்காப்பிடிக்கிறாங்க.'

வழிமுழுவதும் ஆட்டோ டிரைவர் என்ன நினைப்பான் என்று கூடயோசிக்காமல் பேசிக்கொண்டே வந்தார்கள். திடீரெனத் திரும்பி,

"என்னப்பா எப்ப வச்சிக்கலாம் கல்யாணம்" என்றார் அப்பா.

விக்ரமனுக்குத் தூக்கி வாரிப்போட்டது.

"வீட்டில் போய்ப் பேசிக்கலாம். அவசரப்படவேணாம்."

அவர் அப்படிச் சொன்னது அப்பாவிற்குப் பிடிக்கவில்லை. அவர் சொன்னதற்கு மறுபேச்சு அவருக்குப் பிடிக்காது. 'உர்'ரென்று வீடுவரும் வரை அடக்கிக்கொண்டார்.

வீட்டிற்கு வந்ததும் அப்பாவே ஆரம்பித்தார்.

"எனக்குப் பொண்ணு பிடிச்சிருக்கு, குடும்பமும் புடிச்சிருக்கு. எவ்வளவு அன்பா, மரியாதையா நடந்துக்கிட்டாங்க. அவரு எவ்வளோ மரியாதையா அய்யா அய்யான்னு வார்த்தைக்கு வார்த்தை சொன்னாரு."

'அவர் ஒரு முறைதான் அய்யா என்றார். அப்பாவுக்கு அது பலமுறை எதிரொலித்திருக்கிறது'

'பொண்ணு சுமாரான நிறம்தான்' அம்மா சொன்னாள்.

"அழகா முக்கியம் எத்தனையோ பேரு அழகா இருந்தவங்க ஒரே வருஷத்துல குழந்தை பெத்ததும் உப்பி அசிங்கமாப் போய்ட்டாங்க. நம்ப மீனா டீச்சர் பொண்ணு கல்யாணத்துக்கு முன்னாடி அவ்வளவு அழகா இருக்கும். இப்ப பாத்தா சித்தானை மாதிரி இருக்கிறா, அழகு மாறும். குணவதியா இருக்கணும்..."

அதற்குப் பிறகு அப்பாவும், அம்மாவும் அழகாக இருந்து அசிங்க மானவர்களின் பட்டியலைத் தொகுதி வேட்பாளர்களின் பட்டியலைப் போல வாசிக்கத் தொடங்கினார்கள்.

“அப்பா, பொண்ணோட அம்மாவுக்கு வழுக்கைத்தலை கவனிச்சீங்களா?”

உடனே “அதனால என்ன? உங்க தாத்தாவுக்குக்கூட வழுக்கைத் தலைதான்.”

இப்படிப் பேசுபவர்களிடம் என்ன சொல்ல முடியும். செக்ஸ் லிங்கு ஜீன் பற்றியெல்லாம் பேசமுடியுமா. இப்போது எது பேசினாலும் வம்பு வரும். ‘நானு ஒரு சின்ன வாக் போய்ட்டு வறேன்’ அவன் வெளியில் கிளம்பினான்.

‘இந்த அப்பாவை எப்படிச் சமாளிக்கிறது. பேசாம சாமியாராப் போய்டலாமா.’

என்னென்னவோ யோசனை.

‘அங்கங்க பெத்தவங்க எவ்வளோ உஷாரா இருக்காங்க. இவங்க என்னடான்னா வெளுத்தது எல்லாம் பாலுன்னு நெனைக்கிறாங்க. சட்டை எடுக்கறதுக்கு செலவுபன்ற நேரத்தைக்கூட வாழ்க்கையையே தீர்மானிக்கற பிரச்சினையைப் பத்தி முடிவெடுக்கறதில செலவு பண்ண மறுக்கறாங்க.’ இப்போதைக்கு அமைதியா இருப்போம்.

விக்ரமன் திரும்பி வந்தபோது மணி பத்தாகிவிட்டது.

“எனக்குப் பசிக்கலே.”

வெறுமனே தண்ணீர் குடித்துவிட்டுப் படுத்துவிட்டார்.

அடுத்தநாள் காலை அப்பா முடிதிருத்தகத்திற்குச் சென்றிருந்தார்.

“அம்மா அம்மா!”

“என்னப்பா?”

அம்மாதான் எந்த கடினமான செய்தியையும் மென்மையான செரித்து அப்பாவின் காதில் நயமாகச் சொல்லும் சக்திவாய்ந்தவள். எல்லா வேண்டுகோளும் அம்மாவின் மூலம்தான் அப்பாவைச் சென்றடையும். அப்பாவின் செருப்புச் சத்தம் கேட்டால் வீடே நிசப்தமாகிவிடும்.

“அம்மா! எனக்கு அந்தப் பொண்ணு வேணாம்மா.”

“ஏம்பா.”

“எனக்குப் புடிக்கலே.”

“உங்கப்பா அந்தப் பொண்ணுதான் மருமகள்னு முடிவு பண்ணிட்டாரு.”

“அப்படி எப்படி முடிவு பண்ண முடியும்?”

“சொல்லுவப்பா சொல்லுவ.”

அம்மா உடனே அழ ஆரம்பித்தாள்.

“ஏம்மா அழறீங்க? அழுது பணிய வைக்க முடியாது.”

எல்லா வீரமும் அம்மாவிடம்தான்.

“உங்களை வளக்க எவ்வளவு கஷ்டப்பட்டாங்க உங்க அப்பா. ஒரு சின்ன மாட்டுவண்டியில் நாங்க வீட்டுச் சாமானை ஏத்திக்கிட்டு வந்தோம். கீழ கைய ஊணி கரணம் போட்டு இன்னிக்கு இந்த நிலைமை. சின்ன வயசிலே கல்யாணம். உதவிக்கு யாருமே இல்லை. அந்த மாதிரி சூழ்நிலையில ஒரே ஒரு வேளை சாப்பிட்டு, பணத்தை மிச்சம் பண்ணி ப்ளாட் வாங்கினோம். இரண்டு ப்ளாட் சீப்ரேட். நாங்க பண்ணின புண்ணியம் அது நல்ல விலைக்குப் போணுச்சு. அதிலதான் இந்த வசதி. பட்டினி கெடந்து பசங்க முன்னேறணுமென்று சேத்த காசு. உங்கப்பா எல்லாம் நல்லதுக்கு தான் பண்ணுவாரு.”

“அம்மா அதையெல்லாம் நான் மறுக்கலே. ஆனா நான் கல்யாணம் பண்ணிக்கற பொண்ணு எனக்குப் புடிக்கவேணாமா?”

“புதுக்கறது புடிக்காதது அப்படீன்னு ஒண்ணுமே இல்லப்பா. நீ இப்ப உருவத்தை மட்டும் பாக்கறே. அந்தப் பொண்ணு தயாரிச்ச காபியிலயே அதோட அக்கறை தெரியுது. அது உன்ன நல்லாப் பாத்துக்கும், பொறுப்பா, சிக்கனமா நடந்துக்கும். உங்கப்பா சிவப்பு, நான் கறுப்பு. ஆனா இந்தக் குடும்பத்துக்கு ஏத்த மாதிரி நானு நடந்ததாலதான் இந்த அளவு முன்னேற முடிஞ்சது. எத்தனையோ பொம்பளைங்க உங்க அப்பாவைப் பாத்து ஆசைப்பட்டாங்க. ஆனா அவர் என்னைத்தான் கல்யாணம் பண்ணிக்கிட்டாரு.”

“அம்மா அதுவேற இது வேற.”

“எல்லாமே ஒண்ணுதாம்பா. புரிஞ்சுக்க. உங்க அண்ணன் பண்ணின காரியத்தில ரொம்பவே நொந்து போயிருங்காங்க. நீயும் மறுத்தா நெலை குலைஞ்சி போயிடுவாங்க. அந்தப் பாவம் உனக்கு வேணாம்பா.”

அப்பா அதற்குள் வாசல் கதவைத் திறந்து உள்ளே வந்து கொண்டிருந்தார்.

“பொண்ணு புடிச்சிருக்கின்னு போன் பண்ணி சொல்லிட்டேன். அவங்களுக்கு ரொம்ப சந்தோஷம். நம்பளையே நாள் பாக்கச் சொல்லியிருக்காங்க. அந்தப் பொண்ணுதான் போனை எடுத்துச்சி. அப்பா அப்பான்னு அவ்ளோ அன்பா பேசிச்சி... ... ...”

அதற்கு மேல் அவர் பேசியதைக் கேட்கும் நிலையில் விக்ரமன் இல்லை. அவருடைய அத்தனை சக்தியையும் ஒரே நொடியில் யாரோ உறிஞ்சியதைப்போல இருந்தது. அப்படியே அமர்ந்தவர்தான். ஆனால் அதைப் பற்றியெல்லாம் சிறிதும் கவலைப்படாமல் பஞ்சாங்கத்தை எடுத்து நாள் பார்த்துக்கொண்டிருந்தார் அப்பா.

★ ★ ★

திருமணத்திற்குத் துணி எடுப்பதிலோ, அழைப்பிதழ்கள் அனுப்புவதிலோ விக்ரமன் அக்கறை காட்டவில்லை. 'இழவு வீடு மாதிரி' அவருக்கு இருந்தது. கட்டாயத் திருமணம் பெண்களுககு நடப்பது பற்றிக் கேள்விப்பட்டிருப்பார்கள். தனக்கு நடப்பது அப்படிப்பட்ட சித்ரவதை என நினைத்தார்.

இன்னும் ஐந்து நாட்கள்தான் இருக்கு. வரவேற்பறையில் அமர்ந்ததும் கண்களிலிருந்து தாரை தாரையாகக் கண்ணீர்.

யாரும் பார்க்கக்கூடாது என்று முகம் அலம்பச் செல்லும்போது அம்மா பார்த்துவிட்டார்.

"ஏனப்பா அழுகிறாய்?"

"ஒன்றுமில்லேம்மா."

"உனக்கு இந்தக் கல்யாணத்துல கொஞ்சம்கூட விருப்பமில்லையா?"

"இனிமேல் என்னம்மா பண்ண முடியும்?"

"வேணாம் ராஜா, இப்பக்கூட நிறுத்திடலாம்."

"வேண்டாம்மா. அப்பா உயிரு, அந்த உயிரு எல்லாம் ஒண்ணாப் போகணுமா?"

"நல்லா இருப்பப்பா, கவலைப்படாத."

"நான் கண்கலங்கின விசயம் அப்பாவுக்குத் தெரியவேணாம்."

"சரிப்பா."

"சத்தியம் பண்ணுங்க."

"சத்தியம்பா, என்னை நம்பு."

திருமணம் கலகலப்பாக நடக்கவில்லை. சடங்காக நடந்தது. ஆனால் த்ரிவிக்ரமனைத் தவிர எல்லோரும் மகிழ்ச்சியாக இருந்தனர்.

முதலிரவு - கட்டில் எல்லாம் அழகான மலர்களால் அலங்கரிக்கப் பட்டிருந்தது. கங்கா பால்குவளையுடன் வந்தாள். அவரை நமஸ்காரம் பண்ணச் சொல்லி அறிவுரை வழங்கியிருப்பார்கள் போல. அவள் குனிந்தபோது விக்ரமன் தடுத்தார். "அதெல்லாம் வேண்டியதில்லை.

நான் தூங்க நேரமாகும். நீ வேண்ணா போய்ப் படுத்துக்க." மூலையில் இருந்த டேபிள் மீது மேசை விளக்கு போட்டுக்கொண்டு ஏதோ ஒரு புத்தகத்தை விரித்துப் படிக்க ஆரம்பித்தார்.

"எனக்கும் தூக்கம் லேட்டாதான் வருங்க. நான் ஏதாவது புத்தகம் படிக்கறேன். உங்களுக்கு டீ ஏதாவது வேணுமின்னா சொல்லுங்க. போட்டுத்தரேன்."

"அதெல்லாம் வேணாம்."

கணவன் அன்பாகப் பேசாதது குறித்து எந்த வருத்தமும் இல்லை. அவள் முகம் சலனமற்று இருந்தது. அப்படியே படுக்கையில் அமைதியாக மூலையில் சாய்ந்து அமர்ந்துகொண்டாள். அவளைப் பற்றிச் சிறிதும் பொருட்படுத்தாமல் த்ரிவிக்ரமன் படித்துக் கொண்டிருந்தார்.

கல்யாணப் புடவை, அலங்காரம், சடங்குகளின் புகை ஆகியவற்றில் களைப்படைந்த அவள் தூங்கிப்போனாள். பத்துப்பதினைந்து நாட்கள் இதே தொடர்ந்தது. அரவணைப்பு இல்லாவிட்டாலும் ஆசையோடு ஒரு வார்த்தை... அதுகூட இல்லை.

கங்காவிற்கு மனம் கசங்கியது. 'இவரோட வாழ்க்கையில் நான் தேவையில்லையோ.' சில நேரங்களில் புறக்கணிப்பதற்கு வெறுப்புகூடப் பரவாயில்லை.

விக்ரமன் ஒருநாள் வந்து சாப்பிட்டுவிட்டு அமர்ந்தபோது ஆரம்பித்தாள்.

"ஒன்று கேட்குறேன்னு தப்பா நெனைச்சுக்க மாட்டீங்களே. நாம சென்னைக்கு வந்து ஒரு மாதம் ஆகுது"

"அதுக்கென்ன?"

"நீங்க எங்கிட்ட ஒரு வார்த்தைகூட அன்பாப் பேசல. எனக்கும் ஊரு புதுசு. இவ்ளோ பெரிய ஊருல பயமா இருக்கு."

"அன்பாப் பேசினா பயம் போயிடுமா?"

"எனக்குக் கண்ணைக்கட்டிக் காட்டில் விட்ட மாதிரி பயமா இருக்குங்க."

"சென்னை எனக்குக்கூட ஆரம்பத்தில் அப்படித்தான் இருந்திச்சி. போகப்போகப் பழகிடும்."

"ஒன்றுமில்லை. என்னை உங்களுக்குப் புடிக்கலையா?"

"ஏன் அப்படிக் கேட்கறே?"

சட்டென்று யாருடைய மனத்தையும் வெளிப்படையாகப் புண்படுத்தும் அளவு நாகரிகமற்றவரல்ல அவர்.

“இல்லே, என்னை உங்க மேலே திணிச்ச மாதிரி தோணுது.”

“அப்படியெல்லாமில்லே.”

“உங்களுக்கு என்ன புடிக்கும்னு சொல்லுங்க. சமைச்சி தரேன். இத்தனை நாள் சென்னையில தனியா ஓட்டல் சாப்பாடு தானே சாப்புட்டு இருப்பீங்க?”

“புடிச்சது, புடிக்காததுன்னு ஒன்றுமில்லே. நீயே நல்லாதான் சமைக்கிறே?”

“நாளைக்கு என்ன சமைக்கட்டும்?”

“நாளைக்கி உனக்குப் புடிச்சது சமைச்சிடு.”

தனியாக அமர்ந்து யோசித்தார் விக்ரமன். உடலளவிலும், மனத்தளவிலும் நெருங்குகிற கங்காவைப் பிடிக்காவிட்டாலும் சமையல்காரிபோல நடத்துவது சரியல்ல எனப்பட்டது. ‘அவள் பாவம், என்ன செய்வா?’

இரண்டு நாள் கழித்து “கங்கா” என்று கூப்பிட்டார். தன் பெயரை முதல்முறை விக்ரமன் வாயால் கேட்டது மிகுந்த மகிழ்ச்சி அவளுக்கு. “என்னங்க...”

“நாம ரெண்டு பேரும் இன்னைக்கி மார்க்கெட் போயிட்டு வரலாம் வா.”

கடையில் அவளுக்குப் பிடித்தமான புடவையை வாங்கிக் கொடுத்தார். ‘பரவாயில்லே, அவருக்குப் பிரியம் வந்திடுச்சி’ என நினைத்துக் கொண்டாள்.

வீட்டுக்கு வந்ததும் குளித்து, ஆசையாய் மல்லிகைப் பூ எல்லாம் வைத்துக்கொண்டு வந்தாள்.

“கங்கா, உன்னோட குடும்பம் நடத்துற பக்குவம் வர எனக்கு நாளாகும். அதுவரைக்கும் நான் நல்ல நட்புடன் இருப்பேன்.”

அவள் த்ரிவிக்ரமனை கவனித்துக்கொண்ட விதம் அவ்வளவு நன்றாக இருந்தது. காலையில் அவர் குளித்து முடித்து வருவதற்குள் உள்ளாடைகள், கால்சட்டைக்குப் பொருத்தமான சட்டை எல்லா வற்றையும் எடுத்து வைத்திருப்பாள். காலை ஐந்து மணிக்கெல்லாம் எழுந்து சமைத்து இரண்டு காய், மணக்க மணக்க குழம்பு, ரசம் என்று இரண்டு பேர் சாப்பிடமளவு சாப்பாடு நிரப்பி, பாத்திரத்தில் காய்கறிகளை அடைத்து அனுப்புவாள். விக்ரமன் தனியாக ஒரு நாளும்

சாப்பிடமாட்டார் என்பது அவளுக்குத் தெரியும். சாப்பாட்டைப் பகிர்ந்துகொள்ள யாராவது ஒருத்தரை அழைப்பார். அவர்கள் இவ்வளவு ருசியான சாப்பாட்டை சாப்பிட்டதேயில்லை என்று சான்றிதழ் தருவார்கள். அப்போதெல்லாம் குற்றவுணர்வு ஏற்படும்.

"என்னப்பா விக்ரம், இப்ப எல்லாம் பிரமாதமா டிரஸ் பண்ற, முதல்ல அசமஞ்சமா வந்து நிப்பே, எல்லாம் வைஃப் கைவண்ணமா?"

'நான் தேவையில்லாமல் அந்தச் சின்னப் பெண்மீது கடுமையான நடந்து கொள்கிறேனோ' எனத்தோன்றும். ஆனால் மனம் ஒப்பவில்லை. என்ன செய்வது.

'சாயா இருக்க வேண்டிய இடத்தில் இந்தப் பெண்ணா! அவ வரும்போது அறையே கமகமனு வாசம் வீசுமே.' கங்காவுடன் படுக்கையைப் பகிர்ந்துகொள்வது குறித்து மட்டும் அவரால் எண்ணிப் பார்க்க முடியவில்லை. முழுவதுமாக ஒப்படைக்கும்போது நிகழ வேண்டிய ஒன்றை சடங்காக நிகழ்த்த அவர் விரும்பவில்லை.

கங்கா ஏங்கியது கணவனின் அன்புக்காகத்தானே தவிர காமத்துக்காக அல்ல. இப்போதெல்லாம் ஒரு நாளைக்குப் 'பத்து வார்த்தைகளாவது பேசுகிறாரே' என அவள் மகிழ்ந்தாள்.

'போகப்போக எல்லாம் சரியாகிவிடும்' என நினைத்தாள்.

வெள்ளிக்கிழமை என்றால் சற்று விக்ரமன் மகிழ்ச்சியடைவார். சனியன்று அரைநாள்தான் அலுவலகம். அன்று கங்காவிடம்,

"இன்னிக்கு நாம பீச்சுக்குப் போலாம்."

கங்காவிற்கு கடல் என்றால் மிகவும் பிடிக்கும். அவள் கடலை இதுவரை நேரில் பார்த்ததேயில்லை. திரைப்படங்களில் பார்த்ததோடு சரி. அவள் கடலில் கால் நனைத்துத் துள்ளிக் குதித்தாள்.

"வாங்க! ரெண்டுபேரும் அலையில் கால் வைக்கலாம் ப்ளீஸ்" என்று அழைத்தாள்.

"சே! சே! எனக்குக் கடல்னா அலர்ஜி. உப்புத் தண்ணீ பட்டால் கால் அரிக்கும்" என்றார். அவளுடைய மகிழ்ச்சி காற்றுப்போன பலூன் போல் ஆகிவிட்டது. திரும்பிவரும்போது அவளை அழைத்துக் கொண்டு சாப்பிடச்சென்றார் விக்ரமன்.

அவர் ஆர்டர் செய்த பலகாரங்களையே அவளும் கேட்டாள்.

"உனக்கென்று தனியா விருப்பம் இல்லையா கங்கா?"

"உங்கள் விருப்பமே என்னுடைய விருப்பம். நீங்கள் ஒன்று நான் ஒன்று எனக் கேட்டு சாப்பிட்டா நல்லா இருக்குமா?"

விக்ரமனுக்கு வீட்டுக்கு வந்ததும் வருத்தம் வந்தது 'நான் இன்னும் கொஞ்சம் மனிதத்தன்மையுடன் நடந்துகொண்டிருக்கலாமே.' ஆனாலும் அவரால் முடியவில்லை.

அவர் அவளிடம் கேட்டார் "கங்கா உனக்கு என்மீது கோபமே வரவில்லையா?"

"இல்லீங்க, நீங்க இன்னும் என்னைப்புரிஞ்சிக்கலேன்னு வருத்தம் மட்டும்தான் உண்டு."

"நீ கொஞ்சம் காத்திருக்கணும் கங்கா. ஏன்னா நான் உன்கிட்ட இன்னும் மனசளவு நெருங்கல' அவர் நினைத்துக்கொண்டார். ஆனால் சொல்லவில்லை.

ஒவ்வொருமுறை கங்காவின் அம்மாவிடமிருந்து, விக்ரமின் அப்பாவிடமிருந்தும் கடிதம் வரும்போதும், 'ஏதாவது விஷேசம் உண்டா' என்று சூசகமாக விவரம் கேட்டு முடிக்கப்பட்டிருக்கும்.

"இன்னும் மனைவியாக நான் ஆகவில்லையே" என்று அவள் நினைத்துக்கொள்வாள். விக்ரமனுடைய மனத்தில் 'இவளாக என்னைப் பிடிக்கவில்லை' எனச் சொல்லிப் போய்விடமாட்டாளா என்கிற எண்ணமும் அவ்வப்போது தலைதூக்கும். 'பாவம் வாழாவெட்டியாய்ப் போயி என்ன செய்வா' என்கிற எண்ணமும் வரும்.

விக்ரமன் திருமணம் செய்து ஓராண்டு முடிந்தது. அவள் விக்ரம் கொடுத்த பணத்தில் மிச்சம் பிடித்து அவருக்குத் தெரியாமல் சேமித்து வைத்திருந்தாள். 'ஏங்க! இன்னிக்கு நமக்குக் கல்யாண நாள். இந்தாங்க உங்க பணத்துல உங்களுக்கே தெரியாம நான் சேமிச்ச பணம். இன்னும் கொஞ்சம் பணம்போட்டு ஒரு அழகான ஸ்கூட்டர் வாங்கிக்கங்க"

அவன் எதிர்பார்க்கவில்லை.

அவருடைய நண்பர்கள், மனைவிகள் அடிக்கடி பணம் கேட்டுத் தொல்லை செய்வதாகவும், எத்தனை புடவைகள் வாங்கிக் கொடுத்தாலும் திருப்தி அடையாமல் இருப்பதாகவும் சொல்லுவார்கள். அவர்கள் பண்டிகையின்போது கந்துவட்டிக்குக் கடன் வாங்குவதும் உண்டு. ஆனால் இவ்வளவு பொறுப்பாக மனைவி நடந்து கொள்கிறாளே என அவருக்குப் பெருமையாக இருந்தது.

விக்ரம் வீட்டை உற்று கவனிக்க ஆரம்பித்தபோது, அதில் இருந்த பல மாறுதல்கள் தெரிய ஆரம்பித்தன. புறநகர்ப்பகுதியில் இருந்தாலும் அழகாக அதை கங்கா மாற்றியிருந்தாள். ஆடம்பரம் இல்லாத சிக்கனம் அந்த வீட்டை அலங்கரித்தது. மிச்சம் பிடித்த பணத்தில் நகர் மையத்தில் கடன் போட்டு வீடு வாங்க ஏற்பாடு செய்தாள்.

எல்லாம் சரி, ஆனாலும் அவள் உருவம் மனத்தில் பதியவில்லை. அவள் பரிமாறும்போது சிலநேரம் புடவைத் தலைப்பு விலகினால் முகத்தைத் திருப்பிக் கொள்வார். ‘சொந்தப் பொண்டாட்டிதானே! அப்புறம் என்ன’ என நினைத்துக்கொள்வாள்.

இரண்டு நண்பர்கள் திடீரென அலுவல் நிமித்தமாக அவர் வீட்டுக்கு வந்தனர். சிற்றுண்டி சாப்பிடும் நேரம். இதுவரை அலுவலக நண்பர்கள் யாரும் வீட்டுக்கு வந்ததேயில்லை. ராம், கோபால் என்கிற அந்த இருவரும் பல முக்கியமான பணிகளில் இணைந்து பணியாற்றுபவர்கள்.

“விக்ரம், வீடு சூப்பரா இருக்கு.”

“இவ்வளவு நல்லா அலங்கரிச்சி அழகாக இருக்கற வீட்டை நாங்க இதுவரைக்கும் பாக்கல.”

கங்கா அவசர அவசரமாக பால் பொங்கல் செய்து, கேசரி கிளறி தட்டை நிரப்பி அவர்களுக்கு உணவைப் பரிமாறினாள். நெய் சொட்டச் சொட்டக் கேசரியும், வெண்ணெய் போல் குழைந்த பொங்கலும், பூ மாதிரி இட்லியும், சாம்பாரும், புதினாச் சட்னியும் அவர்களுக்கு நாக்கில் எச்சில் ஊற ‘இன்னும் கொஞ்சம்’ என்று கேட்டுக் கேட்டுப் பரிமாறிய விதமும் அவர்களைத் திக்குமுக்காடச் செய்தது.

அவர்கள் அலுவலகத்தில் சென்று அவர்கள் நட்பு வட்டாரத்தில் “விக்ரம் ரொம்ப குடுத்து வச்சவன்டா, அவனோட மனைவி தங்கம். அவ்வளவு அருமையா சமைச்சி அன்பா பரிமாறினாங்க. அப்படி ஒரு மனைவி அமையறது கஷ்டம்” என்று தம்பட்டம் அடித்தார்கள்.

விக்ரமின் ஒட்டுமொத்த நட்பு வட்டமும் அந்த ஞாயிற்றுக் கிழமை மதியம் சாப்பாட்டுக்கு வருவதாகச் சொல்லிவிட்டார்கள். விக்ரமுக்கு இதெல்லாம் பிடிக்கவில்லை. சேகர் என்கிற ஒருவனுடைய நம்பிக்கைத் துரோகத்திற்குப் பிறகு அலுவலக சமாச்சாரங்களை அலுவலகத்திலேயே கழற்றிவிட்டு வருவதில் குறியாக இருப்பார். ஆனால் சாப்பாட்டுக்கு வந்துதான் தீருவேன் என்று சொல்லும்போது எப்படி மறுக்க முடியும்.

“கங்கா, வர்ற ஞாயிற்றுக்கிழமை, எங்க ஆபீஸ்லயிருந்து பத்துப்பேர் மத்தியானம் சாப்புட வர்றாங்க. உனக்கும் பாவம், கூட உதவிக்குக்கூட யாரும் இல்லை. நான் வரவேணாம்னு சொல்லமுடியாத நெலமை. அவங்க முன்னாடி நாம விலகி இருக்கறது தெரிய வேணாம். பாத்து நல்லா சமை.”

“அதுக்கென்னங்க, நாலு பேர் சாப்புடறது நமக்குத்தாங்க புண்ணியம். அதெல்லாம் தடபுடலா கவனிச்சிடலாம்.” வந்த நண்பர்

களுக்குச் சிற்றுண்டி சாலைகளில் கிடைத்திராத மண்ணுக்குரிய சமையலாக கங்கா பார்த்துப் பார்த்து சமைத்தாள். இலை முழுவதும் வித்தியாசமான உணவு.

அவள் பரிமாறிய விதமும், உபசரித்த பாங்கும் அந்த நண்பர்கள் வயிற்றை நிரப்பின. அவர்கள் சாப்பாட்டை முடித்தபிறகு வெள்ளித் தட்டில் கொழுந்து வெற்றிலை, ரசிகலால் பாக்கு, செஞ்சுண்ணாம்பு, ஏலக்காய் என்று தாம்பூலம்.

எல்லோரும் போன பிறகு, விக்ரம் கங்காவிடம் சொன்னார் "ரொம்ப தேங்ஸ்மா. ஆனா, நீயே வம்பை வரவழைச்சிக்கிட்ட. அடிக்கடி என்னோட நண்பர்கள் உன்னோட சாப்பாட்டை சாப்புட வந்து தொல்லை குடுப்பாங்க." சிரித்துக்கொண்டார்.

"வரட்டுங்க, சாப்பாடு போட்டு யாரும் ஏழையாக மாட்டாங்க."

கங்காவின் வரவின் பிறகு தனக்கு எல்லாம் நல்லதாக நடப்பதாக அப்பா ஊருக்குப் போனபோது சொன்னார். "விக்ரம் உன்னோட கங்கா வந்தபிறகு ரொம்ப நாள் வழக்கில் இருந்த நிலம் நம்பேருக்கு முடிவாயிருக்கு. உங்கம்மா சந்தோசமா இருக்கா. அந்தப் பொண்ணு ராசியான பொண்ணு."

அலுவலகத்தில் இரண்டுபேர் பேசிக்கொண்டிருந்தது அவர் காதில் விழுந்தது.

"விக்ரமன் ரொம்ப அதிர்ஷ்டம் செஞ்சவருப்பா."

"எப்படி சொல்ற?"

"குணவதியான மனைவி."

"அப்படியா!"

"நாம எவ்வளவோ கஷ்டப்படறோம். தினமும் மத்தியானம் தயிர் சாதத்தை விட்டா வேற வழியில்ல. ஆனா விக்ரமன் மனைவி அவ்வளவு நல்லா சமைக்கிறாங்க. வீட்டைப் பாத்துக்கறாங்க. வாயே பேசறதில்ல."

"வீட்டுப் பணத்தை மிச்சம் செஞ்சி ஸ்கூட்டர் எல்லாம் வாங்கியிருக்காங்க."

"குடுத்து வச்ச மகராசன்."

விக்ரமன் மனம் லேசாக அசையத் தொடங்கியது. 'ஒரு நல்ல பெண்ணை ரொம்பப் படாதபாடு படுத்தறமோ' அன்று மாலை அவராக நான்கு முழம் பூ வாங்கிக்கொண்டு மனைவிக்கு இன்ப அதிர்ச்சி தரவேண்டும் என ஸ்கூட்டரில் விரைந்தார். திடீரென நடுவில் ஒரு சைக்கிள் வந்துவிட பதற்றத்தில் 'சடன் பிரேக்' போட அப்படியே சாய்ந்தார். கணுக்கால் மீது ஒட்டுமொத்த ஸ்கூட்டர் சாய, மரணவலி.

சிரமப்பட்டு வீட்டுக்கு வந்து இறங்கினார். விழுந்த இடத்திலேயே பூப்பொட்டலம் விழுந்து கசங்கிப்போனது. கால் வீக்கத்தைப் பார்த்ததும் கங்கா பதறிப்போனாள்.

“என்னங்க! கால் இப்படி வீங்கியிருக்கு.”

“கீழே விழுந்திட்டேன்.”

“அச்சச்சோ!”

“பேசாம பஸ்ல நல்லபடியா போய்க்கிட்டிருந்தேன். வீணா ஸ்கூட்டர் வாங்கி இன்னிக்கு உயிரே போற மாதிரி ஆயிடுச்சி.”

கோபத்தில் சுருக்கென்று வார்த்தைகளைக் கொட்டினார். கங்கா அழுகையைக் கட்டுப்படுத்த முடியாமல் முந்தானையால் முகத்தை மூடிக்கொண்டு உள்ளே ஓடினாள்.

சிறிது நேரத்திலேயே வீங்கிய கண்களோடு வந்தவள், “வாங்க, உடனே ஆஸ்பத்திரிக்குப் போகலாம்.”

“ஏதோ அடிபட்ட ஆத்திரத்தில் சொல்லிட்டேன் அதுக்காக இப்படி அழணுமா?”

“இல்லீங்க, தப்பு என் மேலதாங்க. உங்களுக்கு அடி எவ்வளவு பலமாய் பட்டிருந்தா இந்தமாதிரி சொல்லியிருப்பீங்க. அதெல்லாம் பரவாயில்லீங்க, கோழி மிதிச்சா குஞ்சி முடமாயிடப் போவுது. உடனே ஆஸ்பத்திரிக்குப் போகலாங்க.”

“ஏதாவது சுளுக்குதான் இருக்கும். எண்ணெய்போட்டு தேச்சா சரியாய்டும். இதுக்க எதுக்கு ஆஸ்பத்திரி?”

“அய்யப்போ! இல்லீங்க. இது அவ்வளவு சுலபமான பிரச்சினை இல்லீங்க. நாம டாக்டரப் பாக்கறதுதான் நல்லது.”

“வாய வைக்காதே.”

“நீங்க என்ன எவ்வளவு வேண்ணா திட்டுங்க, அதைப்பத்தி எனக்குக் கவலையில்லை. இருங்க ஆட்டோ புடிச்சுக்கிட்டு வரேன்.”

கங்காவின் பிடிவாதத்தில் விக்ரமன் ஆஸ்பத்திரிக்குச் செல்ல எழுந்தார். யானைக்கால் மாதிரி இடதுகால் வீங்கியிருந்தது. ஒரு எட்டு எடுத்து வைக்கமுடியவில்லை. கங்கா தோள் கொடுத்தாள். அவன் வலதுகையை அவள் இடது தோளில் வைத்து முழுபாரத்தையும் அவள் மீது போட்டு நடந்தார். அவள் மூச்சுப் பிடித்துக்கொண்டு அந்த எடையைத் தாங்கினாள். முதல் முறையாகக் கணவனின் கை உடலில் படுகிறபோது, ஏற்பட்ட ஸ்பரிசம் அவளைக் குறுகுறுக்க வைத்தது.

பக்கத்திலிருந்த மருத்துவர் சொன்னார் "அநேகமா எலும்பு முறிவா இருக்கும், எக்ஸ்ரே எடுங்க." அவர் சொன்னது சரியாக இருந்தது. எலும்பு முறிவுக்கான சிறப்பு மருத்துவமனை கீழ்ப்பாக்கம் ஆவடி சாலையில் இருந்தது. அங்கு டாக்டர் நடராஜன் ரொம்பப் பிரசித்தம். அவருக்குப் பரிந்துரை கடிதம் கிடைத்தது.

டாக்டர் நடராஜன் நல்ல மனிதராகவும் இருந்தார். அண்ணாவுக் கெல்லாம் வைத்தியம் பார்க்கிறவராம். "சின்ன ஃப்ராக்சர்தான். ஒருவாரம் இருந்தாப்போதும். சின்ன சர்ஜரி தேவை. அதுக்கப்பறம் ஒருவாரம் ஆஸ்பத்திரியில் படுக்கையில் இருங்க. பிறகு ஒரு மாதம் வீட்ல படுக்கையில் இருந்தா சரியாயிடும். கால் அளவு குறைய வாய்ப்பு இல்லே. அதனால் தைரியமாயிருங்க."

"எங்க அப்பாவுக்குத் தந்தி குடு கங்கா."

"வேணாங்க, பெரியவங்க என்னமோ ஏதோன்னு பயப்படுவாங்க. ஆஸ்பத்திரி சூழல் அவங்களுக்கு வேதனையா இருக்கும். உங்க நடைதான் கம்பீரம். நீங்க படுக்கையில் இருக்கறதைப் பார்த்தா மனசு உட்டுடுவாங்க. நான் இருக்கேன்."

"கங்கா, படுக்கையில இருந்து எந்திரிக்கக்கூட முடியாது. என்னோட டாய்லட் தேவைகளைக்கூட நிறைவேத்த முடியாது."

"அதுக்கு ஏன் கவலைப்படறீங்க, நான் இருக்கேன்."

டாக்டர் நடராஜன் அடுத்தநாள் காலையே அறுவை சிகிச்சையை முடித்தார். மாலை 6.00 மணிக்குப் பின் தண்ணீர்கூட குடிக்க அனுமதியில்லை. மயக்க மருந்து வினையாகிவிடக் கூடாது என்று இந்த ஏற்பாடு.

ஒரு மணி நேரம் அறுவை சிகிச்சை நடந்தது. அதற்குப் பிறகு அறைக்கு அழைத்துவரப்பட்டார். வெகுநேரம் மயக்கத்திலேயே இருந்தார். விழித்தவர் சுற்றும் முற்றும் பார்த்தார்.

"கங்கா, ரொம்ப வலிக்குது."

"இருங்க, நர்ஸைக் கூப்புடறேன்."

நர்ஸ் வந்து வலிபோக்கி மருந்து ஒன்றைக் கொடுத்தாள்.

"கங்கா, யூரின் வருது." அவருக்கு மிகவும் சங்கோஜமாக இருந்தது. தன்னுடனான மனைவியின் நெருக்கம் விபத்தின் காரணமாக அருவருப்பான சூழலில் நிகழ்கிறதே என்ற வருத்தம் வேறு.

அவள் அதற்கென கொடுக்கப்பட்ட நீள பிளாஸ்டிக் குடுவையை எடுத்துவந்து, முகத்தைத் திருப்பிக்கொண்டு நீட்டினாள். அவர் அதில் சிறுநீர் கழிக்க, கண்ணை மூடிக்கொண்டு பஞ்சால் துடைத்து சுத்தப்படுத்தினாள்.

"கங்கா, ரொம்ப சாரிம்மா, உன்னை ரொம்பக் கஷ்டப் படுத்திட்டேன்."

"என்னங்க அந்நிய மனுசி மாதிரி வேறுபடுத்திப் பேசறீங்க. தாம்பத்தியம்ங்கறது இந்த மாதிரி நேரத்துலதாங்க முக்கியம்."

'கங்கா, எவ்வளவு முதிர்ச்சியோடு பேசுகிறாள். பெண்களுக்குச் சின்ன வயசுலயே முதிர்ச்சி வந்துருது.' விக்ரம் நினைத்துக்கொண்டார்.

ஒருவாரம் வரை உணவு கொடுப்பது, கழிவு அகற்றுவது, படுக்கையிலேயே பஞ்சுக்குளியல் கொடுப்பது, இடைப்பட்ட நேரத்தில் பழங்கள், காய்கறிகளைக் கொடுத்து அவருக்கு மலச்சிக்கல் வராமல் பார்த்துக் கொள்வது என எல்லா வகையிலும் ஆதரவாக இருந்தாள். அவருக்குப் பொழுதுபோக வாரப் பத்திரிகைகள் வாங்கி வருவது, கணவனுக்கு வலி தெரியாமல் பார்த்துக்கொள்வது என முழுநேரத் தாதியாக மாறினாள்.

ஒரு வாரம் கழிந்ததும் வலதுகாலை ஊன்றி குச்சியுடன் நடக்கப் பயிற்சி தந்தனர்.

"டாக்டர், ஒருவாரமா குளிக்காம இருந்து ரொம்ப கஷ்டமாயிருக்கு."

"இன்னிக்குக் காலையில் தையல் பிரிச்சிடுவோம். இன்னிக்குச் சாயந்தரம் தாராளமா குளிக்கலாம்."

குச்சியை ஊன்றி வலதுகாலால் நொண்யடித்துக்கொண்டு மனைவியின் துணையுடன் குளியலறைக்குச் சென்றார். விக்ரமன். உடைகளைக் களைந்து பிறந்த மேனியுடன் கங்காவின் முன் அமரும்போது, ஒருவார அன்மையின் காரணமாக எந்தத் தயக்கமும் இல்லை. சோப்பைத் தேய்த்து குளித்துவிடும்போது இருவருக்குமே உணர்ச்சிகள் கொந்தளித்தன. ஆண்மையின் ஆற்றலை உணர்ந்தார்.

வீட்டுக்கு வந்ததும் ஒரு மாதம் கணவனுக்கு எல்லாப் பணிவிடை களையும் பார்த்துப் பார்த்து அக்கறையுடன் செய்தாள். இடது காலை உபயோகப்படுத்தாததால் சூம்பிப்போய் இருந்தது.

நடராஜன் டாக்டர் "கவலைப்படாதீங்க, நடக்க ஆரம்பித்ததும் சரியாயிடும் இன்னும் ஒரு மாசத்துக்குக் குச்சியை ஊனி இடதுகாலை யும் ஊணி நடக்கலாம்."

பிறகு எக்ஸ்ரே எடுத்ததுல கால் சரியாகி இருந்தது. "இனி குச்சி தேவையில்லை. மெதுவா நடக்கப்ப பழகுங்க. தாண்டவோ, குதிக்கவோ, ஓடவோ கூடாது."

கங்கா வீட்டுக்கு வந்ததும் சொன்னாள், "உங்களுக்கு கால் சரியானதும் திருப்பதிக்குப் போறதா வேண்டியிருக்கேன், இப்ப உங்க அப்பா, அம்மாவுக்குச் சொல்லிவிடலாம்."

விக்ரமனுடைய அப்பா அம்மா பதறிக்கொண்டு ரயிலைப் பிடித்துக்கொண்டு ஓடி வந்தனர்.

"என்னப்பா ஆச்சு" அழுதாள் அம்மா.

"அம்மா தப்பு என் மேல. அவரு பஸ்ல போய்க்கிட்டு இருந்தாரு. நான்தான் கட்டாயப்படுத்தி ஸ்கூட்டர் வாங்கிட ஏற்பாடு செஞ்சேன். அதில் வந்ததுதான் இந்த வினை" கண்கலங்கியவாறு கங்கா சொன்னாள்.

"கங்கா, அன்னிக்கு ஏதோ தெரியாம சொல்லிட்டேன். அதை இப்பச் சொல்லிக் காமிக்கணுமா?" விக்ரமனும் கண் கலங்கினார்.

"ஏய், ஒண்ணும் அழாத இப்பத்தான் நல்லா நடக்கறானே. இதுக்கெல்லாம் அழுதா முடியுமா? வாழ்க்கையில் இதெல்லாம் சகஜம்" எப்போதும் போல நம்பிக்கையுடன் அப்பா, அம்மாவைத் தேற்றினார்.

ஒரு வாரம் அவர்கள் மருமகளின் விருந்தோம்பலை அனுபவித்தார்கள். ரொம்ப கௌரவமானவர்கள். மகன் வீட்டிற்கு வருவதைக்கூட கௌரவக் குறைச்சலாக எண்ணுபவர்கள். ஆனால் கங்காவின் உபசரிப்பு, வாய்நிறைய அப்பா, அம்மா என அழைப்பது, அவர்களுக்குப் பிடித்த மீன் குழம்பு வைத்துத் தருவது என அவர்களுக்கு வேறு வீட்டில் இருக்கிற உணர்வே இல்லாமல் செய்தது. இத்தனைக்கும் கங்கா மீனோ, மாமிசமோ சாப்பிடமாட்டாள்.

"இந்தப் பொண்ணு எவ்வளவு ஆசையா அலையுது பாத்தீங்களா!"

"ஆமாம், நான் அதனாலதான் இந்தப் பொண்ணையே கட்டி வைக்கணும்னு பிடிவாதம் பிடிச்சேன்."

இருவரும் ஊருக்குப் போவதற்கு முதல்நாள் ஆட்டோபிடித்து கடைவீதிக்குச் சென்று ஏதேதோ வாங்கி வந்தார்கள். கங்காவிற்குப் புடவை, வீட்டிற்குத் தேவையான சாமான்கள், புதிய குக்கர் என்று அவர்கள் அன்பைப் பொருள்களின் மூலமாகத் தெரிவித்தனர். தங்களுக்காக அந்தப் புது ஊரில் ஒன்றுமே வாங்கிக்கொள்ள விரும்பவில்லை. அவர்களுக்கு வீடு நிரம்ப மருமகள் கிடைத்ததில் திருப்தி. மறுநாள் அவர்கள் ஊருக்குக் கிளம்பும்போது கங்கா அழுதாள்.

“அப்பா, அம்மா இன்னும் ஒரு வாரம் இருக்கக்கூடாதா.”

“கொஞ்சம் முக்கியமான வேலையிருக்குமா. போட்டது போட்டபடி கிடக்க புறப்பட்டு வந்துட்டோம். பின்னாடி வர்றோம்.”

“பேசாம இங்கேயே வந்து எங்களோட தங்கிடுங்க.”

“மகன் சொல்லவேண்டியதை மருமகள் சொல்றயே, அதுவரைக்கும் சந்தோஷம்மா.” அவர்கள் போனதும் வீடு வெறுமையானது.

“கங்கா, நாளைக்கு நான் ஆபீஸ் போறேன்.”

“ஒரு ஆட்டோ பேசிக்கலாம். ஒரு ரெண்டு மாசம் ஆட்டோவிலேயே போய்ட்டு வர்றது நல்லது. உங்க கால் ஸ்ட்ராங்கா இருக்கணும்னு பிரண்டையில் சூப்பு பண்ணித் தருவேன். அதை மட்டும் நீங்களே குடிங்க.”

முதல்வாரம் விக்ரமனுக்குக் களைப்பாக இருந்தது. இரண்டு மாதம் நண்பர்கள் பார்க்க வருவார்கள். ஆனால் மிகவும் புரிதல் இருந்ததால், ஐந்து நிமிடங்களில் கிளம்பிவிடுவார்கள்.

விக்ரமன் வீட்டுக்கு வந்ததும், சுடுதண்ணீர் போட்டுக்கொடுத்து குளிக்கசெய்து, சுடச்சுட சப்பாத்தி செய்து பரிமாறுவாள் கங்கா.

அன்று படுக்கச் செல்லும் முன் வெகுநேரம் விக்ரமன் யோசித்தார்.

‘மனிதநேயமும், பாசமும் கொண்ட இந்தப் பெண் எவ்வளவு உயரமாய் எழுந்து நிற்கிறாள். அவள் முன் நான் எவ்வளவு குறுகிவிட்டேன்.’

“கங்கா, கங்கா.”

“தோ வந்துட்டேனுங்க.”

“நீயும் குளிச்சிட்டு வந்திடு.”

அன்று பிரிந்திருந்த கட்டில்கள் சேர்ந்தன.

குளித்து முடித்து தழையத் தழையப் புடவைக் கட்டி பூச்சரத்துடன் மணக்கும் வாசனையுடன் கங்கா படுக்கையறைக்குள் நுழைந்தாள். கையில் பால் குவளை.

“இந்தாங்க.”

வாங்கிக்கொண்டார்.

“இன்னிக்கும் ஒண்ணும் படிக்கிற வேலையில்லையே.”

விக்ரமன் முதல்முறையாக வாய்விட்டுச் சிரித்தார்.

“உனக்கு நகைச்சுவை உணர்வுகூட இருக்கே.”

“நான் என்ன ஜடமா?”

மறுபடியும் சிரித்தார்.

பாதி குடித்துவிட்டு மீதியை அவளுக்குக் கொடுத்தார். அவள் அதை அமிர்தமாய் நினைத்து ருசித்து சாப்பிட்டாள்.

"கங்கா என் மேல் கோபமா?"

"இல்லீங்க, சத்தியமா இல்லே."

"உன்னை இத்தனை நாள் மனைவியாவே நடத்தலயே."

"ஆனா உங்ககிட்ட லேசா இழையோடிய அன்பை என்னால புரிஞ்சிக்க முடிந்தது."

"உன் மேல் எனக்கு எந்த வெறுப்பும் இல்லை. ஆனால் நல்லாப் புரிந்ததுக்குப் பிறகு நடக்கற இந்த நெருக்கம் மனசுக்கு சந்தோஷமாக இருக்கு இல்லையா?"

"ஒரு மனைவி கணவனுக்கு எல்லா வகையிலும் சந்தோஷத்தையும், திருப்தியையும் வாரி வழங்குறதுலதான் நிம்மதி. நீங்க திருப்தியா சாப்புட்டாலே எனக்குப் பாதி வயிறு நிரம்பிடும். உங்க ருசிதான் என் ருசி. அப்படி மாத்திக்கிட்டாதான் வாழ்க்கை நல்லா இருக்கும்."

"சரி, சரி பேசற நேரமா இது."

விக்ரமன் ஓடிச்சென்று மின்விளக்கை அணைத்தார். கங்கா ஏற்றி வைத்திருந்த அகல் விளக்கு மாத்திரம் கண்சிமிட்டி எரிந்து கொண்டிருந்தது. கங்காவை இறுக்க அணைத்துக்கொண்டார். அவள் உடல் முழுவதும் ஜவ்வாது வாசம். முதன்முதல் பட்ட ஆணின் ஸ்பரிசமும், அதன் கம்பீரமும் கங்காவை மயக்கம் கொள்ளச் செய்தது. இருவரும் ஒருவரை ஒருவர் உடல் ரீதியாகத் துழாவினார்கள். உடல் மூலம் உடலைக் கடக்கக் கற்றுக்கொண்டனர்.

இருவரும் அன்று தம்பதிகளாக முழுமையடைந்தனர்.

மறுநாள் கங்காவை அவர் பார்த்த விதமும், அவள் அவரிடம் நடந்துகொண்ட உரிமையும் மாறியிருந்தன. ஆனால் இப்போதுகூட அவரிடம் கங்கா மீது சின்ன எதிர்ப்பு இருந்ததை உணர முடிந்தது. தாம்பத்தியம், வாழ்வின் மீது ஏற்பட்ட சமீபம் அவர்களுக்குள் ஏற்படுத்திய அந்யோன்யத்தை அதிகரிக்கச் செய்தது. கங்காவிற்குத் தன் உடல் மீதும், வாழ்க்கை மீதும் ஏற்பட்ட பிடிப்பு அதிகரித்தது. அலுவலகத்தின் இறுக்கம் இப்போதெல்லாம் குறைந்திருப்பதையும், ஒவ்வொரு மாதமும் மூன்று நாட்கள் இம்சையாயிருப்பதையும் விக்ரமன் உணர்ந்தார். ஆனால் கங்காவிற்கு உடலைத் தாண்டி கணவனின் நெருக்கமும், அன்பும் வாழ்வைப் புதுப்பிக்கச் செய்தன. அவளுக்கு ஒவ்வொரு நாளும் சுவாரசியமாய் விடிந்தது. கணவனின் காலடி ஒலிக்காகக் காத்திருப்பதில் அவள் மகிழ்ச்சியடைந்தாள்.

அந்த ஆண்டு கோடையின்போது விடுப்பு எடுத்துக்கொண்டு கொடைக்கானல் சென்றார். அதிகப்பணிகள் இல்லாதபோது கங்கா இன்னும் அதிகநேரத்தைக் கணவனுடன் செலவழிக்க முடிந்தது.

இப்போதும் விக்ரமன் அலுவலகம் செல்லும்போது ஸ்கூட்டரைத் தான் பயன்படுத்தினார்.

"உங்களுக்கு பஸ்தான் வசதி அப்படீன்னிங்க. பேசாம ஸ்கூட்டரை வித்துடலாமே."

"ஏதோ அன்னிக்குக் கோபத்துல சொல்லிட்டேன். இனிமேல் பஸ்ல போறது கஷ்டம்."

கங்காவின் அப்பாவும், அம்மாவும் வந்திருந்தனர். விக்ரமன் அவர்களிடம் மிகவும் மேன்மையாக நடந்துகொண்டார்.

"என்னம்மா எங்களுக்கும் வயசாகுது."

"அதுக்கென்னம்மா."

"சீக்கிரம் ஒரு குழந்தையைப் பெத்துக்குடும்மா."

"கல்யாணமாகிப் பல வருஷம் ஆயாச்சி. இனிமேல் கேள்வி கேக்கறவங்களுக்கு பதில் சொல்லமுடியாது."

"நிச்சயம், நல்ல சேதி வரும்."

"நாங்க உங்கிட்டருந்து வர்ற கடிதாசியை எதிர்பார்த்துக் காத்திருப்போம்."

கங்காவின் பெற்றோர் தாராளமனம் படைத்தவர்கள். நிறைய பொருட்களை வாங்கிக் குவித்திருந்தனர். அந்த அம்மாவின் முன் வழுக்கை மாத்திரம் விக்ரமனுக்கு பயமாகவே இருந்தது.

"அம்மா, அந்தக் காக்கா வருதாம்மா?"

"இல்லேம்மா, இரண்டு மூணு மாசமா வரதேயில்லை."

"ஏம்மா என்னாச்சி?"

"தெரியலேம்மா, நீ போன பிறகு என் கையில் பிஸ்கட் சாப்பிட ரொம்பத் தயங்கும். பிறகு சகஜமாயிடுச்சி. ஆனா இப்ப காணோம். ஒருவேளை செத்துப்போயிடுச்சோ என்னவோ."

"அச்சச்சோ!"

கங்காவிற்குக் காகம் வராதது துக்கமாக இருந்தது.

அன்று இரவு விக்ரமன் ஆசையுடன் நெருங்கும்போது அவள் சொன்னாள் "இன்னிக்கு மன்னிச்சிடுங்க. என்னால முடியாது."

"ஏன் கங்கா, நான் நல்ல மூடில் இருக்கேன்."

"சாரிங்க. அந்தக் காக்கா செத்துப்போச்சாம்."

"என்ன கங்கா, சாவுங்கறது இயற்கையானது. அதுவும் காகம். நாம என்ன பண்ணமுடியும். இவ்வளவு சென்சிடிவ்வாக இருக்கக்கூடாது."

அன்று கங்கா ஒத்துழைக்காதது அவருக்குப் பெரிய ஏமாற்றமாக இருந்தது. ஆனால் கங்கா பல உணர்ச்சிகளை உள்ளுக்குள்ளேயே வைத்துக் கொள்ளும் மென்மையானவள் என்பதையும் அவர் உணர்ந்தார்.

ஒவ்வொரு மாதமும் கங்கா எதிர்பார்ப்பாள். ஆனால் மாதவிலக்கு வந்துவிடும். குழந்தை இல்லாத ஏக்கம் அவளுக்கு அதிகமானது. விக்ரமனுக்கும் பெற்றோர்களுக்குப் பதில் சொல்லி மாளவில்லை.

"கங்கா, தப்பா எடுத்துக்காதே, நாம குழந்தை இல்லாதது சம்மந்தமா டாக்டர்கிட்ட செக் அப் செய்துக்கலாமா?"

"நானே சொல்லணும்னு நெனைச்சேன்."

இருவரையும் டாக்டர் பரிசோதித்தார். பெண் மருத்துவர் அவர். தனியாக கங்காவை உள்ளே அழைத்தார். கங்கா பத்து நிமிடங்களுக்குப் பிறகு வெளியே வந்தாள். கண்கள் கலங்கியிருந்தன.

"எனக்குத்தான் பிரச்சினையாம். மாத்திரை சாப்பிட்டா சரியாயிடும்."

விக்ரமன் "என்ன பிரச்சினை, எங்களுக்காவது ஆயிரம் டென்ஷன். வீட்டுல சாப்பிட்டு சும்மா இருக்கற உனக்கு என்ன பிரச்சினை?" என்று வார்த்தைகளைக் கொட்டினார்.

கங்கா சுருங்கிப்போனாள். ஆனால் சண்டை போடவோ, கணவனை ஒதுக்கவோ அவள் காத்திருக்கவில்லை. ஓராண்டு அவள் மருத்துவத்தை முறையாகக் கடைப்பிடித்தாள்.

மாதம் ஒருமுறை மருத்துவரிடம் செல்வார்கள். அந்த மருத்துவர் சாமுண்டி, அவரிடம் நிறைய கவுன்சிலிங் செய்தார்.

"மிஸ்டர் விக்ரம், நீங்கள் அடிக்கடி மனைவியை அழைச்சிக்கிட்டு வெளியூர் போகணும். அவருடைய மன அழுத்தம் குறைஞ்சா எல்லாம் சரியாயிடும். புரியுதா?"

இப்போது பணியில் தளர்த்திக்கொண்ட விக்ரமன் வெளியூர் அழைத்துச் செல்வதும், வாரம் ஒருமுறை பாடாவதிப்படமாக இருந்தாலும் கூட்டிச் சென்றார்.

ஓராண்டில் அதற்குப் பலன் கிடைத்தது. அழகிய மகன். ஆனால் பிரச்சினையுடன். அந்தக் குழந்தையோடு கங்கா பட்டபாடு சொல்லிமாளாது. அவள் உடல் உருக்குலையும் அளவு அதற்கு சேவை

செய்திருப்பாள். இரவு முழுவதும் தூங்காமல் புரண்டு புரண்டு படுப்பாள். மனம் முழுவதும் கனக்கும். மூளையில் கம்பளிப்பூச்சி ஊறுவதுபோல இருக்கும். குழந்தையோ உடல் கோளாறு மனத்தையும் பாதிக்க, அம்மாவிடம் அத்தனை கோபத்தையும் கொட்டித் தள்ளும். அடிக்கும், உதைக்கும். உடலைக் கெடுக்கும் உணவு வகைகளைக்கேட்டு அடம் பிடிக்கும். அத்தனை இம்சைகளையும் எட்டு ஆண்டுகள் தாங்கிக்கொண்டு அந்தக் குழந்தையை வளர்ந்தெடுத்து சரியாக்கினாள். இன்னொரு குழந்தை வந்தால் இந்தக் குழந்தையின் மீது பாசம் போய்விடும் என்பதால் ஒன்றேபோதும் என்று அவள் இருந்தாள்.

எட்டு ஆண்டுகள் தாம்பத்யம் என்பது துளியும் இல்லாமல் சிந்தனை முழுவதும் குழந்தையின் நலனை மாத்திரம் மனத்தில் வைத்து அவள் இயங்கினாள். தினம் ஒரு பிரச்சினை. மனரீதியாக அந்தக் குழந்தை எதிர்கொள்ளும் தொல்லைகள். அறுவை சிகிச்சைகள் முடியும்போது, வலியைச் சகித்துக்கொள்ள முடியாமல் குழந்தை அலறும் அலறல். தனியொரு மனிஷியாய் அவள் அத்தனை துயரத்தையும் எதிர்கொண்டாள். அப்போதும் கணவனுக்கோ, மாமனார், மாமியாருக்கோ செய்ய வேண்டிய சம்ரட்சணைகளில் ஒரு குறையும் வைத்ததில்லை.

எட்டு ஆண்டுகள் முடிந்து சகஜமான குழந்தையாக அது மாறிய போதுதான் அந்த வீட்டில் குதூகலமும், மகிழ்ச்சியும், சிரிப்புச் சத்தமும் கேட்க ஆரம்பித்தன. ஆனால் அதில் எண்பது ஆண்டுகளுக்கான சோர்வும், வயோதிகமும் அவளுக்கு வந்துவிட்டன. ஒரு நாள் சமையல் செய்யும்போது கண்கள் இருண்டன.

த்ரிவிக்ரமன் நினைத்துப் பார்த்தார். 'ஒரு நாள் கூட சிரமத்தையோ, வேதனையையோ கங்கா என்னிடம் சொன்னதேயில்லையே. பூமா தேவியைப் போல அனைத்தையும் பொறுத்துக்கொள்வாளாயிற்றே அவள்.'

அவ்வளவு அன்புடன் வளர்த்த, அபூர்வமாகப் பூத்த குழந்தையின் மரணம் விக்ரமனுக்கு அந்த நொடியில் பயங்கர கோபத்தை ஏற்படுத்தியது.

"மலடா இருந்து வைத்தியம் பார்த்துப் பிறந்த குழந்தையைப் பாத்துக்காம இப்படி சாகடிச்சிட்டியே." ஒவ்வொரு சொல்லும் ஈட்டியாய் கங்காவின் இதயத்தைக் குத்தின. அவளும் அன்று மதியம் தூங்கிவிட்டாள். மகன் இப்படிக் கயிற்றில் கழுத்தை நுழைத்துக் கொண்டு போர்டிகோவில் குதிப்பான் என அவள் எதிர்பார்த்து, கண்டுகொள்ளாமல் விட்டதுபோல இருந்தது விக்ரமனுடைய சுடுசொற்கள்.

இவருடைய இயலாமை கங்காவை முழுவதுமாகக் காயப்படுத்தியது. துள்ளுகிற குழந்தையோட சென்றவர்கள் அதைச் சருகாகக் கொண்டு வந்து வீடு சேர்ந்தார்கள். அந்தத் துயரம் அந்த வீட்டை இறுக்கமாக்கியது.

எல்லாச் சடங்குகளும் முடிந்தன. இனி அழுவதற்குக் கண்ணில் நீரில்லை என்கிற அளவிற்கு அழுது முடித்தாயிற்று. விக்ரமன் உறவினர்கள் எல்லோரும் சென்றபிறகு குழந்தையின் மரணம் அந்த வீட்டின் வெறுமையைப் பல மடங்கு அதிகப்படுத்தியிருப்பதை அறிந்தான். கங்கா அந்தப் பதின்மூன்று நாட்களில் தேய்ந்து திருக்கட்டையாகியிருந்தாள்.

விக்ரமன் மனைவியிடம், “தோபாரு, உன்னோட மூஞ்சிலேயே முழிக்க நான் விரும்பலே.” அவள் பொங்கி வந்த அழுகையை மறைத்துக்கொண்டு சொன்னாள்: “உங்களை விட்டா நான் எங்கங்க போவேன். என்னோட அப்பா, அம்மா இப்ப உயிரோட இல்லே என் மேலே எந்தத் தப்பும் இல்லீங்க.”

“எனக்கு உன்னைப் பாத்தா வெறுப்பா இருக்கு.”

அவளால் அதற்கு மேல் அழாமல் இருக்க முடியலே. “உங்க வேலைக்காரியா இந்த வீட்டுல ஒரு மூலையில இருந்திட்டுப் போறேன்.” அவள் கெஞ்சினாள். அன்று சாப்பிடாமல் கூட அவர் வேலைக்குப் போய்விட்டார்.

மகன் செத்தபிறகு இருவரும் பேசுவதேயில்லை. விக்ரமன் இரவு ஒன்பது மணிக்கு வருவார். உணவு மேசைமீது தயாராக இருக்கும். கங்கா பரிமாற வந்தால், தடுத்துவிட்டு அவரே போட்டு சாப்பிடுவார். சில நாட்கள் அதுவும் சாப்பிடமாட்டார். வெளியில் சாப்பிட்டுவிட்டு வந்திருப்பார். அவர் மாத்திரம் தனியாக அமர்ந்து புத்தகங்கள் படிப்பார். யார் திருமணத்திற்கு அழைத்தாலும் குடும்பத்திலிருந்து யாரும் போக மாட்டார்கள். விக்ரமனுடைய விரல்கூட கங்காவின்மீது படவில்லை - அந்தவீடு முதுமக்கள் தாழியாய் மாறியது.

கங்காவிற்கு ஐம்பது வயது இருக்கும். ஒருநாள் சமைக்கும்போது மயக்கம் வந்தது. படுத்துக்கொண்டாள். தட்டுத்தடுமாறி எழுந்தாள். அடுத்த நாள் கணவனுக்குக் காபி கொடுத்துவிட்டு உட்கார்ந்தாள். அவ்வளவுதான், எழுந்திருக்கவேயில்லை. கங்கா என்கிற ஆத்மா காலியாகிவிட்டது.

விக்ரமன் ‘டிபன் ரெடியா’ என்று சமையலறைக்குச் சென்று பார்த்தார். அவள் சாய்ந்திருந்தாள். அந்த வீட்டில் கங்கா என்கிற பவித்ரத்தின் உருவம் அன்று முழுவதுமாகக் கரைந்துபோனது.

ஒருபொருள் இழக்கப்படும்வரை அதன் அருமை உணரப் படுவதில்லை. அந்த வீட்டில் கங்கா மறைந்த பிறகுதான் அந்தப் புண்ணியவதியின் அருமையை விக்ரமன் உணர்ந்தார். பேசாதபோதும் அவருடைய உடல்நலத்தைக் கருத்தில் கொண்டு அவள் செய்த பணிவிடையின் மகிமை அவள் இன்மையில் தெரிந்தது.

சில நாட்கள் ஏதாவது பொருள் வேண்டுமென்றால், "கங்கா, கங்கா" என்று குரல்கொடுப்பார். பிறகுதான் 'கங்கா உயிருடன் இல்லை' என்கிற உண்மை சுடும். இரவு நேரங்களில் அந்த வீட்டில் படுப்பது மிகுந்த சிரமமாக இருந்தது. யாருமற்ற தனி மரமாக மாறிவிட்டது போன்ற உணர்வு ஏற்பட்டது. வெகு சிரமப்பட்டு சமைக்கவும், வீட்டுப் பணிகளையும் செய்யவும் ஆள்பிடித்தார். அவர்கள் சாப்பிட்டது போக மீதம்தான் அவருக்குக் கிடைத்தது. அவர்களுக்குப் பிடித்த மாதிரி குழம்பும், ரசமும் வைத்தார்கள். அடிக்கடி புளிக்குழம்பு. எண்ணெய் மிதக்கும். இதுநாள் வரை உடல் நலத்திற்காகச் சாப்பிட்டு வந்த அவர் கங்கா இல்லாத சமையலை அறிந்தார். வயிற்றுத் தொல்லை ஏற்பட ஆரம்பித்தது. பலநாட்கள் மருத்துவரிடம் செல்ல வேண்டிய சூழ்நிலை. அவர் தயிர் சாதமும், வெங்காயமும் சாப்பிட வேண்டிய சூழலுக்குத் தள்ளப்பட்டார். அவர் கொஞ்சம் இருமினால், அலுவலகத்திற்கு சாப்பாட்டுடன் வெந்நீரையும் வைத்து கங்கா அனுப்புவாள். தூதுவளை ரசம் உணவுக்கூடையில் இருக்கும். குஞ்சுக்கோழியை மிளகுகலந்து வறுத்து இரவு சப்பாத்தியுடன் கொடுப்பாள். தூங்கப்போகும்போது பாலில் மஞ்சள்தூள், மிளகு, பனங்கற்கண்டு கலந்து கொடுப்பாள். எப்போது எழுந்திருக்கிறாள் என்பது தெரியாது. கணவருடைய காலணிகள் பளபளவென காலுறையுடன் தயாராக இருக்கும். இப்போது ஒவ்வொன்றுக்கும் சிரமப்பட வேண்டியிருந்தது, எரிச்சல் ஏற்பட்டது.

ஒரே மாதத்தில் கங்கா என்கிற உயிர் தன் வாழ்வில் வகித்த பங்கை அவர் உணர்ந்தார். 'நான் அந்தப் பெண்ணிடம் தேவையில்லாமல் கடுமையாக நடந்துகொண்டேனோ' என்கிற குற்ற உணர்வு அவருக்கு ஏற்பட்டது. மனைவி என்கிற அத்தியாவசிய வசதி இல்லாமல் வாழ்வது எவ்வளவு சிரமம் என உணர்ந்தார். 'இப்போதெல்லாம் சரியாகத் தூங்கக்கூட முடியவில்லையே' கங்காவிற்குத் திதி செய்ய வேண்டிய நாள் வந்தது. ஒரு வாரத்திற்கு முன்பே முதல் திதி என்பதால் ஏற்பாடுகள் செய்ய ஆரம்பித்தார். கங்காயில்லாத அந்த ஓராண்டு அவருடைய மனநிலையை முழுவதுமாக மாற்றியிருந்தது. முதலில் திதி செய்ய வேண்டும் என்றெல்லாம் அவர் நினைக்கவில்லை. இப்போது 'அது செய்யாவிட்டால் நான் சுத்த நன்றி கெட்டவன், அவள் ஆத்ம சாந்திக்கு மனமுருகி நான் செய்தாக வேண்டும்' என அவர் நினைத்தார்.

வெ.இறையன்பு

கங்காவின் பெட்டிகளையெல்லாம் எடுத்து அதில் இருந்த பொருள்களையெல்லாம் கழிக்க வேண்டியிருந்தது. வீட்டிற்கு வெள்ளையடிக்க வேண்டும். அவருக்குச் சுண்ணாம்பு நெடி தாங்காது என்பதால் கங்கா அவர் வெளியூர் சென்றிருக்கும் சமயத்தில் வீட்டிற்கு வெள்ளையடித்து முடிப்பாள்.

நகர மையத்தில் புதுவீடு கட்டி முடிக்கப்பட்டபோது, அங்கு குடிபெயரும்போது கங்கா செய்த பணிகளை நினைத்துக் கொண்டார். அவருக்குத் தூசி சேராது. மூன்று நாள் அவரை வெளி ஊருக்குக் கேம்ப் போகச் செய்துவிட்டு, ஒரே பெண்மணியாய் சிறிது சிறிதாக சாமான்களை ஒரு டெம்போ பேசி ஏற்றிச் சென்று சேர்ப்பித்தாள். ஒவ்வொரு அறையாக ஒழுங்கு செய்துவிட்டு, அடுத்த அறைக்கான சாமான்களை எடுத்து வருவாள். இப்படி அழகாகவும், கச்சிதமாகவும் வீட்டை அலங்கரித்தாள். சேலத்திலிருந்து திரும்பி வந்தபோது, புது வீட்டிற்கு நேரடியாக வந்தபோது அவருக்குத் துளிகூட நம்பமுடியவில்லை.

அந்த நினைவுகளெல்லாம் அவருக்கு நிழலாடின.

கங்காவின் துணிப்பெட்டியை இறக்கும்போது அதில் ஓர் உயில் இருந்தது. ஒரு பெரிய கவர் இருந்தது. ஒரு நோட்டுப் புத்தகம் இருந்தது. உயிலைப் பிரித்துப் படித்தார்.

"கங்கா ஆகிய நான் சுயநினைவோடு எழுதும் உயில் என் பெயரில் இருக்கும் சொத்துக்கள்....."

1. மேட்டூரில் இருக்கும் என் மூதாதையர்கள் வீடு,

2. பவானியில் உள்ள என் பெற்றோர் எழுதிவைத்த கடைகள், அனைத்தும் என் மரணத்திற்குப் பிறகு என் அன்பிற்குரிய கணவர் திரு. த்ரிவிக்ரமன் அவர்களுக்கு உரியது..
....,,

உயில் சொத்துக்களின் பட்டியலுடனும், குறிப்புடனும் நீண்டது. யாரோ ஒரு வக்கீலின் துணையோடு தயாரித்திருக்க வேண்டும்.

கையொப்பம் ... ...

அந்த உயில் பத்து ஆண்டுகளுக்கு முன்பே எழுதப்பட்டது. அப்போதே தான் முன்கூட்டியே செத்துப்போக வேண்டும் என்று கங்கா விரும்பியதுபோல் உள்ளதே. அவருக்குக் கண்ணீர் வந்தது. அடக்கிக்கொண்டு அந்தக் கவரைப் பிரித்தார். அதில் சில மருத்துவக் குறிப்புகள்.

"சரி, பிறகு பார்த்துக்கொள்ளலாம்' என அந்த நோட்டுப் புத்தகத்தைப் பிரித்தார். அது கனமான நோட்டு. ஐந்நூறுக்கும் மேல் பக்கள் இருக்கும். அதில் ஏதோ எழுதப்பட்டிருந்தது.

ஆர்வமாகப் புரட்டினார்.

"இன்றுதான் அவர் என்னைப் பெண் பார்க்க வந்தார். என்னை முதலில் பெண் பார்க்க வந்தவரும் அவரே. அழகாக கம்பீரமாக இருந்தார். நான் அவருக்குப் பொருத்தமா என்கிற கேள்வி எழுந்தது. அவருக்குக் காபி தயாரிக்கும்போதே மனைவி கணவனுக்குத் தயாரிக்கும் அக்கறையுடனும், பொறுப்புடனும், அன்புடனும் தயாரித்தேன். அவருடைய தந்தை காபியைப் பாராட்டினார். அவருடைய முகத்தில் எந்தச் சலனமும் இல்லை. என்னைப் பிடிக்கவில்லையோ என நினைத்துக்கொண்டேன். அந்த நொடியில் மணந்தால் இவரைத்தான் மணக்கவேண்டும், இல்லாவிட்டால் வேறு யாரையும் மணக்கக்கூடாது என்ற மனசில் எண்ணம் ஏற்பட்டது. ஓடிச் சென்று கடவுளிடம் வேண்டிக்கொண்டேன்.

அவர் சென்றபிறகு அம்மா சொன்னாங்க, 'இன்னும் கொஞ்சம் அழகா அலங்காரம் பண்ணியிருக்கக்கூடாதா.' 'நான் இயல்பாக இருப்பேன். யாரையும் பொய் ஒப்பனைகளால் ஏமாற்ற விரும்பவில்லை.'

தேதி... ... ...

"இன்று அவர் வீட்டிலிருந்து அப்பாவுக்கு தொலைபேசி அழைப்பு வந்தது. திருமணத்திற்கு ஓ.கே. சொல்லிவிட்டார்கள். நான் அடைந்த மகிழ்ச்சிக்கு அளவே இல்லை. என்னை முதலில் பெண் பார்த்தவரையே நான் திருமணம் செய்யப்போவது எவ்வளவு அபூர்வம். எல்லோரிடமும் என்னைக் காட்டிக்கொள்ள வேண்டிய நிர்ப்பந்தம் இல்லாமல் போனது. அவ்வளவு கம்பீரமான ஆண் அவர். பெண்களுக்குப் பார்த்தாலே ஓர் ஆணைப் பற்றித் துல்லியமாகத் தெரிந்துவிடும். அவர் பார்வையில் ஸ்படிகம் போன்ற தூய்மையிருந்தது. அவருக்கு நல்ல மனைவியாக இருந்து எல்லாப் பணிவிடைகளையும் செய்வேன். இலக்கியங்களில் வருவது போன்ற இணையற்ற மனைவியாக இருப்பேன். அவருக்குப் பிடித்த உணவு வகைகளையெல்லாம் சமைக்கக் கற்றுக்கொள்வேன். அவரைக் கண்ணாய் நினைத்துக் காப்பாற்றுவேன். கடவுளே! உனக்குக் கோடி நன்றிகள்."

தேதி... ... ...

"திருமணமாகிறபோது அவருடைய முகம் மகிழ்ச்சியாகக் காணப்படவில்லை. அவர் நேற்று எனக்குத் தாலி கட்டும்போது கவலையாக இருப்பது போலத் தோன்றியது. அவருடைய அப்பாதான்

அதிகம் அந்த வீட்டில் பேசுபவர். அவர் ஒருவேளை இந்த முடிவை அவர் மீது திணித்திருப்பாரோ எனத் தோன்றியது. அவர் ஒரு வார்த்தை கூட என்னிடம் பேசவில்லை. யாரையாவது நேசித்தாரோ என்னவோ, எப்படியிருந்தாலும் அவருடைய அன்பிற்குப் பாத்திரமாக நடந்து கொள்வேன். நேற்று எங்களுக்கு முதலிரவு. அவர் என்னைத் தொடக் கூடவில்லை. நான் அவர் உடம்பை நேசிக்கவில்லை. அவர் உள்ளம் தான் முக்கியம். அன்பாக ஒரு வார்த்தைகூடப் பேசவில்லை. இந்தத் திருமணம் அவருடைய விருப்பத்திற்கு எதிரானது என்று நான் முடிவு செய்ததற்கு அதுதான் காரணம். இதமாகப் பேசியிருக்கலாமே. சரி, ஒருவர் சுபாவம் அப்படியிருக்கலாம், அனுசரித்துப் போவதுதான் முறை... ... ...''

“எனக்கு சென்னை அந்நியமாக இருந்தது. மேட்டூரில் வரிசையாய் வீடுகள். அக்கம் பக்கம் முழுவதும் சொந்தக்காரர்கள். பொழுதுபோவதே தெரியாது. இங்கு யாரும், யாரோடும் பேசுவதேயில்லை. எனக்குத் தனிமையாயிருந்தது. பகல் முழுவதும் அயற்சியாக இருக்கும். கதவை மூடிக்கொண்டு அமர்ந்திருப்பேன். அப்பா, அம்மாவை நினைத்து அழுகையாய் வரும். அவரும் என்னோடு பேசுவதேயில்லை. நான் அவர் எதிர்பார்த்த அளவு அழகாக இல்லையோ! என் துயரம் எதையும் அவருக்கு எப்போதும் எடுத்துச் சொல்லக்கூடாது என ஏக்கங்களை உள்ளத்திலேயே புதைத்துவிட இன்று முடிவு செய்துவிட்டேன். அவர் செருடப்பு சத்தம் வாசலில் கேட்டவுடன்தான் உயிர் வரும். அவரை நான் எவ்வளவு தூரம் நேசிக்கிறேன். என்பதை எப்படிப் புரியவைப்பது. என் செயல்களின் மூலம்தான் அவருக்குப் புரியவைக்க வேண்டும். வார்த்தைகள் வியர்த்தம். அவர்தான் பேசுவதேயில்லையே! என் பயத்தை எப்படிப் புரியவைப்பது. அப்பா அம்மாவைப் பார்க்க மேட்டூர் போகலாமா? இவர் கஷ்டப்படுவாரே, இவர் ஏன் திருமண ஆல்பத்தை பரணில் வைத்துவிட்டார். அதைப் பார்க்கவே பிடிக்க வில்லையா? கடவுளே, நீதான் அவருடைய மனத்தை மாற்ற வேண்டும்......''

“அவருக்குப் பிடித்ததைச் சமைத்துப் பரிமாற வேண்டும். அவர் இத்தனை நாட்களாக ஓட்டலில் சாப்பிட்டு நாக்கு செத்துப்போய் இருப்பார். எனவே அவருக்கு ஆரோக்கியமானதைப் பரிமாற வேண்டும் என நினைத்து அவரிடம் பேசத்தொடங்கினேன். அவர் என்னை வெறுப்புடன் நடத்தியிருந்தால்கூட வருத்தப்பட்டிருக்க மாட்டேன். ஆனால் நான் அந்த வீட்டில் இருப்பதையே கண்டுகொள்ளாமல் இருந்தார். அவரிடம் பிடித்ததைக் கேட்டேன். ‘எது வேண்டுமானால் சமை' என்றார். ஓர் ஓவியனிடம் ‘உன் எந்த ஓவியத்தை வேண்டுமானால் கொடு'

என்று கேட்பதுபோல இருந்தது. அந்த வீட்டில் என்னால் சமையல் காரியாகக்கூட இடம்பெற முடியவில்லையே என்கிற வருத்தம் எனக்கு ஏற்பட்டது. காலம்தான் அவர் மனத்தை மாற்ற வேண்டும்."

"இன்று என் வேண்டுதலுக்கு நல்ல பலன் கிடைத்தது. அவர் கடைக்கு அழைத்துச் சென்று பிடித்தமான புடவையை எடுத்துக்கொள் என்றார். நான் எடுத்துக்கொண்டேன். ஆனால் அவருக்குச் செலவு அதிகம் வைக்கக்கூடாது என்று குறைவான விலையில் எடுத்தேன். ஆனால் அவர் என்னிடம் நட்புடன் நடந்துகொள்வதாக மட்டுமே சொன்னார். மனைவி என்கிற இடம் இன்னமும் தர முடியவில்லை."

"இப்போது அவர் என்னிடம் பேசுகிறார். எவ்வளவு பேசுகிறார் என்பது முக்கியமல்ல. ஆனால் பேசுகிறாரே என்பதில் எனக்கு மகிழ்ச்சி. அந்தச் சொற்கள் அவரிடமிருந்து வரும்போதெல்லாம் என் மனம் மகிழ்ச்சியாக சிறகடிப்பதை அவர் எப்படி உணராமல் இருக்கிறார்."

"இன்று என்னை அவர் கடற்கரைக்கு அழைத்துச் சென்றார். எனக்குக் கடல் என்றால் கொள்ளை ஆசை. இதுவரை இவ்வளவு பெரிய கடற்பரப்பை நான் பார்த்ததேயில்லை. எனக்குக் கடலில் கால் வைத்து விளையாட ஆசை. அவரையும் கைகோத்துக்கொண்டு அலைகளில் விளையாட ஆசை. அவர் மறுத்துவிட்டார். நான் சிறுபிள்ளைத்தனமாக நடந்து கொள்வதாக அவருக்கு நினைப்பு போல. அதனால் என்ன? அடுத்தமுறை அவரும் என்னோடு விளையாடுவார் என்று மனத்தைத் தேற்றிக்கொண்டேன். அவர் டிபன் சாப்பிட அழைத்துச் சென்றார். அவரோடு போவதில்தான் எத்தனை சந்தோஷம். அவர் 'பிடித்தது என்ன?' என்றார் அவர் எதைச் சாப்பிடுகிறாரோ அதைத்தவிர வேறு எது எனக்குப் பிடிக்கப்போகிறது."

"எனக்குக் குழந்தை என்றால் ரொம்பப் பிடிக்கும். ஆனால் என்ன செய்வது? அவர் இன்னும் சுண்டுவிரல்கூட என் மேல் படாமல் வாழும்போது குழந்தைக்கு ஆசைப்படமுடியுமா?"

"தினமும் மாலையில் அவர் மிகுந்த களைப்பாக வருவதைப் பார்க்கும்போது எனக்குக் களைப்பாக ஆகும். அவருக்கு ஸ்கூட்டர் வாங்க வேண்டும் என ஆசை. என் அப்பா, அம்மா எனக்குப் போட்ட தங்க செயின் ஒன்றை அன்று கடைக்குச் சென்று விற்றேன். அதைக்கொண்டு வந்து வைத்தேன். பொய்சொல்லக் கூடாதுதான். ஆனால் அவருடைய சுகத்துக்காகப் பொய் சொன்னால் என்ன தவறு. அவரிடம் அந்தப் பணத்தைத் திருமணமான ஓராண்டு நிறைவில் கொடுத்து அவருக்கு ஸ்கூட்டர் வாங்கிக் கொடுத்தேன்."

"இன்று அவர் வீங்கிய காலுடன் வந்தார். பதறினேன். 'உன்னால் தான் கால் உடைந்தது' என அவர் கோபப்பட்டபோது எனக்கு செத்துப்போய்விடலாமா என்று தோன்றியது. அவரைக் கட்டாயப் படுத்தி மருத்துவமனைக்கு அழைத்துச் சென்றேன். என் அன்பை நான் உயிரோடு இருக்கும் வரை அவர் உணராமல் போய்விடுவாரோ என்று பயமாக இருக்கிறது."

"அவர் மருத்துவமனையில் இருக்கும்போது அவருடைய இயற்கை உபாதைகளை சந்திக்க உதவியாக இருந்தேன். அதுகுறித்து எனக்கு மகிழ்ச்சிதான். அவர் மீது எனக்கு இருந்த நேசம் இன்னும் அதிகமானது. நேசிப்பவர்கள் மீது கொஞ்சம்கூட அருவருப்பு எந்தச் சூழலிலும் வராது என்கிற உண்மையை அவர் ஏன் உணரவில்லை. அவர் உடல்மீது கைவைக்கும்போது எனக்குக் குழந்தையாகத்தான் அவர் தெரிந்தார். அவர் பழையபடி நடக்க என் உயிரைக்கூடத் தந்து விடுவேன். எல்லாம் நல்லபடி நடக்கும். மறுபடி அவர் பழைய மாதிரி நடப்பார்."

"இன்று அவருக்குக் குளித்துவிட்டேன். அவர் மீது கைபடும்போது என் பெண்மை சிலிர்த்தது. அதற்கு மேல் எழுத எனக்குக் கூச்சமாக இருக்கிறது."

"அவர் இன்று மறுபடியும் அலுவலகம் போக ஸ்கூட்டர் எடுத்தார். எனக்குப் பயம். ஏதும் நடந்துவிடக்கூடாதே என்ற பதற்றம். அவர் என்னைத் திட்டியதால் மாத்திரம் அல்ல. அவர் எந்த சென்டிமென்டிலும் என்னுடைய அன்பைக் களங்கப்படுத்தக்கூடாது என்றுதான்."

"எனக்கு மாமிசம் பிடிக்காது. எங்கள் வீட்டில் அப்பா, அம்மா கட்டாயப்படுத்திக்கூட நான் சாப்பிட்டதில்லை. ஆனால் மாமனார், மாமியாருக்கு மீன் பிடிக்குமாம். எனவே அதை எப்படி சமைப்பது என்று அம்மாவுக்கு கடிதம் எழுதிச் சொல்லித்தரக் கேட்டுக் கொண்டேன். அவர்களுக்கு அதை சமைத்துப்போட்டு சந்தோஷப்படுத்த வேண்டும்."

"மிகுந்த பதற்றத்துடன் மீன் குழம்பு வைத்தேன். மாமனார், மாமியார் என்று சொன்னாலும் அவர்கள் என்னுடைய அப்பா, அம்மா மாதிரிதான். நான் அவர்கள் விரும்பிச் சாப்பிடுவதைப் பார்த்து மகிழ்ந்தேன். அவர்கள் ஊருக்குப் போகும்போது, எனக்குச் சோகமாயிருந்தது. உள்ளே சென்று அழுதேன். என்னால் அவர்கள் பிரிவைத் தாங்கமுடியவில்லை. இனி மறுபடி தனிமை என்னைச் சுருட்டிவிடும்."

“இன்று என்ன யோசித்தாரோ தெரியவில்லை. அவரும் நானும் தம்பதிகளானோம். அவர் முழுமையாக நம்பத் தொடங்கிவிட்டார் என்பது மிகப்பெரிய ஆறுதல். நான் ஆனந்தத்தில் அழுதேவிட்டேன். இன்று என் வாழ்வில் மறக்க முடியாத பொன்னாள். இதுநாள் வரை அவருக்குச் செய்யாமல் பாக்கி இருந்த அந்தக் கடமையையும் நான் நிறைவேற்றியதாக எண்ணிப் பூரிப்படைந்தேன். அவர் உடனே தூங்கிவிட்டார். என்னால் முடியவில்லை.”

“அவர் பணத்தைத் தண்ணீர் போலச் செலவு செய்யும் சுபாவம் உள்ளவர். எல்லோருக்கும் சாப்பாடு. தானே பணம் கொடுப்பார். அவர்களும் சட்டைப்பையில் கை நுழைக்கமாட்டார்கள். அவருடைய அப்பா எங்களுக்குத் திருமணமான புதிதிலேயே சொன்னார். ‘நீ தாம்மா அவனைச் சிக்கனமா செலவு பண்ண வைக்கணும். நாங்க ஒரு ரூபா கேட்கறமா. அந்த நிலையில எங்களைக் கடவுள் வைக்கல. நீ நல்லபடியா சிக்கனம் புடிச்சி முதல்ல ஒரு வீட்டை வாங்க ஏற்பாடு செய். எத்தனை நாளைக்கி ஊருக்கு ஒதுக்குப்புறமாக இப்படி வாடகை வீட்டுல இருப்பீங்க’ நான் வந்தபிறகு செலவுகள் குறைந்திருக்கின்றன. அவர் சம்பளத்தில் பாதியை இந்த ஐந்து ஆண்டுகளாக மிச்சம் பிடித்து வைத்திருக்கிறேன். அவரிடம் சொந்த வீடு வாங்குவது பற்றிச் சொன்னேன். அவரும் ஒத்துக்கொண்டார். எனக்குப் பிடித்த மாதிரி வீடு கட்ட அதிகாரம் கொடுத்தார். நான் வாரம் ஒருமுறை போய் பார்த்துவிட்டு வருகிறேன். அவருக்கு எல்லா லோனும் கிடைத்துவிட்டது. வீடு அழகாக, சின்னதாக என் விருப்பப்படி வருவதில் மகிழ்ச்சி. நிச்சயம் இந்தப் புது வீட்டில் எங்கள் அன்பு இன்னும் வலுப்படும் என்று நினைக்கிறேன். இந்த வீட்டிலாவது எங்களுக்குக் குழந்தை பிறக்க வேண்டும்.”

“இப்போது எந்தக் குறையும் இல்லாமல் எங்கள் தாம்பத்தியம் தொடர்ந்தும், குழந்தை இல்லாத ஏக்கம் மாத்திரம் மனத்தைப் பிழிந்தது. எனக்குக் கொஞ்சவும், முத்தம் தரவும் அவர் சாயலில் ஒரு குழந்தை வேண்டும். இத்தனை ஆண்டுகள் ஆகி குழந்தை இல்லையே என இருதரப்பிலும் பெற்றோர்கள் எதிர்பார்க்கத் தொடங்கிவிட்டார்கள். இந்த மாதமாவது நிற்காதா என ஏங்கி ஏங்கி எனக்கே என் மீது கோபம் ஆரம்பித்துவிட்டது. கடவுளே! எனக்கு அவர் மாதிரி ஒரு குழந்தையைத் தர மாட்டாயா! எங்கள் வாழ்வில் ஒளி ஏற்றாயோ!”

“நான் சின்ன வயதிலிருந்தே பறவைகளை நேசிப்பேன். எங்கள் வீட்டிற்குத் தினமும் வந்து சாப்பாடு கேட்கும் காகம் இப்போதெல்லாம் வருவதில்லையாம். எனக்கு வருத்தமாக இருந்தது. அதை யாரிடமும் பகிரிந்துகொள்ள முடியவில்லை. பிள்ளையாரப்பா! அந்தக் காகம் எங்கள் வீட்டிற்கு வராவிட்டாலும் எங்கேயாவது உயிருடன் இருக்கட்டும்.”

"இதுநாள் வரை நான் தயங்கியதை அவரே முன்மொழிந்தது எனக்கு மகிழ்ச்சி. குழந்தையில்லை என்பது எந்தப் பிரச்சினையால் எனத் தெரிந்துகொள்ள அவரே மருத்துவமனைக்கு அழைத்துச் சென்றது எனக்கு ஆறுதல். 'கடவுளே அவருக்கு எந்தப் பிரச்சினையும் இருக்கக்கூடாது' என நினைத்தேன். பெண் மருத்துவர் என்னைத் தனியாக அழைத்து 'உங்களுக்கு எந்தப் பிரச்சினையும் இல்லை' என்றார். 'அப்படியென்றால்' என்று இழுத்தேன். 'உன் கணவருக்குத் தாய் உயிரணு குறைவாக இருக்கிறது' என்றதும் மலையுச்சியிலிருந்து உருட்டிவிட்ட உணர்வு. நெஞ்சமே வெடித்துவிடும்போல வேதனை. அவர் காலில் விழுந்து 'டாக்டர்! இதை என் கணவரிடம் சொல்லாதீர்கள். அவரால் தாங்க முடியாது' என்ற அழுதேன். அவர் ஒத்துக்கொண்டார். 'உன் கணவர் சில மாத்திரைகளைச் சாப்பிட்டால் சரியாகிவிடும்' என்றார். 'அந்த மாத்திரைகளை எனக்குக் கொடுங்கள். அவருக்கே தெரியாமல் பாலில் கலந்து கொடுக்கிறேன்' என்று வாங்கிக்கொண்டு வந்தேன். அவரிடம், 'எனக்குத்தான் குறை' என்றேன். எரிந்து விழுந்தார். நான் வருத்தப்படவில்லை. அவருக்கும் குழந்தை மீது ஆசை இருக்கிறது என்று மனத்தைத் தேற்றிக்கொண்டேன்.

அவர் பணியின் இறுக்கம்தான் அந்தக் கோளாறுக்குக் காரணம் என டாக்டர் புரிந்துகொண்டு அடிக்கடி வெளியூர் சென்ற வர அறிவுரை சொன்னார். அப்போதும் என்னிடம்தான் பிரச்சனை என்பதுபோலப் பேசினார். அவரும் புரிந்துகொண்டார்."

"எத்தனை ஆண்டுகள் இதற்காகக் காத்திருந்தேன்... பன்னிரண்டு ஆண்டுகள். மாதவிலக்குத் தள்ளிப்போகிறதே. நிச்சயம் குழந்தை உருவாகியிருக்கவேண்டும். அவரிடம் சொல்லவேண்டும். மருத்துவரைப் பார்க்கவேண்டும், நினைக்கும்போதே பட்டாம்பூச்சியாய் உள்ளம் பறக்கிறது."

"மருத்துவரிடம் குழந்தை உண்டாகியிருக்கிறதா என்பதைப் பரிசோதிக்கச் சென்றோம். சிறுநீர்ப் பரிசோதனையில் உறுதியான போது விண்ணைத் தொட்ட மகிழ்ச்சி. மருத்துவர் சொன்னார்: ஜாக்கிரதம்மா. 'இது ரொம்ப விஷேசமான கரு.' ஆமாம், வயிற்றைத் தடவும்போது அவரே உள்ளே இருப்பது போன்ற உணர்வு எனக்கு. மருத்துவப் பரிசோதனைக்குப் பிறகு என்னிடம் இயல்பாக நடந்து கொண்டார். நாங்கள் இருவரும் சாப்பிட்ட சிற்றுண்டி அத்தனை ருசியாய் இருந்தது. இதுவரை அவ்வளவு ருசியாக எனக்குப் பூரி இருந்ததில்லை. இனி எல்லோரிடமும் நானும் தாயாகப் போகிறேன் எனச் சொல்லலாம். குழந்தை இல்லை என்றபோது எவ்வளவு தூரம் புறக்கணிக்கப்பட்டேன். மற்றவர்கள் என்னை அவமானப்படுத்தினார்கள். இனி அப்படிச் செய்ய முடியுமா! எனக்கு ஒரு சிங்கக்குட்டி பிறக்கப் போகிறது."

“நான் ஒவ்வொரு நாளும் மினுமினுப்பை அடைகிறேன். உடல் படும் வலியை சுகமாக்கிக்கொள்கிறேன். என் அம்மாவை உதவிக்கு அழைக்கலாம். ஆனால் அப்பா சிரமப்படுவார். என்னால் இவரிடம் முழுமையான சுதந்திரத்தை எடுத்துக்கொள்ள முடியவில்லை. இன்னமும் இந்த வீட்டில் நான் யார் என்கிற தயக்கம் இருந்து கொண்டேதானிருக்கிறது. என்னால் சரியாகச் சாப்பிட முடியவில்லை. உடல் பலவீனமாக இருக்கிறது. எதிர்பார்த்த எடை கூடவில்லை. என்ன செய்வது என்று புரியவில்லை. பத்துகிலோ பிரசவத்திற்கு முன் அதிகரிக்க வேண்டுமாம்.”

“இன்று மருத்துவப் பரிசோனையின்போது அதிர்ந்துபோனேன். எனக்கு மஞ்சள் காமாலையாம். அய்யோ, குழந்தையைப் பாதிக்கக் கூடாதே என்று வேண்டாத கடவுள் இல்லை. நான் என்ன பாவம் செய்தேன். மனத்தளவில்கூட யாருக்கும் தீங்கு நினைத்ததில்லையே. கடவுளே! என்னை வேண்டுமானால் எடுத்துக்கொள், குழந்தையை நல்லவடியாக உலகுக்குத் தர உதவு. அவருக்கு வாரிசு தர என்னை நல்லபடியாக வைத்திரு....”

“பயந்துகொண்டே உடலைப் பார்த்துக்கொள்கிறேன். கர்ப்பிணிகள் நன்றாகச் சாப்பிட வேண்டுமாம். மஞ்சள் காமாலையில் கொழுப்புச் சத்துகள் எல்லாம் தள்ளுபடி... அவர் பக்கத்தில் இருந்தால் ஆறுதலாக இருக்குமே என்று தோன்றுகிறது. ஆனால் அவர் அப்படி நினைக்கவில்லையே. நானும் பெண்தானே. அவரைவிட வயதிலும், அனுபவத்திலும் சின்னவள்தானே. யாரோடும் ஒப்பிட்டு வருத்தப் படவில்லை. ஆனால் பக்கத்தில் இருந்து, என்னை சிறிதேனும் கவனித்துக் கொள்ளக் கூடாதா. நல்லவேளை, இன்று அவரே உன் அப்பா அம்மாவை வரச்சொல் என்றார். நானே அங்கு செல்வதுதான் நல்லது. அவர்களுக்கு இங்கு சரிப்பட்டு வராது. கடவுள் மீது பாரத்தைப் போட்டுவிட்டு, ஆக வேண்டியதைப் பார்க்க வேண்டும்.”

“மேட்டூர் எவ்வளவு மாறிப்போய்விட்டது. கல்யாணம் ஆன எட்டு வருடங்களில் அவரை இதுவரை நான் பிரிந்ததேயில்லை. வருத்தமாகத்தானிருக்கிறது. சமையலறைக்குச் சென்று தண்ணீர் மொண்டு குடிக்கக்கூடத் தெரியாது. பாவம், என்ன செய்யப் போகிறாரோ?”

“இப்போதெல்லாம் பயமாக இருக்கிறது. ராத்திரியில் தூக்கம் வருவதில்லை. குழந்தை நன்றாகப் பிறக்க வேண்டும் என்ற தவிப்பு எனக்கு அதிகம். இல்லாவிட்டால் அவர் கடுமையான சொற்களால் என்னைத் தாக்குவார். ‘என்னைால்தான் குழந்தை தாமதமாகிவிட்டது’ என்று அவர் நினைத்துக்கொண்டிருக்கிறார். ஒரு பெண்ணின் பெண்மை கருக்கொள்ளும் தன்மையால் மாத்திரம் தீர்மானிக்கப்படுவதில்லை.

ஆணின் ஆண்மை அதை வைத்து மட்டுமே தீர்மானிக்கப்படுகிறது. அதனால்தான் உண்மையை மறைத்தேன். அவருக்கே தெரியாமல் மருந்துகளைப் பாலில் கலந்து கொடுத்தேன் அதிகப் பனங்கற்கண்டு போட்டு மாத்திரையின் கசப்பைப் போக்கினேன். நல்லவேளை சாப்பிட்டாரே! குழந்தை இப்போதெல்லாம் வயிற்றில் துள்ளிக்குதிப்பது தெரிகிறது. சின்னக்குழந்தையாக எடை குறைவாகத்தான் பிறக்கும் என்கிறார்கள். பரவாயில்லை, பிறந்த பிறகு நன்றாகக் கவனித்து அதை ஆரோக்கியமான குழந்தையாக ஆக்கிவிடுவேன். அதற்கான சக்தியை மட்டும் பெற்றால்போதும். அப்பாவும், அம்மாவும் என்னை எப்படித் தாங்குகிறார்கள். தங்கத் தாம்பாளத்தில் வைத்துத் தாங்காத குறையாக. அவரிடமிருந்து கடிதம் வருமென்று எதிர்பார்த்துக் காத்திருக்கிறேன். 'நன்றாக இருக்கிறாயா' என ஒரு வார்த்தைகூட அவரிடமிருந்து வரவில்லை. அவர் வேண்டுமென்று செய்பவர் அல்ல. இதெல்லாம்கூட அவருக்குத் தோன்றுவதில்லை. நானாவது எழுதிப்போடலாம். என்னால் இப்போது எதையும் எழுத முடிவதில்லை. நான் என்னுடைய உணர்ச்சிகளை இப்படிப் பதிவு செய்வது தான் எனக்கான வடிகால். எனக்கு இந்த நோட்டுப்புத்தகம்தான் தோழி. இதில் என் மனத்தை இறக்கி வைத்தவுடன் அத்தனை பாரமும் குறைகிறது. இன்னும் ஒரு மாதத்தில் பிரசவமாகிவிடும். அதுவரை உட்காந்து எழுதக்கூட முடியும் எனத் தோன்றவில்லை. எழுத்துகூட இப்போது அழகாக வருவதில்லை."

படிக்கப் படிக்க விக்ரமன் மனம் கனத்தது. அந்த நோட்டுப் புத்தகத்திலிருந்த பாரம் முழுவதும் அவருடைய நெஞ்சத்தில் அமர்ந்து கொண்டது. தொடர்ந்து அவரால் வாசிக்க முடியவில்லை. தலை சுற்றியது. அப்படியே சாய்ந்துவிட்டார். பிறகு மெதுவாக எழுந்து தேநீர் பருகினார். அவருக்கு மிகப் பெரிய சோக காவியத்தை வாசிப்பது போன்ற துயரம் ஏற்பட்டது. 'எவ்வளவு மேன்மையான ஆத்மாவுடன் வாழ்ந்திருக்கிறேன். அந்த ஆத்மாவுடன் ஒருநொடி வாழும் தகுதி எனக்கிருக்கிறதா' என யோசித்தார். அவருக்குக் குற்ற உணர்வு ஏற்பட்டது. கங்காவின் விஸ்வரூபத்தின் முன்பு தான் மிகவும் குள்ளமாக இருப்பதாக உணர்ந்தார். 'கங்கா பிரக்ஞையுடன் இருந்திருந்தால் இந்த நோட்டுப் புத்தகத்தைக்கூட அழித்து அது கூட என் கண்களில் படாமல் பாதுகாத்திருப்பாள்' என்று மாத்திரம் அவருக்குத் தோன்றியது.

ஒரு மணி நேரத்திற்குப் பிறகு மறுபடி அந்த நோட்டைத் தொடர்ந்தார்.

"வெகுநாட்களாக என்னால் எதுவும் எழுத முடியவில்லை. அழகான குழந்தை பிறந்த மகிழ்ச்சி அடுத்த நொடியிலேயே காணாமல்

போகும் அளவு துயரம் அப்பிக்கொண்டது. மலத்துவாரமே இல்லாமல் பிறந்திருக்கிறது. என்றார்கள் மருத்துவர்கள். சரிசெய்து விடலாம். ஆனால் மூன்று அறுவைச்சிகிச்சை செய்ய வேண்டுமாம்! என் தலையில் இடி விழுந்ததுபோல இருக்கிறது. என்ன எழுதுவது! கடவுளே!"

"குழந்தையின் உடல்நிலை சரியாக இருந்தால் அது இயல்பாக இருக்கும். உபாதையின் காரணமாக இது மன அளவிலும் பாதிக்கப்பட்டு இருக்கிறது. எல்லாக் கோபமும் என்மீதுதான். எல்லாப் பாசமும் என்மீதுதான். அதைப் பார்த்துக் கொள்ளுகிற எனக்கு இத்தனை வேதனையென்றால், அதை அனுபவிக்கின்ற அந்தக் குழந்தை எத்தனை வேதனையை எதிர்கொள்ளும். என்னால் எண்ணிப் பார்க்க முடியவில்லை. இரவு பத்து நிமிடங்கள் கூடத் தொடர்ந்து என்னால் தூங்க முடியவில்லை. சீக்கிரம் இந்தக் குழந்தைக்குச் சரியாக வேண்டும்."

"முதல் அறுவை சிகிக்சை இன்று முடிந்தது. குழந்தை பூ மாதிரி படுத்திருப்பதைப் பார்க்கும்போது வேதனையாக இருக்கிறது. இந்தப் பிஞ்சுக்குழந்தைக்கு ஏன் இத்தனை வலியைத்தர வேண்டும். கடவுள் மீது கோபம் கோபமாக வருகிறது. கேட்டால் கர்மா என்று விளக்கம் தருவார்கள். 'இந்த வலியை எனக்குக்கொடு' என்பதைத் தவிர வேறென்ன கேட்க முடியும். அது வலியால் துடிப்பதையும் கத்துவதையும் என்னால் எப்படிப் பார்த்துக்கொண்டிருக்க முடியும். அவர் பார்த்தால் வேதனைப் படுவார் என்றுதான் வரவேண்டாம் எனச் சொல்லிவிட்டேன். இன்னும் இரண்டு அறுவைச் சிகிச்சை இருக்கிறதாம். மருத்துவர்கள் ஏதேதோ சொல்கிறார்கள். எனக்கு ஒன்றும் புரியவில்லை. 'எல்லாம் சரியானால் போதும்.' அப்பா அறுவை சிகிச்சைக்கு எவ்வளவு பணமானாலும் தருகிறேன் என்றார். பாவம், அவர்கள் என் நினைவிலேயே தளர்ந்து போகிறார்கள். அவர்களாவது என் வலியையும், வேதனையையும் உணர்கிறார்களே."

"இன்றுதான் குழந்தையைப் பள்ளியில் சேர்த்தோம். பொதுவாகக் குழந்தையைப் பள்ளியில் சேர்க்கும்போது பெற்றோர் எவ்வளவு மகிழ்ச்சியாக இருப்பார்கள். ஆனால் என் மனம் இப்படிக் கடந்து துடிக்கிறதே. நம் குழந்தை ஆரோக்கியமாக இல்லையே, பள்ளியை எப்படி எதிர்கொள்ளப் போகிறதோ என்ற அச்சம். ஆசிரியரைப் பார்த்தோம், அந்த அம்மா நல்லவராகத் தெரிகிறது. குழந்தையின் பிரச்சினைகளையெல்லாம். விளக்கினேன். 'விசேஷமாப் பாத்துக்கறேன். கவலைப்படாதம்மா' என்றார்கள். தெரியாதவர்களுடைய சிநேகமும், அறிமுகமாகாதோர் அன்பும் என்னை ஆறுதல் படுத்துகின்றன.

"மகன் நன்றாகப் படிக்கிறானாம். அவனுக்குச் சொல்லிக் கொடுக்குமளவு எனக்கு விசேஷ ஞானம் இல்லை. அவருக்கும் அலுவலகப் பணிக்கே சரியாக இருக்கிறது. இயற்கை ஒன்றைக் கொடுத்து ஒன்றை எடுத்துக்கொள்ளுமாம். அவனுக்கு அறிவைக் கொடுத்து ஆரோக்கியத்தை எடுத்துக்கொண்டது போல. எனக்கு எதைக் கொடுத்து எதை எடுத்துக்கொண்டது? என்னிடமிருந்து எல்லாவற்றையும் பிடுங்கிக்கொண்டு போய்விட்டதே."

"அவருடன் அமர்ந்து பேசிக்கூட எத்தனை ஆண்டுகள் ஆகிவிட்டன. இப்போதெல்லாம் என் 'தோழி'யைத் தொடக்கூட முடிவதில்லை. நேரம் குழந்தையைக் கவனிப்பதிலும், அவரைக் கவனிப்பதிலுமே சென்று விடுகிறது. இன்று ஏதோ கொஞ்சம் ஓய்வு. அவருடன் இருந்து பல ஆண்டுகள் ஆகிவிட்டன. எனக்கு முதுமை வருவதுபோல உணர்கிறேன். எல்லா ஆசைகளும் அடங்குகின்றன. ஒருநாள் போவது பெரிய யுகம் கழிவது போல் இருக்கிறது. அடுத்த மாதம் குழந்தைக்கு இரண்டாவது அறுவை சிகிச்சை. இன்னொரு சித்ரவதையை அந்தக் குழந்தை அனுபவிக்கவேண்டும். நினைத்தாலே நெஞ்சம் பதறுகிறது. என்னுடைய உணர்வுகளை என்னால் எழுதக்கூட முடியவில்லை."

"குழந்தை பிறந்த பிறகு குழந்தையின் மீதாவது பாசமாக அவர் இருப்பாரா என்கிற பயமும், சந்தோஷமும் எனக்கு இருந்தன. நல்ல வேளை அவருக்கு அதன்மீது கொள்ளை ஆசை. சின்ன அடிபட்டால் கூட தாங்கிக்கொள்ள முடியாது. என்ன இருந்தாலும் சொந்த ரத்தம் இல்லையா! என்னுடைய பிறந்த நாளை வசதியாக மறந்து போகிறார். அதன் பிறந்த நாளன்று கொண்டாடச் செய்யும் ஏற்பாடுகள் எனக்குப் பிரமிப்பாக இருக்கும். ஒரு வகையில் நிம்மதி. நான் திடீரென போய்ச் சேர்ந்தாலும் அவர் நன்றாகப் பார்த்துக்கொள்வார். அதற்குள் குழந்தையின் பிரச்சினையைச் சரிசெய்ய வேண்டும்."

அவருக்கு நெஞ்சு கரித்தது. தண்ணீர் குடித்தார். கண்கள் கசிந்தன. இனம் புரியாத சோகம் அவருடைய மனம் முழுவதும் பரவியது. 'இப்படியொரு புண்ணியவதியுடன் வாழ்ந்திருக்கிறேன். அவள் மேன்மையைத் துளியும் உணராமல் இருந்துவிட்டோமே.'

அன்று காலையில் எதையும் அவரால் சாப்பிட முடியவில்லை. கங்காவிற்குத்தான் எவ்வளவு பெரிய தியாக குணம். அந்த வீட்டில் அவளுடைய பெரிய புகைப்படம் கூட மாட்டப்படவில்லை. ஒரே ஒரு சின்னப் படம்தான் தொங்கிக் கொண்டிருந்தது. அதுவும் அவள் இறந்தபோது சடங்குக்காக மாட்டியது. பரணில் தேடினார். அவர்,

அவள், குழந்தை மூவரும் சேர்ந்து எடுத்துக்கொண்ட சிரிக்கிற மாதிரியான புகைப்படம் இருந்தது. அதில் கங்காவின் படத்தை மாத்திரம் பெரிதுபடுத்தி மாட்டவேண்டும் என எண்ணிக்கொண்டார். அந்தப் புகைப்படத்தைப் பார்த்ததும் அறையை மூடிக்கொண்டு கதறி அழுதார். அவர் இதயம் பலவீனமானதுபோல் உணர்ந்தார்.

அவர் மறுபடியும் நெஞ்சைத் திடமாக்கிக்கொண்டு அந்த நோட்டைப் புரட்டினார்.

“எனக்கு இன்னொரு குழந்தை இருந்தால், அது முதல் குழந்தைக்குப் பாதுகாப்பாக இருக்குமே என்றுகூடத் தோன்றுகிறது. ஆனால் அதில் சின்ன சங்கடம் உள்ளது. மறுபடியும் அவருக்கு மருந்து கொடுக்க வேண்டியிருக்கலாம். முதல்முறை முன்ஜாக்கிரதை உணர்வும், சாமர்த்தியமும் இப்போது எனக்கு இருப்பதாக எனக்குத் தோன்றவில்லை. இரண்டாவது குழந்தையைக் கவனிக்கும்போது, முழுமூச்சுடன் முதல் குழந்தையை கவனிக்க முடியாது. அப்பா, அம்மாவிற்கும் வயசாகிவிட்டது. அங்கு சென்று பிரவசம் பார்க்க முடியாது. என்னைப் பெற்ற பாவத்திற்காக அவர்களை நான் எவ்வளவு இம்சைப்படுத்தமுடியும். இரண்டாவது குழந்தை வந்தால் முதல் குழந்தை பொக்கென்று போய்விடும். அதுமட்டுமல்ல, இரண்டாவது குழந்தையும் குறைபாட்டுடன் பிறந்தால் என்ன செய்யமுடியும். போதும் போதும். எப்படியாவது இந்தக் குழந்தையை நல்லபடியாக வளர்த்து பொறுப்புள்ள குழந்தையாக ஆக்கவேண்டும். அதோடு என் கடமை முடிந்துவிடும் என்றே எண்ணுகிறேன்.”

“இன்று மூன்றாவது சர்ஜரியும் முடிந்துவிட்டது. இனி எல்லாக் குழந்தைகளையும் போல நடமாட முடியும். எட்டு ஆண்டுகள் அந்தக் குழந்தை அனுபவித்த வலிக்கு முற்றுப்புள்ளி. எவ்வளவு தண்டனை. இப்போது அவன் முதிர்ச்சியுடன் நடந்துகொள்கிறான். வலிவரும்போது என்னைப் போட்டு அடிப்பான். அவன் பிரச்சினை தெரியாதவர்கள் அவனை ராட்சசன் என்றுகூடக் கருதுவார்கள். அவன் கோபத்தை என்னிடம் காட்டுகிறான். நான் கடவுளிடம் காட்டுகிறேன். அவன் அடிக்கும்போது அவன் வலிக்கும்படி அடித்தால் அவன் கைகள் உறுதியாக இருக்கின்றனவே என்று சந்தோஷப்படுவேன். இதுதான் தாய்மை உணர்வா? ஒரு குழந்தையை வளர்க்கும்போதுதான் நம் பெற்றோர் எவ்வளவு சிரமப்பட்டு நம்மை வளர்த்திருப்பார்கள் என்பதை உணர முடிகிறது. இப்போது பழைய மாதிரி இல்லை. கண்கள் இருள்கின்றன. சமைக்க முடியவில்லை. தளர்ச்சியாக இருக்கிறது. சோர்வு ஏற்படுகிறது என்ன செய்ய...”

“இப்போதெல்லாம் வீடு பழையபடி ஆகிவிட்டது. இனி சந்தோஷத்திற்குக் குறைச்சலில்லை. குழந்தை தூங்கியவுடன் அவரும் நெருங்கி வருகிறார். எட்டு ஆண்டுகள் ஓர் ஆண் எந்த சுகமும் இல்லாமல் ஒழுக்கமாக வாழ்வது எவ்வளவு சிரமம். எல்லாப் பாடத்திலும் அவன்தான் முதல் மதிப்பெண்ணாம். எல்லோரும் கொண்டாடுகிறார்கள். அவனாகப் படித்துக்கொள்கிறான். எனக்கென்னமோ குழந்தையைச் சகலநேரமும் ‘படிபடி’ என்று துன்புறுத்துவதில் உடன்பாடு இல்லை. வாரம் ஒருமுறை வெளியில் சாப்பிடப் போகிறோம். மாதம் ஒரு சினிமா, நானே என்னைக் கிள்ளிப் பார்த்துக்கொள்கிறேன். இதெல்லாம் உண்மையா, கனவா என்று. இந்த மகிழ்ச்சி நீடிக்க வேண்டும் என்கிற பயமும் எனக்கு ஏற்படவே செய்கிறது. ஏனென்றால் எந்த அதிஷ்டமும் இல்லாத பாவப்பட்ட ஆத்மா நான்.”

“பத்து ஆண்டுகளுக்கு மேலாகிவிட்டது. அவருடன் குன்னூர் சென்று தங்கி. அவருடைய வக்கீல் நண்பர் ஒருவர் வீட்டிற்குப் போகப்போகிறோம். நாங்கள் இருவரும் தனியாகப் போய் வந்திருக்கிறோம். இப்போது குழந்தையுடன் மூன்று பேராகப் போவது எவ்வளவு உற்சாகமாக இருக்கிறது. பெட்டியில் எங்கள் துணிகளை யெல்லாம் எடுத்து வைக்கும்போது சிலிர்க்கிறது. நிச்சயம் இந்த ‘ட்ரிப்’ ஒரு பெரிய மாறுதலாக இருக்கும் என்று நினைக்கிறேன். அவருக்கும் நல்ல சேஞ்சாக இருக்கும். சத்யகாமை, பாவம் சென்னையைத் தாண்டி எங்கும் அழைத்துச் சென்றதேயில்லை. அவன் வகுப்பில் அத்தனை பேரும் எங்காவது போய்வருகிறார்கள். ‘ஏம்மா நாம் மாத்திரம் எங்கும் போவதில்லை?’ என சத்யகாம் அடிக்கடி அழுவான். அவன் குறையை இத்தனைநாள் அவனிடமே சொல்ல முடியவில்லை. இந்த ஆண்டு அவனும் போய் தன் நண்பர்களிடம் அலட்டிக் கொள்வான். என்ன சொன்னாலும், ஒரு கட்டத்திற்கு மேல் வீடு ஒரு சிறையாக ஆகிவிடுகிறது. நான் ஊருக்குப் போய்த் திரும்பி வந்த பிறகுதான் என் அனுபவங்களை எழுதமுடியும். அதுவரை ஒரு இடைவெளி. எனக்குள்ளேயே என் உணர்ச்சிகளை அசைபோட வேண்டியதுதான்.’

“எவ்வளவு உற்சாகமாக ஊருக்குப் போனேன். எவ்வளவு சோகமாகத் திரும்பி வந்திருக்கிறேன். இத்தனை நாளாகக் கண்ணுக்குக் கண்ணாக வளர்த்த உயிருக்குயிரான சத்யகாமைப் பறிகொடுத்துவிட்டல்லவா வந்திருக்கிறேன். மலராகப் போய் சருகாக வந்திருக்கிறேன். மூவராகப் போய் இருவராக வந்திருக்கிறோம். வீடு முழுவதும் அழுகைச் சத்தம் கேட்டபோது கூட ஆறுதலாக இருந்தது. இப்போது இந்த வெறுமை அமானுஷ்யமாக இருக்கிறது. எதற்கு எனக்குக் கடவுள் குழந்தையைக் கொடுத்தார், பிறகு அவர் பறித்துக்கொண்டார். அதற்குக் குழந்தையையே கொடுக்காமல் இருந்திருக்கலாமே. ஓரே வேதனையோடு போயிருக்கும்.

அந்தக் குழந்தையை வளர்க்கக் கஷ்டப்பட்டுத் தேய்ந்து போனேன். முதுமையடைந்தேன். ஒரு பொக்கிஷத்தைக் காப்பதற்காக உயிரைப் பணயம் வைத்தேன். பொக்கிஷமும் பறி போய்விட்டது. இனி நான் வாழ்ந்து என்ன பயன்? அவருக்காக உயிரைக் கையில் பிடித்துக்கொண்டு இருக்கிறேன். அவர் எப்படி கொதிக்கிற எண்ணெயை முகத்தில் கொட்டுவதுபோலப் பேசிவிட்டார். ‘நான் மலடி’ என அத்தனை பேர் முன்பு திட்டிவிட்டார். அவருடைய குறையை மறைத்ததற்கு எனக்கு நல்ல தண்டனை. குழந்தையை எட்டு ஆண்டுகள் என் முந்தாணையிலேயே முடிந்து வைத்திருந்தேன். இப்படி ஆகும் எனக் கனவிலும் நினைக்க வில்லை. பயணக் களைப்பில் சற்று அசந்துவிட்டேன். அதற்காக இப்படி வார்த்தைகளைக் கொட்ட வேண்டுமா? இவருக்காகவே வாழ்ந்துவரும் நான் இதைச் சகித்துக் கொண்டு வாழ வேண்டுமா. இப்போது அடிக்கடி தலைசுற்றுகிறது, மயக்கம் வருகிறது. ஆனால் இதையெல்லாம் நான் அவரிடம் சொல்வதுகூட இல்லை. நான் எந்த மருத்துவரிடமும் போகப் போவது இல்லை. நான் அப்படியே செத்துப்போகிறேன். என் பிரிவுதான் அவருக்கு ஆறுதல் என்றால் அது அவருக்கு விரைவில் ஆறுதலைத் தரட்டும். என்னுடைய அடுத்த பிறந்த நாளுக்குள் அவரிடமிருந்து எனக்கு விடைகொடு.”

“எப்படிச் சொல்லிவிட்டார். மனம் ஆறவே மாட்டேன் என்கிறது. ‘என் மூஞ்சியிலேயே முழிக்காதே.’ அப்போதே எனக்குத் தூக்கு மாட்டிக்கொள்ள வேண்டும் எனத் தோன்றியது. நான் எங்கு போவேன். எனக்கு யாரைத் தெரியும். என் அப்பா, அம்மா வயோதிகத்தில் கஷ்டப்படுகிறார்கள். கணவனைப் பிரிந்து வந்தால் ஒரு நொடி கூட தாங்கமாட்டார்கள். அவருக்குச் ‘சமையல் காரியாகவாவது இந்த வீட்டில் இருந்து கொள்கிறேன்’ என்றேன். நல்லவேளை, ஒத்துக் கொண்டார். நாயிலும் கேவலமாகப் போய்விட்டது என்னுடைய பிழைப்பு. எல்லோரிடமும் பெருந்தன்மையாக நடந்துகொள்கிற அவரால், என்னிடம் மாத்திரம் திருமணமான நாள் முதல் ஏன் அவ்வாறு நடந்து கொள்ள முடிவதில்லை. நான் என்ன அவ்வளவு மோசமான குணம் படைத்தவளா! கடவுளே! என்னைச் சீக்கிரம் எடுத்துக்கொள்.”

“சில நேரம் யாருக்காக வாழ்கிறோம், எதற்காக வாழ்கிறோம் என்பதே புரிய மாட்டேன் என்கிறது. அவர் என்னிடம் அறவே பேசுவதில்லை. நான் என்ன விரோதியா? அவர் இல்லாதபோது குழந்தையை நினைத்தும், மோட்டுவளையைப் பார்த்தும் உட்காருகிறேன். சாப்பிடவே பிடிக்க வில்லை. சாப்பாடு பாதியாகி விட்டது. அதுவும் அவருக்குப் பணிவிடை செய்ய மட்டுமே சாப்பிடுகிறேன். இப்போது கூடுதலாக நெஞ்சுவலி சேர்ந்திருக்கிறது. என்னை யார் மருத்துவரிடம் அழைத்துச் செல்வார்கள்.

அதற்கெல்லாம் கொடுப்பினையில்லை. நான் இந்த வீட்டில் வெறும் வேலைக்காரிதானே, நான் செத்துப்போனால் இன்னொரு வேலைக்காரி. ஆசையாசையாய் வளர்த்த குழந்தையும் போய்ச் சேர்ந்துவிட்டான். எனக்கு எந்தப் பிடிப்பும் இல்லை. உடலில் பெரிய பாதிப்பு இருக்கிறது என்பதை மாத்திரம் உணர முடிகிறது. ஆனால் என்ன செய்வது. நான் அடுத்த வாரம் சென்று பரிசோதிக்கவேண்டும். பெரிய நோயாக இருந்து படுத்த படுக்கையாகாமல் சாகவேண்டும். சட்டென்று உயிர் போனால்தான் கடவுள் என் கற்பையும், உண்மையையும் அங்கீகரித்த மாதிரியாகும். அது ஒன்றுதான் நான் கடவுளிடம் கேட்கும் பிச்சை."

"அவரோடு ஒரு வார்த்தை பேசிக்கூட ஆண்டுகள் பல ஆகிவிட்டன. இப்போதெல்லாம் நிறைய வெறுமை. பெண்களுக்கு வருகிற மாத விலக்கு நிறுத்தம் வரும்போது இப்படி ஆகும் என்று வாரப் பத்திரிகை ஒன்றில் படித்தேன். அப்போது பெண்மையே பறிபோவது போன்ற இழப்பு ஏற்படுமாம். மனம் சூனியமாகத் தோன்றுமாம். அடிக்கடி கோபமும், மன அழுத்தமும் உண்டாகுமாம். மனப்பிறழ்வு கூட சில பெண்களுக்கு வருமாம். அந்த நேரத்தில் கணவன் அன்பாக நடந்து கொண்டால், அந்தப் பிரச்சினையை வெற்றிகரமாக எதிர்கொள்ள முடியுமாம். எனக்கு மாத விலக்கு நிறுத்தம் ஏற்படும் என்று நான் மருத்துவரிடம் சென்றபோது சில மாத்திரைகளைக் கொடுத்து 'கணவனுடன் மனம் விட்டுப் பேசுங்கள்' என்றார். நான் எதைப் பேசுவது 'அவருடன் பேசிப் பல ஆண்டுகள் ஆகிவிட்டன' என எப்படிச் சொல்லமுடியும். அவர் என்னிடம் இந்த நேரத்தில் அன்பாகவும், அனுசரணையாகவும் நடந்துகொண்டால் எவ்வளவு மகிழ்ச்சியாக இருக்கும். தலையைக் கோதிவிட்டால் போதும். என்னுடைய அத்தனை வலியும் மறந்துவிடுமே. அவருக்கு இதெல்லாம் எங்கே புரியப் போகிறது. பெண் உடல் என்பது மிகப் பெரிய சிக்கலுக்குள்ளானது. அதில் இருக்கும் அழகுகள் அத்தனையும், வியாதிகளுடன் தொடர்புடையவை. நான் யாரைப் பார்த்தும் என் கணவன் அப்படியில்லை, இப்படியில்லை என்று ஏங்கவில்லை. இந்த மனநிலையில் எனக்கு, சாய்ந்துகொள்ள அவருடைய தோள் தேவைப்படுகிறது. இதை எப்படி அவருக்கு நான் உணர்த்த முடியும். இப்போதுகூட அவர் மீது இருக்கும் பக்தி எனக்குக் குறையவில்லை. அவர் வீட்டுவாசலில் வந்ததும் செருப்புச் சத்தத்தைக் கேட்டதும் என் மனம் துள்ளும். திருமணமான புதிதில் இருந்த அதே மனநிலையில்தான் இருக்கிறேன். ஆனால் உடல் தக்கையாகி விட்டது. அவருடைய மடியில் படுத்து அழவேண்டும் எனத் தோன்றுகிறது. என் வாழ்வு ஊமை கண்ட கனவாகவே முடிந்துவிடுமா... வயிறு வலிக்கிறது. யாரிடம் என் வேதனையைப் பகிர்ந்து கொள்ள முடியும். அவரையே உலகமாக சிருஷ்டித்துக் கொண்ட எனக்குப் பகிர்ந்துகொள்ள நண்பர்கள் கூட இல்லையே...."

“இந்த வீட்டைத் தாண்டாமல் வாழ்ந்து எத்தனை நாட்கள் ஆகிவிட்டன. வெளி உலகமே தெரியாமல் இன்று மருத்துவமனைக்கு நான் போனபோது எனக்கு, சென்னையே அந்நியப்பிரதேசமாகத் தோன்றியது. அவ்வளவு மாற்றம். மருத்துவமனை பிரமாண்டம். எல்லா வசதிகளும் இங்கேயே. டாக்டர்கள் ஒன்றும் விளக்கமாகச் சொல்லவில்லை. அவர்கள் எழுதியிருக்கிற எதுவும் எனக்குப் புரியவில்லை. ஏதோ மருந்து கொடுத்தார்கள், தினமும் சாப்பிடணுமாம். அவர்கள் ‘உன் கணவரோடு வாம்மா’ என்கிறார்கள். இவரோடு நான் போக முடியுமா? ஏதோ பெரிய பிரச்சினையிருக்கிறது. இதயத்தை சோதனை செய்தார்கள். உதட்டைப் பிதுக்கினார்கள். ஏதோ கோளாறு. நான் அது குறித்துக்கூடக் கவலைப்படவில்லை. இவருக்குப் பாரமாக இல்லாமல் செத்துப் போகவேண்டும். அவரால் எனக்கு சவரட்சணையும் பண்ணமுடியாது. அப்படியொரு நிலை வந்தால் தற்கொலையைத்தவிர வேறு வழியில்லை.”

“மாத்திரை சாப்பிட்டும் எந்த முன்னேற்றமும் இல்லை. நெஞ்சு அவ்வப்போது வலிக்கத்தான் செய்கிறது. இதற்கு மேல் என்ன செய்ய முடியும். ‘கவலைப்படாதேம்மா! குழந்தை போனால் என்ன, நீ தான் எனக்குக் குழந்தை’ என்று என் தலையை வருடி ஆறுதல் தந்திருக்கலாமே அவர். ஏன் அப்படிச் செய்ய அவருக்குத் தோன்றவில்லை. அந்தக் குழந்தைக்காக நூறு சதம் நான்தானே உழைத்தேன். இந்தப் பாழான வயிறுதானே அதைச் சுமந்தது. என்னைக் காட்டிலுமா அவருக்குச் சோகம்? அலுவலகம் சென்றால் வீட்டின் இறுக்கம் அவருக்குக் குறைந்துவிடும். ஆனால் எனக்கு எப்படி சோகமாக இருக்கிறது. ஒவ்வொரு இடத்தைப் பார்க்கும்போது, அவனுடைய ஞாபகம்தானே வருகிறது. அவன் துள்ளி விளையாடிய நினைவுகள் தாமே வருகின்றன. எனக்குப் பைத்தியம் பிடிக்காமல் இருந்ததே பெரிய விஷயம். என்னிடம் எப்படி அவரால் கடுமையாக நடந்துகொள்ள முடிந்தது. அவருக்காவே வாழ்கிறேன், அவருக்குப் பிடித்த காய்கறிகளையே நானும் நேசித்தேன். அவருக்காக மாமிசம் சமைத்தேன். அவர் எதை விரும்புகிறாரோ அதையே செய்தேன். அவரிடம் புடவையோ, நகையோ ஒரு நாளும் கேட்டதில்லை. அவர் அன்பாகப் பேசினால் போதும், மோட்சம் அடைந்ததுபோல் திருப்தியடைந்தேன். அவர் புத்திசாலிதானே! என் விஷயத்தில் மட்டும் ஏன் இரக்கமற்றவராக நடந்துகொண்டார். இனிமேல் என்னால் இந்த நோட்டுப் புத்தகத்தில்கூட ஏதாவது எழுதமுடியுமா எனத் தோன்றவில்லை. கடவுளே! இனிமேலாவது அவரை என்னிடம் பேச வை. சாகும் போதாவது நான் நிம்மதியாக சாகவிரும்புகிறேன். அவர் மடியில் என் உயிர் பிரியக்கூடாதா! இதுதான் கடைசியாகக் கேட்கும் வரம். இனி நான் எழுதவோ, பேசவோ எதுவுமில்லை தோழி.”

அவர் அந்த நோட்டுப் புத்தகத்தின் கடைசிப் பகுதியையும் வாசித்து முடித்தபோது அப்படியே நிலைகுலைந்தார். அவருக்குப் பலமாய் வாய்விட்டு அழவேண்டும் என்று தோன்றியது. ஆனால் அவரால் அழ முடியவில்லை. அழுதால் நெஞ்சின் பாரம் குறையும். ஆனால் ஒரு சொட்டுக்கூட கண்ணீர் வரவில்லை. உலகமே இருண்டதுபோல அவருக்குத் தோன்றியது. இதுநாள் வரை தான் வாழ்ந்த வாழ்க்கை வீண் எனப்பட்டது. தனக்கும் மேன்மைக்கும் எந்தத் தொடர்பும் இல்லை. தான் ஒரு சராசரி மனிதன் என்கிற எண்ணம் ஊர்ஜிதமானது. சாப்பிடவேண்டும் என்றோ, தூங்க வேண்டும் என்றோ கூடத் தோன்ற வில்லை. ‘சாகும்வரை அந்தப் பெண்ணிடம் ஒரு வார்த்தை கூடப் பேசாத படுபாதகன் நான்’ என்கிற ஒன்று மட்டும் அவரை உறுத்திக்கொண்டே இருந்தது.

அவர் மனம் கனத்தது. இத்தனை துயரங்களை மனத்தில் சுமந்து கொண்டு அதை எந்த நொடியிலும் காண்பிக்காமல், என்மீது பிரியத்துடன் வாழ்ந்த ஒரு பெண்ணின் கடைசி ஆசையைக்கூட நிறைவேற்றாத பாவியாக இருந்திருக்கிறேனே, என்னைவிட கொடுமையான மனிதன் உலகத்தில் யார் இருக்க முடியும்? கங்காவின் மரணம் என்பது நான் திட்டமிட்டு செய்த கொலை. ஒரு பெண்ணை இவ்வளவு தூரம் ரணப்படுத்தி, உதாசீனப்படுத்தி அவள் விரைவில் மரணத்தைத் தழுவும்படி செய்தது எவ்வளவு பெரிய குற்றம். என்னைவிட ஐந்து வயது சின்னப் பெண்ணை நான் எப்படியெல்லாம் ஒரு தூசியைப் போலக் கருதியிருக்கிறேன். பஞ்சமா பாதகன் அல்லவா நான்.

என் மீது குறையை வைத்துக்கொண்டு அவளை வதைத்தபோது, வேறு எந்தப் பெண்ணாக இருந்தாலும் உடைந்து போயிருப்பாள். ஆனால் அதையும் மீறி அவள் என்னை நேசித்திருக்கிறாள். ஒரு நாள் என்னை எதிர்த்துப் பேசியிருப்பாளா, என்னிடம் ஏதேனும் வேண்டும் என்று கேட்டிருப்பாளா? என்னிடம் சண்டைபோட்டுக் கொண்டு ஒரு முறையாவது அவளுடைய அப்பா வீட்டிற்குச் சென்றிருப்பாளா? என் காலடியிலேயே கிடந்து உயிரை விட்ட உத்தமி. அவள் என்னை அளவுக்கதிகமாக நேசித்ததைத் தவிர வேறு எந்தத் தவறையும் செய்யவில்லை. நான் அவளுக்குத் தவறைத் தவிர வேறு எதையும் செய்யவில்லை. ஒரு நாளாவது நீ சாப்பிட்டு விட்டாயா எனக் கேட்டிருப்பேனா, அவள் மீது இருந்த வெறுப்பில் அவள் சமைத்து வைத்த உணவை எத்தனைநாள் சாப்பிடாமல் இருந்திருக்கிறேன். அப்போதெல்லாம் அவள் சாப்பிடாமல் படுத்திருப்பாள். அவளுடைய உயிரைப் பாதி குழந்தையும், பாதி நானும் பங்கு போட்டுக்கொண்டு உறிஞ்சியிருக்கிறோம்.

அவள் முகத்தைப் பார்த்தே கடைசி பல ஆண்டுகள் நான் பேசிவில்லை. பார்த்திருந்தால் அதில் தெரிந்த வியாதி என்னைப் பண்படுத்தியிருக்கும். என் உள்ளத்தில் கருணையை ஏற்படுத்தியிருக்கும். ஆனால் அதற்குக்கூட நான் தயாராக இல்லாமல் போய்விட்டேனே. என் கால் ஒடிந்தபோது எனக்கு மலம் வாரிப்போடுவது வரை செய்வதள் அவள். நான் நடக்க முடியாதபோது அவளே காலாக இருந்தாள். அவளை ஒருமுறை மருத்துவப் பரிசோதனைக்குக் கூட அழைத்துச் செல்லவில்லை. அவள் எந்த மருத்துவமனைக்குப் போனாளோ! எந்தப் பரிசோதனைகள் நடந்தனவோ! அந்தப் பிஞ்சு இதயம் தனிமையில் எவ்வளவு வேதனையை அனுபவித்திருக்கும். கண்களைக் குருடாக்கி பெரிய சாலையில் வாகனங்களுக்கு இடையில் விட்ட மாதிரி என்ன பாடுபட்டிருக்கும். நினைத்துப் பார்க்கவே நெஞ்சம் பதைபதைக்கிறதே. அந்தக் குழந்தை உள்ளத்தின் வேதனை வேறுயாருக்காவது ஏற்பட்டிருந்தால் என்ன ஆகியிருக்கும்.

ஒன்று மட்டும் தெரிகிறது. மிகுந்த சுயநலத்துடன் நான் நடந்து கொண்டிருக்கிறேன். என்னுடைய உணர்ச்சி, சாப்பாடு போன்றவற்றை மட்டுமே கவனித்துக்கொண்டு வாழ்ந்திருக்கிறேன். என்னைப் பொறுத்தவரை வாழ்க்கை ஒரு வழிப்பாதையாகவே இருந்திருக்கிறது.

தன்னுடைய மனத்தைப் பிரதிபலிக்கிற அந்த நாட்குறிப்பில் கூட என்னைப் பற்றி ஒரு வார்த்தை அவதூறாகப் பேசவில்லையே அந்தப் பெண். என்மீது எவ்வளவு அன்பு அவளுக்கு. அவளிடம் நான் பேசிய சொற்களைக்கூட அசரீரியாக நினைத்துக்கொண்டு செயல்பட்டிருக் கிறாளே! இத்தகைய உத்தமப் பெண்ணையா நான் பத்து ஆண்டுகள் ஏறெடுத்துப் பார்க்காமல் இருந்திருக்கிறேன். அந்தக் குழந்தை என் குழந்தை மட்டுமா? அவளுக்கும் அதுதானே வாரிசு. அவளை நான் தேற்றியிருக்கவேண்டும். ஆறுதல்படுத்தி அரவணைத்து அவள் மனம் பிறழ்ந்துவிடாமல் பாதுகாத்திருக்கவேண்டும். ஆனால் அப்படியொரு முறைகூட நான் இங்கிதத்துடன் நடந்திருப்பேனா! கடவுளே! நரகம் என்று ஒன்று இருந்தால் அது எனக்கு மட்டும்தானே வாய்க்க வேண்டும்.

அவள் சமையலறையில் இறுதியாக சாயும்போது எத்தனை வேதனைப்பட்டிருப்பாள். அவளை வாழ்த்தாதவர்கள் இல்லை. எனக்காக அவள் எத்தனை அக்கறை எடுத்துக்கொண்டிருக்கிறாள். பிடிக்காத மாமிசத்தைச் சமைத்துப் பரிமாறியிருக்கிறாள். எத்தனையோ நாட்கள் நான் சாப்பிடுவதற்காக அவள் காத்திருக்கிறாள். நான்தான் ஒரு நாள் கூட அவளுக்காகக் காத்திருக்கவில்லை. அவள் என் பிறந்த நாளுக்காக ஆண்டு தவறாமல் பரிசளிப்பாள். ‘என் பணம்தானே’ என அவள் பரிசைக்கூட நான் துச்சமாக மதித்திருக்கிறேன். அவள்

பிறந்தநாளை ஒருமுறைகூட நான் நினைவில் வைத்துக் கொண்டதில்லை. என்னை அவள் தெய்வமாகக் கருதி வாழ்ந்திருக்கிறாள். அவளை நான் இந்த வீட்டின் இரண்டாம்தரக் குடிமகளாக நடத்தியிருக்கிறேன்.

அவள் எனக்குச் சமமான அழகில்லை என நானே நினைத்துக் கொண்டு பரிதாபமாக அவளை நடத்தியிருக்கிறேன். அவளுடன் கைகோத்துக்கொண்டு செல்லாவிட்டாலும் அவளுக்குப் பத்தடி முன்னால் நடந்து கஷ்டப்படுத்தியிருக்கிறேன். கடலைப் பார்த்திராத அவள் கடல் அலையில் என்னுடன் விளையாட வேண்டும் என நினைத்தாள். நிறைவேற்ற முடிந்ததா? ஏன் இவ்வளவு அற்பத்தனமாக நடந்திருக்கிறேன். நான்தான் அவள் அக அழகிற்கும், தேவதை போன்ற மன்னிக்கும் குணத்திற்கும் சிறிதும் பொருத்தமில்லாமல் நடந்து கொண்டேன். அவள் பெற்றோரிடம்கூட எதுவும் அன்பு காட்டாமல் மட்டமாக நடந்திருக்கிறேன். எத்தனை ஜென்மங்கள் எடுத்தாலும் இந்தப் பாவம் தீராது.

த்ரிவிக்ரமன் அழுதார். நெஞ்சில் அடித்துக்கொண்டார். நினைக்க நினைக்க கங்காவுடன் பழகிய நாட்கள் நினைவு வந்தன. அவள் களங்கமற்ற முகம் அப்படியே வலம் வந்தது. அவர் மனம் குலைந்தார். உயிரே உருகி ஓடுவதுபோல் இருந்தது. மௌனமாக வாழ்ந்து தன்னுடைய நீண்ட வரலாற்றைச் சிறுகதையாக முடித்துவிட்டுச் சென்றுவிட்ட அபலை அவள்.

அவர் கை நடுங்கியது, உடம்பு பதறியது. அவள் மரணம் அப்போதுதான் கண் எதிரே நடந்தது போன்ற சோர்வும், அயற்சியும் உளைச்சலும் அவருக்கு ஏற்பட்டன. ஒன்றும் புரியவில்லை, கையும் ஓடவில்லை, காலும் ஓடவில்லை. அடுத்ததாக இருந்த பச்சை வண்ண உறையை எடுத்துப் பார்த்தார். அதில் மருத்துவக் குறிப்புகள். அவருக்கு நடந்த மருத்துவப் பரிசோதனை பற்றியும், உயிரணு குறைவு பற்றியும் அறிக்கை இருந்தன. கங்காவிற்கு நடந்த மருத்துவப் பரிசோதனையில் அவள் இதயம் முப்பது சதவிகிதம் மட்டுமே பணிபுரிவதாக இருந்த குறிப்புகள் இருந்தன. அவற்றைப் பார்த்தவுடன் விக்ரமன் கதறிக்கதறி அழுதார்.

அந்த நோட்டை எடுத்து எறிய அவரால் முடியவில்லை. இதை அடிக்கடி படிக்க வேண்டும். அந்தப் பெண் தெய்வத்தை நான் நினைத்து வருந்த வேண்டும். எனக்கு அதுதான் தண்டனை. அவர் மனம் அல்லல்பட்டது.

★ ★ ★

அவருடைய வீட்டில் மிகப்பெரிதாக ஒரே ஒரு படம். அவர் மனைவியின் படம். அதற்கு மாத்திரம் தினமும் பூ வாங்கிப் போடுவார். ஊதுபத்தி காண்பிப்பார். திதியன்று ஆசிரமம் சென்று குழந்தைகளுக்குச் சாப்பாடு போட்டுவிட்டு வருவார். அவர் வீட்டில் வேறெந்தப் படமும் இல்லை. திதியன்று மாத்திரம் யாருடனும் பேசமாட்டார். அலுவலகம் போக மாட்டார்.

அவர் அந்த நோட்டுப்புத்தகத்தைப் படித்ததில் இருந்து முற்றிலுமாக மாறிப் போயிருந்தார். 'என்ன சொல்லுவது....' அவர் கங்காவைத் தன்னுடைய ஒவ்வொரு அசைவிலும் நினைத்துக்கொண்டார். அவர் மரணத்திற்காகக் காத்திருந்தார். இன்னொரு உலகம் என்ற ஒன்று இருந்தால் அதில் அவளைச் சந்திக்க முடிந்தால், ஓடிச்சென்று அவள் பாதத்தில் விழுந்து மன்னிப்புக் கேட்பேன். அவளுக்கு நான் செய்த பாவத்திற்கு அதைக் காட்டிலும் பேறு பிராயச்சித்தம் நிச்சயம் இருக்க முடியாது. அவர் தினமும் படுக்கும்போது, கங்காவை நினைத்துக் கொள்வார். அந்த வீட்டை இப்போது அவளுடைய நினைவுகளால் நிரப்பியிருந்தார்.

கங்காவைச் சந்தித்தபோது அவருக்கு அத்தனை நினைவுகளும் ஒன்றன் பின் ஒன்றாக வந்தன. எதிரே நின்றிருந்த அவள் அதே சாந்தத்துடன், புன்னகை மாறாமல் இருந்தாள். அவள் துளியும் எதிர்பார்க்கவில்லை. அவரைச் சந்தித்தது அவளுக்கு அதிர்ச்சி.

"என்னங்க! நீங்க அதுக்குள்ள வந்துட்டீங்களே! உங்களைக் கவனிக்க யாராவது இருந்திருந்தா இன்னும் கொஞ்சம் நாள் இருந்திருப்பீங்க இல்லையா?"

"கங்கா, நான் உன்னையே நினைத்துக் கொண்டே வாழ்ந்தேன். நீ இருக்கும்போது இல்லாமலிருந்தாய், இல்லாதபோது எல்லாவுமாய் இருந்தாய். என்னை மன்னித்துவிடு கங்கா."

அவர் வாய்க்குவாய் கங்கா என அழைத்தது அவளுக்கு மகிழ்ச்சி. அவர் 'மன்னிப்பு' என்றவுடன் பதறிப்போய்விட்டாள். "என்னங்க பெரிய வார்த்தையெல்லாம் சொல்றீங்க."

ஆனால் அவர் செய்த அடுத்த காரியம் அவளை இன்னும் அதிர்ச்சிக்குள்ளாக்கியது.

திடீரென அவள் முன் சாஷ்டாங்கமாய் விழ முற்பட்டார். ஆனால் முடியவில்லை. அவள் பதறிப்போய் விலகினாள்.

“நீ மன்னிச்சேன்னு ஒருவார்த்தை சொன்னாதான் கங்கையில கூட கழுவமுடியாத என்னோட பாவங்கள் தீரும்” என்றதும் அவள் தீயைத் தொட்டதைப் போல உணர்ந்தாள்.

‘கங்கா, நீ எவ்வளவு பெரிய தேவதை பார். உன்னை நான் எவ்வளவு மோசமாக நடத்தியிருக்கேன். நான் கொடூரமானவன்.”

அவள் இடைமறித்தாள்.

“தயவு செஞ்சி அதையெல்லாம் இந்த நேரத்தில் பேச வேணாம். உங்களோட வாழ்ந்த ஒரு சில நாட்களே எனக்குப் பல யுகங்களுக்கான மகிழ்ச்சியைத் தந்திச்சி. உங்களைப் பாக்க மகிழ்ச்சி. இப்பயும் கம்பீரமாகத்தான் இருக்கீங்க.”

“கங்கா இப்பயும் உன்னால என்னை நேசிக்க முடியுதா?”

“எப்பவுமே நேசிப்பேன். அது ஆழ்மனத் தவிப்பு. மேல்மனத் துடிப்பு அல்ல அப்படீன்னு புரிஞ்சிக்கங்க.”

“ஏன் என்ன நேசிச்ச?”

“உங்களைப் பார்த்தவுடன் ஏற்பட்ட தாக்கம்.”

“கங்கா, நான் உன்னிடம்....”

“தயவுசெஞ்சி பழைய செய்திகளைப் பேசாதீங்க. நாம இன்னும் ஒரு சில நிமிடங்கள் மட்டுந்தான் சேர்ந்து இருக்கமுடியும். அதை வீணாக்க வேணாம்.”

“கங்கா, நாம இரண்டு பேரும் ஒரே அறையில தங்கிக்கலாமா?”

“முடியாதுங்க.”

“ஏன்.”

“இங்க நீங்களும் நானும் கணவன் மனைவி இல்லை. நமக்குப் பால் இல்லை. என் பெயர்கள் கூட இல்லை. நாம் இங்கு வெறும் நினைவுகளும், பிம்பங்களும்தான்.”

“உன்னோட வாழணும்னு எனக்கு ஆசையா இருக்குது கங்கா.”

“வாய்ப்புக் கிடைச்சப்ப நழுவவிட்டீங்க!” சிரித்தாள். “வாழ்வில் இழந்த ஒரு நொடியைக்கூட திரும்பப் பெற முடியாதுன்னு நாம உணராமல்தான் வாழ்க்கையைக் கழச்சிடறோம் இல்லையா?”

“நீ சொல்றது உண்மைதான்.”

“முடிஞ்சது முடிஞ்சது தான். நாம ரெண்டு பேரும் பக்கத்துல இருந்தாலும் தொலை தூரத்துக்கு அப்பால இருக்கிறோம். உறவுகள் இல்லாத இடத்துல இருக்கோம்.”

“உண்மைதான் கங்கா.”

“வாழ்வை நம் கண்முன்னாடி இயற்கை விரிச்சி வைக்கும்போது அதை நாம்ப ஏத்துக்காம போயிட்ட கஷ்டம் தான்”

“.........”

“நம்ப வாழ்க்கை ஒரு கனவு. முடிஞ்ச அளவு நாம அதை நல்ல கனவாவே நெனைச்சிக்குவோமே.”

“ஆமாம். நீ போன பிறகு உன்னோட சமையல், வெட்கம், பணிவு எல்லாத்தையுமே நெனைச்சி, நெனைச்சிப் பாத்து அழுதிருக்கேன்.”

“எதுக்குப் பழசையே பேசறீங்க. இறந்த பிறகு எதுக்கு இறந்த காலம்.”

“இப்ப நாம பேசறதுக்கு என்ன இருக்கு.”

“வாழாமப் போனதைப் பத்தி யோசிக்கறதும், வாழ்ந்ததைப் பத்திக் கவலைப்படறதும் பிரயோஜனமில்லாத தகவல்கள். உங்களை எனக்கு இப்பயும் பிடிச்சிருக்கு. இன்னமும் உங்ககிட்ட ஒரு கம்பீரமும், அழகும் இருக்கு.”

“உங்கிட்டயும் அது இருக்கு கங்கா.”

“உண்மையிலேயா!”

“ஆமாம். நன் உங்கிட்ட சாயாவைக் காட்டிலும் உயர்ந்த பெண்மையைப் பார்க்கிறேன்.”

“சாயா யார்? உங்க காதலியா?”

“இல்லை. அவள் ஒரு கனவு. நீதான் நிஜம்.”

“கனவு கனவாகவே இருக்கணும். அதை நிஜமா மாத்தவோ, நிஜமா நெனைக்கவோ முயற்சி செய்யும் போதுதான் பிரச்சினை உண்டாகுது.”

“கங்கா, உன்னைப் பாத்ததும் என் மனசு நெறஞ்சிடுச்சி.”

“எனக்கு இதுபோதும்ங்க. வேற எதுவுமே வேணாம். இந்த ஒரு வார்த்தையைப் பூமியிலேயே சொல்லியிருந்தீங்கன்னா உங்களோட ஆயிரம் வருஷம் வாழ்ந்திருப்பேங்க.”

இருவரும் மௌனமாக ஒருவரை ஒருவர் பார்த்து கொண்டனர். அவர்கள் காதல் பார்வையில் உலகங்கள் எல்லாம் சுழல்வதை நிறுத்திவிட்டது போன்ற உணர்வு ஏற்பட்டது. அதற்குப் பிறகு சொற்களுக்கு எந்த உபயோகமும் இல்லை என்பதை அவர்கள் புரிந்துகொண்டார்கள்.

அதற்குப் பிறகு கங்கா பிம்பமாக விலகிச் செல்வதை உணர முடிந்தது. அவர் மனம் வெறுமையால் நிரம்பியது. ஆனால் இந்த வெறுமை நிறைவை உள்ளடக்கிய வெறுமை.

28

*நி*ர்வாகி அவரை அழைத்தார்.

"என்ன திருப்தியா"

"வாழ்ந்தபோது இருந்த திருப்தியை விட அதிக திருப்தியுடன் இருக்கிறேன்."

"உன் வாழ்க்கைக் கெடு முடிந்தது. உன் மறு உலக அனுபவம் முடிந்தது. உன் வாழ்க்கையின்போது சிந்திக்காதவற்றை செத்தபின் சிந்தித்திருக்கிறாய்."

"உண்மைதான். இங்கு எனக்கு அதிக சுதந்திரம் இருந்தது."

"ஏன்"

"என்னைச் சுற்றி ஒரு சமூகம் இங்கு இல்லை. அதனால்தான் இவ்வளவு சுதந்திரம்."

"உங்கள் சமூகத்தை நீங்களாகவே கட்டமைத்துக் கொள்கிறீர்கள். பிறகு கட்டவிழ்க்க முடியாமல் மிகவும் சிரமப்படுகிறீர்கள். என்ன செய்வது."

"இனி என்ன?"

"ஒன்றுமில்லை."

"புரியவில்லை."

"இங்கு நீடித்து நிற்க முடியாது. எல்லாவற்றிற்கும் முடிவு உண்டு. இவ்வுலக வாழ்வுக்கு அவ்வுலக வாழ்வு போல முடிவு கட்டாயம் உண்டு."

" .... "

"ஏன் தயங்குகிறாய். இவ்வுலக வாழ்வின்மீது பிடிப்பு வந்துவிட்டதா."

"நிச்சயம் இல்லை."

"உனக்கு ஏன் இத்தனை சலுகைகள் தெரியுமா?"

"புரியும்படி சொல்லுங்கள்."

"மரணத்தைக் கண்டு பயப்படாதவர்களில் நீயும் ஒருவன். நீ பார்க்க வேண்டிய பட்டியலை நீளமாகத் தயாரித்து வைத்திருந்தாலும்,

பார்க்க வேண்டியவர்களை நாங்கள்தான் முடிவு செய்தோம். அது உன்னை இன்னும் தூய்மைப்படுத்த. உன்னிடம் ஒட்டிக்கொண்டிருக்கும் அழுக்குகள் கொஞ்சநஞ்சத்தையும் நீக்கும் பொருட்டுத்தான் இந்தக் குளியல்; ஒரு வகையில் நீராவிக்குளியல்."

"என் உடலுக்குள் ஒரு மாற்றத்தை நான் உணர்ந்தேன்."

"எப்படியிருக்கிறது?"

"கரைகிற மாதிரி இருக்கிறது."

அவர் உடல் கரைய ஆரம்பித்தது. எதிரே பிம்பமாக மனைவி கங்கா, மகன், சாயா எல்லோரும் வரிசையாக. ஆனால் எந்தச் சலனமும் இல்லை. கால்கள் கைகள் மெதுவாகக் கரைய, ஒவ்வொரு உயிரிலும் தான் கலப்பதைப் போல உணர, வலிகள் நீங்கி மென்மையாக மிதக்க அவருடைய இருத்தல் முற்றிலுமாகத் தடயமின்றி சென்றிருந்தது.

29

சுக்கிரன் பல்துலக்கிக் கொண்டிருந்தான். திடீரென தொலைபேசி.

"யாரு காலங்காத்தால உயிரை எடுக்கறாங்க!" முனகிக்கொண்டே சென்று தொலைபேசியை எடுத்தான்.

"ஹலோ! யாரு?"

"சார், நான் சஞ்சீவி பேசறேன்."

"எந்த சஞ்சீவி?"

"த்ரிவிக்ரமன் சார் வீட்டு உதவியாள்."

"சொல்லுப்பா!"

"சார்! ஐயா காலையில போயிட்டாரு." ஓவென்று மறுமனையில் அழுகைச் சத்தம்.

"என்னப்பா! நான் பார்த்தப்போ நல்லாதானே இருந்தாரு. போகிற அளவுக்கு அவ்வளவு ஒன்னும் மோசமா இல்லியே"

"ஆமாம் சார். ஆனா எந்த நேரம் வேண்ணா தூக்கத்திலேயே போய்டுவேன்னாரு சாரு."

"தூக்கத்திலேயே போய்ட்டாரா?"

"இல்லே சார். ராத்திரி புரண்டு புரண்டு படுத்துக்கிட்டேயிருந்தாரு. சரியா தூங்கின மாதிரி இல்லே. ஆனா எந்த சத்தமும் இல்லே."

"சரிப்பா! நான் அவருடைய ஈமச் சடங்குக்குத் தேவையான அத்தனை காரியத்தையும் செய்ய வர்றேன். அதுக்கு முன்னாடி நீ போயி அவருக்கு ஊதுபத்தியெல்லாம் வாங்கி அறையை மணக்கும்படி பார்த்துக்கொள். நான் பெசண்ட் நகர் க்ரிமடோரியத்துக்கு போன் பண்ணி சாயந்தரம் நாலு மணி வாக்கில பண்ற மாதிரி ஏற்பாடுகள் பண்றேன். ஐயா எந்த சடங்கும் வேண்டாம்னு சொல்லிட்டாங்க. அதனால நாம அவரு விரும்பின பாட்டை மாத்திரம் போட்டுப் பாக்கலாம். எளிமையா அவருடைய ஈமச்சடங்கை முடிச்சிடலாம்."

"அவரு சொன்னாருங்கறதுக்காக எளிமையாப் பண்ண முடியுமா?"

"ஏப்பா! இத்தனை வருஷம் அவரோட இருந்திட்டு இன்னும் அவரைப் புரிஞ்சிக்காம இருக்கேயேப்பா. அவரு சொன்னா

சொன்னது தான். நீ வழக்கமா இந்த மெட்ராஸ் பழக்கம் மாதிரி டான்சு ஆடறது, பட்டாசு வெடிக்கறது இதையெல்லாம் செஞ்சிடாத. இன்னும் அரை மணி நேரத்துல நான் வந்துடறேன்."

சுக்கிரன் உள்ளே விக்ரமன் கொடுத்த பையை எடுத்துவரச் சென்றான். பையை எடுத்துப் பிரித்தபோது அதில் 50,000 ரூபாய்க்கு 500 ரூபாய்க் கட்டு ஒன்று இருந்தது.

அப்போதுதான் அவர் கொடுத்த இன்னொரு உறையும் "சாகும் வரை இதைப் பிரிக்கக் கூடாது" என்று அவர் இட்ட ஆணையும் நினைவுக்கு வந்தது. அந்த நீளப்பையின் மற்றொரு அறையில் வைத்திருந்த கவரை எடுத்துப் பிரித்தான்.

அதில் இரண்டு காகிதங்கள் இருந்தன.

முதல் காகிதம்

"என் உயில்

நான், த்ரிவிக்ரமன், த/பெ.கோபாலன் ஆகிய நான் சுய நினைவுடன் எழுதுவது, என் சுய சம்பாத்தியத்தில் நான் சம்பாதித்த இந்த வீடும், இதைச் சுற்றியுள்ள மனையும் இதுவரை பத்துப் பதினைந்து ஆண்டுகளாக என் மகன் போல் இருந்து பணிவிடை செய்த சஞ்சீவிக்குச் சேரும் என்பதைத் தெளிவுபடுத்துகிறேன்..." உயிலில் சொத்து பற்றிய விவரங்களும், கிரைய பத்திரங்களும் இருந்தன.

அடுத்த தாளை பிரித்துப் பார்த்தான்.

"என்னிடம் பணியாற்றிய சுக்கிரன் என்கிற நண்பருக்கு என் வங்கிக் கணக்கில் உள்ள பணம் இரண்டு லட்சம் ரூபாய் சேரும். வங்கி விவரங்கள் இணைக்கப்பட்டுள்ளன. அவர் என்னிடம் உள்ள புத்தகங்களை எடுத்துப் பராமரித்துப் படித்து வருவதற்கும், அவற்றை முடியாத பட்சத்தில் நல்ல நூலகத்திற்கு அளித்துவிடவும் இதனால் வேண்டுகோள் விடுக்கப்படுகிறது…" வங்கிக் கணக்கு பற்றிய விவரங்களும் பாஸ் புத்தகமும் இருந்தன.

அவன் தன்னுடைய மனைவியை அழைத்தான்.

"லட்சுமி! லட்சுமி!"

"என்னங்க?"

"பாரும்மா! விக்ரமன் சார் பேங்க்ல இருக்கற பணத்தை நம்ம பேருக்கு எழுதி வச்சிருக்காரு."

அவள் வாங்கிப் படித்தாள்.